தாகம்

முதற்பதிப்பு: 2023

First Edition: 2023

Thaagam

தாகம்

Vaasanthi

வாஸந்தி

ISBN: 978-93-95277-79-2

Pustaka
EBooks | Audiobooks | Paperback

Pustaka Digital Media Pvt. Ltd.
#7-002, Mantri Residency,
Bannerghatta Main Road, Bengaluru - 560 076
Karnataka, India

+91 7418555884

தாகம்

வாஸந்தி

Pustaka
EBooks | Audiobooks | Paperback

தாகத்துக்கு ஓர் அறிமுகம்...

சமீபத்தில் நான் ஃபீஜித் தீவுக்குச் சென்றிருந்தபோது இந்த நாவல் என் மனதில் உருவானது. அங்கு நிகழ்ந்த கதையானதால் ஃபீஜி இந்தியரின் சரித்திரப் பின்புலத்தில் இது விரிகிறது.

ஃபீஜித் தீவுகள் பத்து ஆண்டுகளுக்கு முன்புவரை ஆங்கிலேய ஆட்சியின் கீழ் இருந்தது. தனது வியாபாரப் பெருக்கத்துக்காக அங்கிருந்த கரும்புத் தோட்டங்களில் கூலி வேலை செய்ய நூறு ஆண்டுகளுக்கு முன் இந்தியாவிலிருந்து பல ஏழைகளை - அத்தீவுகள் எத்தனை தொலைவு என்கிற பூகோள அறிவில்லாத எளிய மக்களை - சாமர்த்தியமாக ஐந்து வருஷ ஒப்பந்தத்தில் ஆங்கிலேயக் கம்பெனி அழைத்துச் சென்றது. அங்கு சென்ற இந்தியர்கள் பட்ட கஷ்டமும், பிறகு அங்கேயே தங்கிக் கிளை பரப்பியதும், கடும் உழைப்பினால் எட்டிய உன்னதமும் ஒரு வீர சரித்திரம்...

இது ஒரு சரித்திரக் கதை இல்லை. சரித்திரம் படைத்த ஒரு சமூகப் பின்புலத்தில் நிகழும் ஓர் அப்பாவிப் பெண்களின் அதிசயக் கதை. கதாநாயகியின் வாய்மொழியிலும், மூன்றாம் நபரின் பார்வையிலுமாக இந்தக் கதை மாறி மாறிப் பின்னிக்கொண்டு போகிறது.

இந்தக் கதையைக் கேட்டபோது எனக்குள் ஏற்பட்ட வியப்பும், குழப்பமும், கேள்விகளும் படித்து முடித்தபின் உங்களுக்குள்ளும் ஜனிக்கலாம். விடைகளைத் தேடிப்போவது வியர்த்தமானது என்று தோன்றுகிறது. நமக்கெல்லாம் ஒவ்வொன்றுக்கும் விடை கிடைத்தால்தான் திருப்தி. ஆனால், அந்த விடைகளெல்லாம் நமது சமாதானத்துக்காக, உண்மையில் எந்தக் கேள்விக்கும் விடை கிடையாது. பிரக்ருதியின் இயக்கத்தில்,

இன்னும் விடைகளைத் தேடிக்கொண்டிருக்கும் அந்தச் சகோதரிக்கு இந்தக் கதை சமர்ப்பணம்.

- வாஸந்தி

✲ ✲ ✲

அத்தியாயம் 1

'இன்னும் எத்தனை நாட்களுக்கு?' - ஒரு வெறிபிடித்த தீவிரத்துடன் இந்தக் கேள்வி 'திடும்' என்று என் மூளையை ஆக்கிரமித்தது. ஓர் ஆக்ரோஷப் பிடிவாதத்துடன் நகர மறுத்து, பதில் கிடைத்தால்தான் விடுவேன் என்கிற குரோதத்துடன் சம்மட்டியாய் அடித்தது.

ஸ்டியரிங் வீலைப் பிடித்திருந்த என் கைகள் மெலிதாக நடுங்கின. 'க்ளவ்' கம்பார்ட்மெண்டில் இருந்த டிஷ்யூ பேப்பரினால் வியர்த்துப்போன முகத்தைத் துடைத்துக்கொண்டேன்.

சீரான - ஒழுங்கான பாதையில் வழக்கம்போல் அதிக ஜனநடமாட்டம் இல்லை. நூறு கிலோமீட்டர் வேகத்திலும் வண்டியின் வேகம் போதவில்லை என்று தோன்றிற்று.

நேற்றுகூட மாது சொன்னார். 'இருட்டினப்புறம் நீ காரை ஓட்டி வர்றதும், போறதும் எனக்குக் கவலையாயிருக்கு, எண்பதுக்கு மேலப் போகாதே!' என்றார். எண்பதில் போனால் அவர் சொன்ன நேரத்தில் நான் ஆஸ்பத்திரிக்குப் போய்ச் சேர முடியாது.

நான் ஆக்ஸிலரேட்டரின்மேல் ஒரு தீவிரத்துடன் பாதத்தை அழுத்தி, ஸ்பீடாமீட்டரில் நூற்றி இருபதுக்கும், நூற்றி நாற்பதுக்கும் முள் குதிப்பதைத் திருப்தியுடன் பார்த்தேன்.

இன்னும் அரைமணி நேரத்தில் நான் ஆஸ்பத்திரியில் இருப்பேன் என்று கணக்குப் போட்டேன்.

'வேகத்தைக் குறைடீ மோகினி' என்று ஒருமுறை அம்மா இங்கு வந்தபோது பதைத்தாள்.

'வாயில்லாப் பூச்சியா ஒருபக்கம் இருக்கே! காரைத் தொட்டதும் எங்கேயிருந்து வர்றது இந்த அசுரத்தனம்?'

சுரீரென்று கிளம்பிய சுயபச்சாதாபத்தில் நான் அப்பொழுது வெடித்தேன்!

'நான் பூச்சியா இருக்கறதுக்கும் நீதான் காரணம். என் அசுரத்தனத்துக்கும் நீதான் காரணம்!'

இரண்டு வருஷங்களுக்கு முன் மெட்ராசிலிருந்து அம்மா வந்திருந்தாள். சென்னையிலிருந்து தில்லிக்குத் தனியாகப் போயிராத அம்மா, தேசத்தை விட்டு - இந்து மகா சமுத்திரத்தையும், பஸிபிக் மகாக் கடலையும், கடந்து ஃபீஜித் தீவுக்குத் தனியாக வர எப்படித் துணிந்தாள் என்று பலமுறை நினைத்து நினைத்து வியந்துபோகிறேன். இன்றுவரை புரியவில்லை... அதுவும் எப்படி வந்தாள்? திடுதிப்பென்று - முன்னறிவிப்பில்லாமல்! திடீரென்று ஒருநாள் ஸிட்னியிலிருந்து தந்தி வருகிறது: **'நாளை மத்தியான ஃப்ளைட்டில் நாண்டிக்கு வருகிறேன். விமான நிலையத்தில் சந்திக்கவும்'** என்று!

தந்தியைக் கையில் விரித்துப் பிடித்தபடி, 'இதற்கு என்ன அர்த்தம்?' என்கிற பார்வையுடன் மாது என்னெதிரில் நின்றதும், அவரும் - அவருடைய அம்மாவும் அர்த்தமுள்ள பார்வைப் பரிமாறல் செய்துகொண்டதும், இப்பொழுதும் பிரத்யட்சமாய் கண்முன் நிற்கிறது. எதிரில், சர்ப்பமாய் நெளிந்த நட்டநடுரோட்டில் எழும்புகிறது விஸ்வரூபமாய். அவருடைய அம்மாவின் வெளுத்த முகம் இன்னும் வெளிறி, சிறிய கண்கள் இன்னும் சிறுத்து... 'இந்தச் சிறுக்கி லேசுப்பட்டவள் இல்லை' என்கிற பார்வை அமானுஷ்ய மௌன வாக்கியமாய்

அண்டசராசரங்களில் எதிரொலித்த போது, மாதுவின் முகத்தில் கேள்விக்குறி மட்டுமே இருந்ததன் பிரக்ஞை இப்பொழுது என்னுள் புதிதாய் ஓர் அவமான உணர்வை ஏற்படுத்திற்று. மாதுவின் கையில் விரித்திருந்த தந்தியும், அது கொக்கியாய் நிறுத்திய கேள்வியும் என்னைத் துளைத்த தீவிரத்தில், அன்று அந்தத் தருணத்தில் நான் தற்காப்புக்காகப் பரிதவித்த தவிப்பின் நினைவு இப்பொழுதும் என்னைக் கேவலப்படுத்துகிறது.

அன்றைய - இன்றைய - நாளைய என் கையாலாகாத்தனத்திற்கு யார் அல்லது எது காரணம்?

என்னைப் பெற்றவள் - அவளும் அவளது மூதாதையரும், அவர்களது அனுமானங்களும், நம்பிக்கைகளும், நினைவுகளும், பயங்களும் கடல் கடந்து என்னைப் பாரமாய் அமுக்கி,

நான் நானாக இருக்க இயலாமல், ஒரு சூன்யமாய், வாய்விட்டுச் சாடாத குற்றச்சாட்டிற்குக் காரணமான குற்றவாளிபோல் இவர்கள் முன் ஒரு சாணாய் குறுகி, வெலவெலத்து,

'அம்மா வராளா? என்னது திடீர்னு, எனக்குத் தெரியாதே?' என்று உளற வைத்து, 'இப்பொழுது எதற்கு வருகிறாள்? என் வாழ்வை சர்வநாசம் பண்ணவா!' என்று, பெற்றவளிடம் இயல்பாக எந்த மகளுக்கும் தோன்றாத பீதி நிறைந்த சம்சயத்தையும், கோபத்தையும் ஜனிக்கச் செய்து,

நான் அகப்பட்டுக் கொண்டுவிட்ட செயற்கைக் கோளத்தை விட்டு வெளியேற முடியாத நிர்ப்பந்தத்தில், கயமையத்தனத்துடன் அந்த வெளுத்த முகத்தின் தீர்ப்புக்காகத் தலையைக் குனிய வைத்து,

இது ஒரு ஜன்மாந்திர சாபக்கேடாக இருக்க வேண்டும்... விக்ரமாதித்தன் காலத்திலிருந்து தொடர்ந்த சாபமாக - கர்ப்பவாசத்திலேயே நச்சுக்கொடியாய் வேதாளம் என்னைச் சுற்றியிருக்க வேண்டும்... குருக்ஷேத்திர மண்ணின் வினைகள் ஃபீஜி இந்தியர்களை இன்னும் அலைக்கழிப்பதுபோல...

இங்கு கரும்புத் தோட்டத்தில் கூலி வேலை செய்ய வந்த கூலிக்காரர்களின் சந்ததியினரைச் சுற்றியிருக்கும் இந்தியப் பிணைப்புகளுக்கும், வாட்டும் சரித்திர நிழல்களுக்கும், எனக்கும் ஏதோ ஒரு விசித்திர சம்பந்தம் இருப்பதுபோல் எனக்கு அடிக்கடி தோன்றுகிறது. எனக்குள்ளும், அவர்களுக்குள்ளும் இருக்கும் வேட்கை பொதுவானது என்று வினோதமாகப் படுகிறது.

நிலைக்கண்ணாடியில் என் பார்வையைச் சந்திக்கும் போது அதில் நிழலாடும் சஞ்சலமும், நிச்சயமின்மையும், அவர்களிடம் நிழலாடுவதை அவர்கள் சிரிக்கும் நேரத்தில் கூட நான் இனம் கண்டு கொண்டிருக்கிறேன்.

இவர்களிடையே ஒரு பெண்ணை மாதுவுக்காக என் மாமியார் ஏன் பொறுக்கவில்லை? இந்தியாவுக்கு வந்து, சென்னையில் வலைபோட்டுத் தேடி, கறுப்புக்கும் வெள்ளைக்கும் வித்தியாசம் தெரியாத ஓர் அசட்டுப்பெண்ணை - பொருளாதார நிலையில் பல படிகள் கீழே இருந்த ஓர் அப்பாவியை ஏன் பிடிக்க வேண்டும்? இறக்குமதிச் சரக்கு சுலபமாகப் புழுவாய், மௌனியாய் குறுகிப்போகும் என்கிற நிச்சயத்திலா?

இங்கிருக்கும் எல்லாத் தென்னிந்தியக் குடும்பங்களும் அவர் கட்சி. இந்தப் புழு நெளிந்தாலும், குரலை எழுப்பினாலும் யார் இருக்கிறார்கள் கவனிக்க, கேட்க?

வாய்ப்பூட்டுப் போடுவதைத் தவிர, குரல் எழுப்ப நினைத்து திடுமென்று கிளம்பி வந்த அம்மாவின் குரல் வளையை அமுக்குவதைத் தவிர வேறு வழியில்லை...

விரித்த தந்திக் காகிதத்தை மடிக்காமல் மாது சொன்னார்:

"ஏர்போர்ட்டிலேருந்து நீதான் உங்கம்மாவை வீட்டுக்கு அழைச்சிண்டு வரணும். நானும் ஏர்போர்ட்டுக்கு வருவேன். ஆனா அங்கேயிருந்து ஆபீஸுக்குப் போயிடுவேன்."

எனக்கு இந்த ஏற்பாடு மிக உசிதமாக இருந்தது. தனியாக அம்மாவுடன் பேச எனக்குப் பிறகு சந்தர்ப்பம் கிடைக்காமல்

போகலாம். தந்தியைக் கண்டதிலிருந்து அவளுடைய தோளைப் பிடித்துக் குலுக்க வேண்டும் போல் ஆத்திரம் கனன்றது நெஞ்சில். என்னவெல்லாமோ பயங்கர வார்த்தைகளைக் கொட்டி, அவள் மனசைக் சுக்கல் சுக்கலாக்க வேண்டும்போல் ஓர் ரௌத்திரம் ஆர்ப்பரித்தது.

'என் வாழ்க்கையிலே நுழையாதே! என்னை விடு! என்னை விடு!'

அம்மாவின் மெல்லிய உருவம் விமானத்திலிருந்து இறங்கி முன்னோக்கி வருகையில் எனக்குள்தான் ஏதோ விண்டுபோயிற்று. சுபாவமான - மெல்லிய உருவம் இன்னும் தேய்ந்து, கண்கள் பஞ்சடைத்து - எத்தனை மாறிவிட்டாள்! கழுத்தில் வெறும் மஞ்சள் சரடும், காதில் பழைய தோடும்...

இந்தப் பயணத்துக்காக எதையெல்லாம் விற்றிருப்பாள்?

கண்ணில் கிட்டத்தட்ட நீர் படரும் சமயத்தில் நான் என்னைச் சமாளித்துக் கொண்டேன்.

மாது உபசாரமாக, "வாங்கோ!" என்று சொல்லிவிட்டு, அம்மாவின் பெட்டியை வாங்கி டிராலியில் வைத்துத் தள்ளி,

"நீ வீட்டுக்கு அழைச்சிண்டுபோ மோகினி... எனக்கு மீட்டிங் இருக்கு" என்று கிளம்பினார்.

நான் வண்டியைக் கிளப்பின அதே வேகத்துடன் அம்மாவைப் பார்த்து, "நீ இப்ப எதுக்காக வந்தே?" என்றேன். அம்மாவின் கண்களிலிருந்து மளமளவென்று நீர் பெருகிற்று. சற்றுநேரம் அவள் ஓசைப்படுத்தாமல் அழுதாள். கரைபுரண்டு பொங்கிய என் ஆத்திரத்தில் ஸ்பீடாமீட்டரின் முன் நூற்றி இருபதைத் தாண்டிக் கொண்டிருந்தது.

"இந்த டிராமா எல்லாம் எனக்கு வேண்டாம்! இப்ப எதுக்காக இத்தனை தூரம் கிளம்பி வந்தே சொல்லு."

"என்னடி மோகினி... இப்படி ஆத்திரப்படறே?" என்றாள் அம்மா தீனமாக.

"உங்கிட்டேருந்து கடிதாசு வந்து அஞ்சு வருஷமாச்சு!"

"நான் கடிதாசு எழுத மாட்டேன்னு சொல்லல்லே? எனக்குப் பதிலா அவர்தான் எழுதுவார்னு சொல்லல்லே?"

அம்மா சற்றுநேரம் பேசவில்லை. அவளுடைய மெல்லிய உதடுகள் மட்டும் லேசாகத் துடித்தன.

"அவர்கிட்டேருந்து கடிதாசு வந்ததா, இல்லையா?"

அம்மா பார்வையை வெளியில் பதித்தபடியே சொன்னாள்:

"ஆ அவர் எழுதறார்தான்... மூணு மாசத்துக்கு ஒண்ணு. பிஸினஸ் சுடிதாசு மாதிரி... சில கடிதாசுலே உன்னைப்பத்தி ஒரு சமாசாரமும் இல்லை. எங்களுக்கு எப்படி சமாதானமாயிருக்கும்?"

"சமாதானப்படுத்திக்கணும்! வேற வழியில்லே! நீ என் வழியிலே நுழைஞ்சா எனக்கு ஆபத்து என்கிற எண்ணத்திலேதானே நான் ஒதுங்கியிருக்கேன்? எந்தத் தைரியத்திலே நீ இங்கே கிளம்பி வந்து நிக்கறேன்னு எனக்குப் புரியல்லே..."

சரேலேன்று திரும்பிய அம்மாவின் பார்வையில் குளம் கட்டி நின்றிருந்தது கண்ணீர்.

"கொஞ்சம் நாளா ஒரே கலக்கமாயிருக்கு எனக்கு. இரண்டு மூணு கடுதாசா உன்னைப்பத்தி ஒரு வார்த்தை இல்லே. நீ உசிரோடு இருக்கியான்னுகூட எனக்குச் சந்தேகமாய் போயிடுத்து..."

அந்தத் தருணத்தில் அசம்பாவிதமாக எனக்குச் சிரிக்கத் தோன்றிற்று. பைத்தியங்களில் எத்தனை விதம்?

"என்னை உசிரோட இப்பப் பார்த்தாச்சோ, இல்லையோ? இத்தனை தூரம் வந்திருக்கோமேன்னு டேரா போட்டுடாதே! சீக்கிரம் திரும்பற வேலையைப் பாரு!"

அவளைப் பார்க்கும் போதெல்லாம் என் நாபியிலிருந்து ஏன் ஒரு சீற்றம் பொங்குகிறது என்று புரியாத கலக்கத்துடன், ஆக்ஸிலரேட்டரைக் குரோதத்துடன் அமுக்கினேன்.

அம்மா முகத்தை வேறுபக்கம் திருப்பிக்கொண்டாள். அவள் கண்களில் நீர் நிறைந்திருக்க வேண்டும் என்கிற உணர்வு என்னுள் ஒரு வக்ர சமாதானத்தை ஏற்படுத்திற்று.

'வருத்தப்படு... துக்கப்படு... கண்ணீர் விடு... என் வருத்தத்துக்கும், துக்கத்துக்கும், கண்ணீருக்கும், என்னுள் வினாடிக்கு வினாடி துளிர்க்கும் பயங்களுக்கும் நீதான் ஆதிகாரணம்...'

அப்பொழுதுதான் அம்மா, "வேகத்தைக் குறைடீ!" என்று பதைத்தாள்.

அம்மாவிடம் அன்று எத்தனைக் கொடூரமாக நடந்துகொண்டேன் என்று இப்பொழுது இரண்டு வருஷம் கழித்து நினைக்கும் போது என்னுள் ஏற்படும் அவமான உணர்வில் இரத்த நாளங்கள் எல்லாம் கூச்சத்துடன் சுருங்கிப் போகின்றன. ஆனால், அம்மாவுக்கு ஏற்பட்ட வியப்புபோல் எனக்குள்ளும் சம்சயங்கள் ஏற்படுகின்றன.

'எது கேவலம்?'

'வாயில்லாப் பூச்சித்தனமா? அல்லது இந்த அசுரத்தனமா...?'

இரண்டுமே கேவலம் என்கிற உண்மை என்னைக் குழப்பினாலும், நான் முழுவதும் சிதறிப் போகாமலிருக்க வேண்டுமானால், இவற்றுள் நான் பதுங்க வேண்டியது மிக அவசியம் என்று என்னுள் ஏதோ அச்சுறுத்திக் கொண்டேயிருக்கிறது.

இது ஒரு நிர்ப்பந்த தற்கொலை... இதற்கெல்லாம் காரணகாரியங்களை ஆராய்ந்து நான் களைத்துப் போய்விட்டேன். இப்போதைக்கு இந்த ஆத்மகொலை அவசியமானது. கல்லறையிலிருந்து மீண்டு எழுந்த லாஜரஸ்ஸைப் போல் எனக்கும் ஒரு புதிய ஜனனம் ஏற்படலாம்.

அந்த நம்பிக்கையை மாது சில அபூர்வமான, நெருக்கமான தருணங்களில் துளிர்க்கச் செய்திருக்கிறார்.

"நீ கொஞ்சம் பொறுமையாயிருக்கணும் மோகினி! நமக்குன்னு காலம் வரும். வி வில் ஹேவ் அவர் டைம். ஜஸ்ட் வெயிட்!"

இந்த வார்த்தைகளின் மயிரிழையில் தொங்கிக்கொண்டிருந்த எதிர்பார்ப்பில் - அந்த எதிர்பார்ப்பு கிளப்பிவிடும் வண்ணக் கற்பனையில் நான் நாட்களை எண்ணிக் கொண்டிருக்கிறேன்...

'ஜஸ்ட் வெய்ட்!'

எதுவரை?

லொட்டாகாவின் அழகிய நகர எல்லைக்குள் வண்டி நுழைந்துவிட்டிருந்தது. தூரத்தில் சர்க்கரை ஆலைகளின் புகைபோக்கிகள் தெரிந்தன. வலதுபுறக் கோடியில் கடலும், இளைப்பாற வந்த ஒரு பிரும்மாண்ட கப்பலும் நிழல் உருவங்களாக நின்றன. அந்தப் பக்கத்துக் காற்றில் ஃபீஜியரின் 'பூலா' (வரவேற்பு) பாட்டும், தாளக்கட்டை ஒலியும் மிதந்து வந்தது. அயல்நாட்டுக் கப்பல் பயணிகளை உற்சாகப்படுத்த ஃபீஜி கலைக்குழு ஒன்று போயிருக்க வேண்டும்.

'ஹரே ராமா ஹரே கிருஷ்ணா' கோவிலைத் தாண்டும்போது திடீர் என்று நினைவு வந்து வண்டியைத் திருப்பி நிறுத்தினேன். கோவிலிலிருந்து பிரசாதம் வாங்கி வரும்படி இன்று காலை மாது சொல்லியிருந்தார்.

கோவிலின் சலவைக்கல் படிக்கட்டின் மேல்படியில் நாயக்கர் தாத்தா உட்கார்ந்திருந்தார். இங்கு கரும்புத் தோட்டத்தில் கூலி வேலை செய்ய வட ஆற்காட்டிலிருந்து வந்தவராம். சுத்தமான தமிழ் பேசுவார். இவருடைய பிள்ளைகள் இப்பொழுது தொழிலதிபர்கள் - ஐந்து நட்சத்திர ஓட்டல் சொந்தக்காரர்கள். இவருக்கு வயது எண்பத்தி ஐந்துக்குக் குறையாது. ஆனால், உடம்பு இன்னும் வஜ்ரமாய் நிமிர்ந்திருந்தது. பார்வையும் செவியும் மிகக் கூர்மை...

"யாரது, மோகினியா?"

“ஆமாம் தாத்தா!”

“எங்கே இப்படித் தனியா வந்திருக்கே?”

“அம்மாவுக்குப் பிரசாதம் கொண்டு போகலாம்னு வந்தேன்.”

“நாகலட்சுமிக்கா? ஆஸ்பத்திரியிலே இருக்காளாமே... எப்படியிருக்கா?”

“எனக்கொண்ணும் சொல்லத் தெரியல்லே தாத்தா... கவலையாத்தான் இருக்கு.”

“யார் பார்த்துக்கறாங்க? நர்ஸ் போட்டிருக்கீங்களா?”

“இல்லே. மாதுவுக்கு அது இஷ்டமில்லே. அவரும், நானும் மாத்தி மாத்திப் பார்த்துக்கறோம். இன்னிக்கு ஞாயிற்றுக்கிழமையானதாலே நாள் முழுக்க அவங்க பார்த்துக்கிட்டாங்க. இப்ப நான் போறேன் ராத்திரி தங்க.”

“தினமும் நாண்டியிலேர்ந்து லொட்டாகாவுக்கு ரெண்டு நடை வர்றீங்களா?”

“ஆமாம்.”

கிழவர் என்னைக் கூர்ந்து பார்த்துச் சிரித்தார்.

“நாகலட்சுமி ஒரு விசித்திரம்னா, மாது இன்னொரு விசித்திரம்... நீ இங்க வந்து சேர்ந்தே பாரு அது எல்லாத்தையும் விட விசித்திரம்!”

“நான் வர்றேன் தாத்தா!” என்ற மழுப்பலுடன் நான் உள்ளே விரைந்தேன்.

ஆஸ்பத்திரிக்குப் போய் சேரும் வரை அவருடைய வார்த்தைகள் துரத்திக்கொண்டு வந்தன. படிப்பு, எழுத்தறிவே இல்லாத அவருடைய சூட்சும புத்தியின் கூர்மை ஆச்சரியமானது.

‘நாகலட்சுமி ஒரு விசித்திரம்னா...’ அது எப்படிப்பட்ட விசித்திரம் என்று அவரே உணரமாட்டார், நிச்சயம்...

ஸ்பெஷல் வார்டில் என் மாமியார் இருந்த அறைக்குள் நுழைந்தபோது, அம்மாவின் தலையைப் பிடித்துவிட்டுக் கொண்டிருந்தார் மாது. சரேலேன்று என்னைத் திரும்பிப் பார்த்த பார்வையில் கோபம் தெரிந்தது.

"ஏன் இவ்வளவு லேட்? ஏழு மணிக்கு ஆகாரம் கொடுக்கணும்னு தெரியாது? பசியிலே அம்மாவுக்குத் தலைவலி வந்தாச்சு!"

நான் கலவரத்துடன் கடிகாரத்தைப் பார்த்தேன். மணி 7.05. பரபரப்புடன் ஆகாரக் கூடையைத் திறந்தபடி,

"கோவில்லே நாயக்கர் தாத்தா பிடிச்சுண்டுட்டார்..." என்ற சரணாகதியில் இறங்குகையில், "வீட்டை விட்டுப் பத்து நிமிஷம் முன்னாடி கிளம்பறது...!" என்று மாது சிடுசிடுத்தார். கஞ்சிக் கிண்ணத்தை என் கையிலிருந்து அவர் பிடுங்கிக்கொண்ட காட்டத்தில் நான் அன்னியப்பட்டு, மாமியாரைப் பார்த்தேன். பிரசன்னமே இல்லாத அந்த வெளுத்த முகத்தில் கண்கள் மட்டும் புன்னகைத்தன.

வெற்றிப் புன்னகை!

✲ ✲ ✲

அத்தியாயம் 2

தூக்கமும் விழிப்புமாக இருந்தது நாயக்கருக்கு தோட்டத்துப் புல்வெளியில் - சாய்வு நாற்காலியில் இதமான வெயிலை அனுபவித்தபடி உட்கார்ந்திருப்பது போதை தரும் விஷயமாகத் தோன்றிற்று.

சென்ற முறை ஆஸ்திரேலியா போனபோது அவருடைய மகன் ராமசாமி அவருக்கென்று இந்த சாய்வு நாற்காலியை வாங்கிக்கொண்டு வந்தான். மேலே அதனுடன் இணைந்த குடையுடன், பஞ்சணையின் சுகமும் - காலை நீட்டிப் படுக்கக்கூடிய வசதியுமாக இருத்தது.

நாயக்கர் திருப்தியுடன் புன்னகைத்துக் கொண்டார்.

ராமசாமி நல்ல பிள்ளை; உழைப்பாளி... காசின் முக்கியத்துவத்தை நன்றாக உணர்ந்தவன். தம்பிகளையும் - பிள்ளைகளையும் தொழிலில் நன்றாகப் பழக்கப்படுத்திவிட்டான். எத்தனை தொழில்களில் அவன் சம்பந்தப்பட்டிருக்கிறான் என்று அவருக்கு மேம்போக்காகத்தான் தெரியும், தொழில் விவகாரங்கள் எல்லாம் மிக நுட்பமான விஷயங்களாக, அவரது அறிவிற்கும், ஞாபக சக்திக்கும் அப்பாற்பட்டவையாகப் போய்விட்டன.

'நான் ஒரு விவசாயி' என்று அவர் அடிக்கடி சொல்வார். 'கரும்புத் தோட்டத்தைப் பற்றி கேளுங்க, சொல்றேன். இங்கே

இருக்கு எல்லாம்' என்று உள்ளங்கைகளைக் காண்பிப்பார். 'உங்களுக்கெல்லாம் தெரியாத இன்னொரு விஷயமும் எனக்குத் தெரியும். பசியும், வெள்ளைக்காரனுடைய சாட்டையடியும், அதுக்கு மேல் புண்ணா குத்தற பொறந்த மண்ணோட ஞாபகமும்...'

''மாமா, உள்ளே வாறீங்களா?''

அவர் லேசாகத் கண்ணைத் திறந்து குரல் வந்த திசையைப் பார்த்தார்.

ராமசாமியின் மனைவி மீனாட்சி பூச்செடிகளினிடையே குனிந்து எதையோ கிளறிக் கொண்டிருந்தாள்.

''இன்னும் கொஞ்சநேரம் உட்கார்ந்துக்கறேனே...?'' என்றார் அவர் மெள்ள. ''தலைக்குமேலதான் நிழலுக்குக் குடை இருக்கே?''

''சரி, உங்க இஷ்டம்'' என்று மீனாட்சி தன் வேலையைத் தொடர்ந்தாள்.

அவளைச் சற்றுநேரம் வாத்சல்யத்துடன் பார்த்து விட்டு, அவர் மீண்டும் கண்ணை மூடிக்கொண்டார்.

இந்த வீட்டில் அவள் ஒருத்திதான் அவருடன் தமிழில் பேசுவாள். அந்தத் தமிழ் ஓசைக்காகவே அவர் இந்தியாவுக்கு ராமசாமியை அழைத்துச் சென்று, மதுரையைச் சேர்ந்த இந்தப் பெண்ணை மருமகளாக்கிக்கொண்டு வந்தார். 'சாட்சாத் லட்சுமி இவள்' என்று பலமுறை அவர் தம்முள் பெருமையுடன் சொல்லிக்கொள்வார். இன்றைக்கு ஃபீஜி முழுவதும் ராமசாமி கொடிகட்டிப் பறப்பதற்கு இவளைக் கைப்பிடித்த வேளைதான் காரணம் என்று அவர் திடமாக நம்பினார்.

இத்தனைப் பணமிருந்தும் தலை கனக்கவில்லை. சமையல் வேலையைத் தானே கவனிக்கிறாள். தோட்ட வேலை செய்கிறாள். தெய்வ பக்தியோடு மரியாதையாய் இருக்கா... ஒரு மருமககிட்ட வேற என்ன வேணும்?

அவருக்குத் திடீரென்று மோகினியின் நினைவு வந்தது. மாதுவுக்குப் பெண் தேடும் படலத்தில் நாகலட்சுமி இறங்கியிருந்தபோது, அவர்தான் அவளிடம் அடித்துச் சொல்லியிருந்தார்.

"இந்த ஊரு பொண்ணுங்க எல்லாம் உனக்கு வேண்டாம் நாகலட்சுமி... தமிழ்நாட்டிலேருந்து ஒரு பொண்ணை மருமகளாக்கிக்கிட்டு வா. நீயும், உன் புருஷனும் எங்களைப்போல தேசத்தை விட்டு ஓடி இங்க கூலி வேலை செய்ய வந்தவங்க இல்லே. உம் புருஷன் இங்கே வக்கீலா கவர்ன்மெண்ட் வேலை செய்ய வந்தவரு... குலம், கோத்திரம், ஜாதி எல்லாத்தையும் பிறந்த மண்ணிலேயே விட்டுட்டு வந்த மத்தவங்க, இங்கே இப்ப ஏகக் கலப்படமாகிப்போன குடும்பங்கள்ளேந்து பெண் எடுக்கறது சரிதான். உனக்கு அப்படிப்பட்ட கட்டாயம் இல்லே. பேசாம ஒரு நடை ஊருக்குப் போய் மாதுவுக்கு உன் ஜனத்திலிருந்தே பெண் எடுத்துக்கிட்டு வந்துடு. ஏழைப் பொண்ணானாலும் பரவாயில்லே. உனக்கோ பணங்காசுக்குக் குறைவில்லே!"

பதினைந்து வருஷங்களுக்கு முன் மாதுவையும், அவனுடைய புது மனைவியையும் நாகலட்சுமி அழைத்து வந்து அவர்முன் நிறுத்தியது நேற்றுபோல் இருந்தது.

'நாயக்கர் மாமா! நீங்க சொன்ன மாதிரி ஒரு தமிழ் பெண்ணை மருமகளாக்கிக்கிட்டு வந்திருக்கேன். மெட்ராஸ் பொண்ணு!'

நாயக்கர் மகா வாஞ்சையுடன் அந்தப் பெண்ணைப் பார்த்தார். சின்ன உருவம். சரியான பச்சைக் கிளி. பட்டணத்துப் பெண்கள் முகத்திலே இத்தனை வெட்கமிருக்குமா? அத்துடன் ஓர் அசாதாரண அருள் தெரிந்தது.

'மாதுவுக்குப் அமோகமான எதிர்காலம் இருக்கப்போவுது பார் நாகலட்சுமி!' என்று அவர் ஆசீர்வதித்தது பொய்க்கவில்லை.

மளமளவென்று எப்படி உயர்ந்துவிட்டான். வெள்ளைக்காரன் ஸ்தானத்தில் இப்பொழுது உட்கார்ந்திருக்கான். எந்த இந்தியனுக்கும் இதுவரை கிடைக்காத ஓசந்த உத்தியோகம், அரண்மனை மாதிரி வீடு. வீட்டிலே மூணு கார்...

நேற்று மாலை மோகினியைப் பார்த்தது உலுக்கப்பட்டதுபோல் நினைவுக்கு வந்தது. மெல்லிய சங்கடம் நாபியிலிருந்து அலை அலையாக எழுந்தது. "என்ன ஆயிட்டது அந்தக் குழந்தைக்கு" என்று மனசு பரிதவித்தது. அந்த முகத்தின் ஒளி மறைந்து எத்தனையோ வருஷங்களாகி விட்டன என்கிற ஞாபகத்தில் நாயக்கர் ஆயாசத்துடன் தலையை அசைத்துக்கொண்டார்.

"நாம் போட்ட கணக்கு இங்கதான் தப்பாயிட்டது..." என்றார் வாய்விட்டு.

"என்ன, தனக்குத்தானே பேசிக்கிறீங்க?" என்று பழரசத்தை நீட்டியபடி சிரித்தாள் மீனாட்சி.

கிளாஸை வாங்கிக்கொண்டு சற்று யோசனையுடன் நாயக்கர் ஆகாயத்தைப் பார்த்தார். பிறகு தமக்குள் சொல்பவரைப் போலச் சொன்னார்:

"யாரையும் முழுசா புரிஞ்சுக்க முடியாது. ஒரு ஆளை நமக்கு ரொம்ப நல்லாத் தெரியும்னு நினைக்கிறதே முட்டாள்தனம்!"

"இப்ப யாரை உங்களாலே புரிஞ்சுக்க முடியல்லே?"

நாயக்கர் மருமகளைக் குழப்பத்துடன் பார்த்தார்.

"நேத்து அந்தப் பொண்ணு மோகினியைப் பார்த்தேன்."

"எங்கே?"

"ஹரே ராமா ஹரே கிருஷ்ணா கோவில்லே... மாமியாருக்குப் பிரசாதம் வாங்கிட்டுப் போக வந்தேன்னா..."

"பாவம்! அந்தம்மாவுக்கு உடம்பு மோசமாகி வருதுங்கறாங்க. இனிமே ஆண்டவன்தான் துணைன்னு தோணிப் போயிருக்கும். இதிலே உங்களாலே யாரைப் புரிஞ்சுக்க முடியல்லே? மோகினியையா?"

மீனாட்சி கிண்டல் பண்ணுகிறாளோ என்று அவருக்குத் தோன்றிற்று.

"இல்லே..." என்றார் பொறுமையில்லாமல், "அதுக்கிருக்கிற பயத்திலே அதுவா யோசனை பண்ணி எதையாவது செய்யுமான்னு எனக்கு சந்தேகம்... அம்மாவுக்காக மாது வாங்கிட்டு வரச் சொல்லியிருப்பான். அது வாயை மூடிக்கிட்டு வந்திருக்கும். எனக்கு விளங்காதது இந்த நாகலட்சுமியுடைய போக்குத்தான்."

மீனாட்சி பதில் சொல்லாமல் தோட்டத்தைப் பார்த்தாள்.

"இத்தனைக்கும் அவளை நாற்பது வருஷமாகத் தெரியும் எனக்கு!" என்றார் நாயக்கர். கல்யாணமாகி இங்க வந்தப்ப மோகினி எப்படி இருந்தா நினைப்பிருக்கா உனக்கு! இப்பப் பாரு, முகத்திலே அருளே இல்லே. பலி ஆடு கணக்கா கண்ணிலே எப்பவும் சஞ்சலம், பயம்..."

"அது கொஞ்சம் அதிகப்படியா - அனாவசியமா பயம் காட்டுதோன்னு தோணுது!" என்றாள் மீனாட்சி மெல்ல. "நாகலட்சுமி அம்மா வெளியாட்களிடம் பழகறதிலே நல்ல மாதிரியாத்தான் தெரியறாங்க..."

"அதைத்தான் நானும் சொல்ல வரேன், வெளியில அவ பழகறதுக்கும், வீட்டுக்குள்ளே அந்தப் பொண்ணுகிட்டே நடந்துகிறதுக்கும் நிறைய வித்தியாசம் இருக்கும்னு நினைக்கறேன். இல்லேன்னா, அந்தப் பொண்ணு முகத்திலே இத்தனை சோகம் இருக்காது."

மீனாட்சி எழுந்தாள்.

"கவலைப்படாதீங்க மாமா! கொஞ்ச நாள்லே எல்லாம் சரியாயிடும். பாவம், அந்தம்மா சாகக் கிடக்கறாங்க."

அவர் சமாதானமாகாமல் தலையை அசைத்துக் கொண்டார். மீனாட்சி செடிகளைக் கவனிக்கப் போய்விட்டாள். மீனாட்சியின் வார்த்தைகளின் அர்த்தத்தை நினைத்து வருத்தமேற்பட்டது. "ஒருத்தரின் முடிவில்தான் இன்னொருத்தருக்கு விடிவுகாலம் என்பது. எத்தனை கேவலமான விஷயம்? என் முடிவுக்காக என் பிள்ளைகள் காத்திருப்பார்களானால், அவர்களை அப்படி ஆக்கினது என் குற்றமில்லையா?"

மோகினி மாமியாரின் முடிவுக்காகக் காத்திருந்தால் ஆச்சரியப்படுவதற்கில்லை. ஆனால், அப்படிப்பட்ட எண்ணத்தை வளர்க்கக்கூட அந்த சாதுப்பெண் பயப்படும் என்று அவருக்குத் தோன்றிற்று. அப்படிப்பட்ட ஒரு பயத்தை ஏற்படுத்த, பிள்ளையைத் தன்வசம் பிடித்து நிறுத்திக்கொள்ள நாகலட்சுமியிடம் ஏதோ ஒரு வக்ர சாமர்த்தியம் இருக்க வேண்டும்...

அந்த மடையனும்தான் ஏன் இப்படி இருக்கான்? பெரிய படிப்புப் படிச்சவன், அவ்வளவு பெரிய உத்தியோகம் பார்க்கிறவன்... ஊர் உலகத்தோட இங்கிதமாப் பழகத் தெரிஞ்சவன்... தகப்பன் வளர்க்காத பிள்ளைன்னாலும் இப்படி ஒரு அம்மாக்கோண்டுவா இருக்குமா?

அவர் ஆயாசத்துடன் கண்களை மூடிக்கொண்டார். மோகினியின் இடத்திலே ஒரு ஃபீஜி இந்தியப் பெண் இருந்தா எப்பவோ அறுத்துக்கிட்டு கிளம்பியிருப்பா...

"நாயக்கர் ஐயா, தூங்கறீங்களா?"

அவர் மெல்லக் கண்களைத் திறந்து பார்த்தார்.

சங்கம் பள்ளிக்கூடத்தில் ரெஹட் மாஸ்டராக வேலை பார்க்கும் கோபால ரெட்டி நின்றிருந்தார்.

"இல்லே, இல்லே. வா, உட்காரு!" என்றார் நாயக்கர் ஹிந்தியில், இரண்டாம் தலைமுறையான கோபால ரெட்டிக்குத் தமிழும் தெரியாது, தெலுங்கும் தெரியாது, ஃபீஜியில் இந்தியர்கள் பொதுவாகப் பேசும் கொச்சை ஹிந்திதான் தெரியும். கோபால ரெட்டியின் தந்தை தெலுங்கர், நாயக்கருடன் ஒரே கப்பலில் இங்கு வந்து சேர்ந்தவர். தாய் பீஹாரி. மனைவியும் ஏதோ ஒரு கலப்புக்குப் பிறந்தவள், அவர்களிடையே பொதுவாகிப்போன பாஷை ஹிந்தி.

"என்ன, இன்னிக்கு பள்ளிக்கூடம் இல்லையா?" என்றார் நாயக்கர்.

"இருக்கே! இன்னும் இரண்டு மாதத்திலே ஆண்டுவிழா வருது. அதுக்கு ஏற்பாடு செய்ய மீனாட்சி அம்மாகிட்ட யோசனை கேட்க வந்தேன்."

"யோசனை மட்டும்தானா?"

"உதவியும் வேணும்தான்."

"வாய்விட்டுக் கேட்டுட வேண்டியதுதானே? நமக்குள்ளே என்ன கூச்சம்?"

"கூச்சம் ஒண்ணுமில்லே ஐயா! நாங்க எல்லாரும் உங்க குழந்தைங்க, உங்களைக் கேட்காம வேற யாரைக் கேட்போம்?"

"அதுதான் சரி!" என்று நாயக்கர் திருப்தியுடன் சிரித்தார். "ராமசாமிக்கிட்ட நானும் ஒரு வார்த்தை சொல்லி வைக்கறேன்."

"நன்றி ஐயா!"

ரெட்டியின் முகத்தில் முன்பிருந்த உற்சாகம் சற்று குறைந்திருப்பதுபோல் பட்டது நாயக்கருக்கு.

"பள்ளிக்கூடம் எப்படி நடக்குது? பசங்க ஒழுங்கா இருக்காங்களா?"

ரெட்டி நாயக்கரை ஒரு வினாடி பார்த்துவிட்டு, பிறகு தெம்பில்லாமல் வெட்டவெளியைப் பார்த்தார்.

"பள்ளிக்கூடம் என்னவோ நன்றாய்த்தான் நடக்கிறது. பசங்க ஒழுங்காய்த்தான் இருக்கிறாங்க. ஆனால், படிப்பிலேதான் ஆர்வம் குறைஞ்சுபோச்சு - அதாவது, இந்திய மாணவர்களுக்கு."

நாயக்கர் சரேலென்று நிமிர்ந்து உட்கார்ந்தார்.

"ஏன்?"

"ஃபீஜிக்குச் சுதந்திரம் வந்த பிறகு நாம இரண்டாம் பட்சமானது அவங்களைப் பாதிக்காதா? படிப்புக்கும் - வேலைவாய்ப்புக்கும் சம்பந்தமில்லேன்னு நம்ம பிள்ளைங்க தெரிஞ்சுகிட்டாங்க, சர்வ கலாசாலைலே - இடம் - வேலைவாய்ப்பு இவற்றிலெல்லாம் இப்ப ஃபீஜிக்காரங்களுக்குத்தானே முதலிடம், அவங்க எப்படிப்பட்ட மார்க் வாங்கினாலும்?"

நினைவால் தாக்குண்டவர்போல் நாயக்கர் சற்றுநேரம் பேசாமல் இருந்தார். பிறகு தடுமாற்றத்துடன் கேட்டார்:

"அதுக்காக நம்ம உழைப்பை விட்டுட முடியுமா கோபாலு? கையிலே சரக்கை வெச்சுக்கிட்டுதானே களத்திலே இறங்கணும்? என்ன ஆயிட்டது நம்ம பசங்களுக்கு? எங்கிட்டேயும், உங்கப்பன்கிட்டவும் என்ன இருந்தது? ஏட்டறிவு இல்லாதவங்க... உழைக்கிறதைத் தவிர வேறு வழியில்லேன்னு மாடா உழைச்சதால்தானே நீயும், ராமசாமியும் இன்னிக்கு நிமிர்ந்து நிக்கறீங்க."

ரெட்டி தலையைக் குனிந்துகொண்டார். "இப்ப அரசியல் மாறிடிச்சு ஐயா... அரசியல் ஞானம் குழந்தைகளுக்கும் வந்துட்டது!"

"அடே! உடைப்பிலேபோடு அரசியலை! அது இல்லாத இடம் எங்கே? பாலும் சோறும் துண்ணப் பழக்கப்படுத்திக் கெடுத்திட்டீங்க குழந்தைகளை. உன் பள்ளிக்

குழந்தைகளுக்கு இதை எடுத்துச் சொல்றது உன் பொறுப்பு. கடுமையா உழைச்சாதான் பிழைப்புக்கு இங்க வழின்னு சொல்வதும், மாணவங்க அரசியலை நினைச்சுக்கிட்டு சோர்ந்திருக்கிறதாவது... அவனவன் கடமைன்னு ஒண்ணு இல்லே?''

''சொல்லத்தான் செய்யறோம் ஐயா! இருந்தாலும், எதிர்காலம் நம்ம ஜனங்களுக்கு ஒரு பெரிய கேள்விக்குறியா இப்ப இருக்கிறதை மறுக்க முடியாது; மறைக்கவும் முடியாது.''

நாயக்கர் கலவரத்துடன் தலையசைத்தார்.

''இருந்தாலும், அவங்க சின்ன மனசிலே ரொம்ப பெரிய பாரத்தை இப்பம் பிடிச்சு சுமத்திடாதீங்க... நீ பயப்படற அளவுக்கு நிலைமை மோசமாயிடாது. ஃபீஜிக்காரங்க நல்லவங்க. நம்ப ஜனம் இந்த மண்ணை வளர்க்க எத்தனை பாடுபட்டிருக்குன்னு அவங்களுக்குத் தெரியும். நம்மை ஒரேயடியா ஒதுக்கிட மாட்டாங்க...''

ரெட்டி சோர்வுடன் எழுந்தார். ''அரசியல்னு வரும்போது நல்லவங்க பொல்லாதவங்க என்கிற வேறுபாடெல்லாம் போயிடும்...''

ரெட்டி போய் வெகுநேரத்துக்கு நாயக்கர் பிரமை பிடித்தாற்போல் உட்கார்ந்தார். பத்து ஏக்கரா நிலப்பரப்பில் இருந்த அந்தப் பிரும்மாண்ட பங்களாவையும், தோட்டத்தையும், சோம்பலுடன் உபரியாக காரேஜில் நின்றிருந்த மூன்று பென்ஸ் கார்களையும் மேலோட்டமாகப் பார்த்தார். ராமசாமியின் பேரனுக்கு இங்கு எதிர்காலம் இருக்காதா?

எத்தனை அபத்தம்! அண்ட வந்த இடம் என்று அலட்சியம் காட்டாமல், இங்கு வியர்வை சிந்தியதன் பலன் இப்படியிருக்குமா?

இருப்புக்கொள்ளாமல் எழுந்து மாளிகையை நோக்கி நடக்கும்போது, மீண்டும் சுற்றிலும் பார்வையை ஓட்டுகையில்

அடிக்கடி அடிவயிற்றில் ஏற்படும் திகைப்பு இப்பவும் எழுந்தது. இந்தியாவிலிருந்து கிளம்பும்போது இப்படி ஒரு சுபிட்சம் என் பிள்ளைக்கு வரும் என்று நினைத்திருந்தேனோ? எந்த ஃபீஜியனும் எட்டாத நிலைக்கு ஓர் அந்நியன், கூலி வேலை செய்ய வந்தவன் எட்டிவிட்டான் என்றால் இயற்கையின் கண்ணே படும்!

அவர் யோசனையுடன் தன் அறைக்குச் சென்றார். நேற்று ராமசாமி என்னவோ ஒரு வார்த்தை இங்கிலிஷில் சொன்னான். என்னது அது? ஆ... 'ஐடென்ட்டிட்டி க்ரைஸிஸ்...' ஃபீஜியர்களுக்கு அதைப்பற்றின பயம்தான் என்றான்.

"நியாயம்தானே!" என்று அவர் வாய்விட்டுச் சொன்னார்.

மறுபடியும் சம்பந்தமில்லாமல் நாகலட்சுமி நினைவு வந்தது.

அவளுடைய சுபாவத்துக்கும், இந்த 'ஐடென்டிட்டி க்ரைஸிஸ்' - பயம்தான் காரணமாக இருக்கவேண்டும் என்று நினைத்துச் சிரிப்பு வந்தது.

* * *

அத்தியாயம் 3

இது நிகழ்காலமா, இறந்தகாலமா? சிலந்திவலைகளாய்ப் பின்னோக்கிய பாதை முழுவதும் அடைபட்டு என்னைத் தடுமாறச் செய்கின்றன.

அப்பாலும் இப்பாலும் பார்வையாளர்கள் நிற்கிறார்கள் - இவள் நிலைமையை எப்படி சமாளிக்கிறாள் என்று பார்க்க நினைத்த மாதிரி, இருதரப்புக்கும் இடையே பந்தாக நிற்கும் நான் எப்படித் தானாகவே துள்ளுவேன்?

இது அவர்களுக்குத் தெரியும். அந்தப் பிரக்ஞையின் எக்களிப்புதான் அவர்களுடைய முகத்தில், நான் யார் என்கிற நினைப்பில்லால், ஒரு தனிப் பிரக்ருதி என்கிற எண்ணத்துடன் குரல் எழுப்புகிறேன்.

இத்தனை திமிரா என்று இப்பாலிருப்பவர்கள் மூக்கத்தனத்துடன் அப்பால் தள்ளுகிறார்கள். அங்கு இருப்பவர்கள் அப்பா - அம்மாக்கள், அவர்களுடைய அக்கம் பக்கத்தவர்கள். பந்தை அவசரமாக முதலில் இங்கு தள்ளியிருந்தவர்கள் சென்ற வேகத்தில் திரும்பி வந்த அதை அதிர்ச்சியுடன் பார்க்கிறார்கள். அத்தனை உயர்ந்த பாதுகாப்பில் தங்க பீடத்தில் இருந்தது எப்படித் திரும்பி வந்தது? பந்தின் திமிர்தான் காரணமாக இருக்கவேண்டும் என்று தீர்மானிக்கிறார்கள். அடங்காப்பிடாரி, துக்கிரி, ஓடுகாலி

என்கிற ஏச்சுக்கள் சிலந்திவலைகளாய்ப் பின்னிக்கொண்டு கழுத்தை நெருக்குகின்றன.

"இதோட போக்கு சரியாயிருந்தா அவா ஏன் திருப்பி அனுப்பரா? டைப்பிங் கத்துக்கரேன்னு இப்பப் போறதே, அந்த டைப்பிங் மாஸ்டரோட கொட்டமடிக்கிறது. புக்ககத்துக்காரா பெரிய மனுஷா. இந்த மாதிரி குணமிருந்தா வெச்சுப்பாளா?"

அம்மா என்னை இரவு கூப்பிட்டு மொட்டைமாடிக்கு அழைத்துப் போகிறாள்.

"ஏன்டி உனக்கு இப்படி புத்தி போறது?" என்கிறாள் கோபத்துடன். "அந்த டைப்பிங் மாஸ்டரோடு உனக்கு என்ன விவகாரம்?" - என்னமோ அந்த விவகாரம் நிச்சயமான ஒரு விஷயம்போலக் கேட்கிறாள்.

விழி பிதுங்குகிறது எனக்கு அதிர்ச்சியில், 'அம்மாவா பேசுவது...? இவளா என்னைச் சந்தேகிக்கிறாள்?' அந்த மெல்லிய தோள்களை எனது முட்டியால் குத்த வேண்டும் போல் என்னுள் ஆத்திரம் பொங்குகிறது. ஓவென்று அலற வேண்டும் போலிருக்கிறது.

"என்னை என்ன பண்ணச் சொல்றே? வீட்டோட அடைஞ்சிருக்கணுங்கறியா? யாரோடையும் பேசாம இருக்கணும்ங்கறியா? நான் கல்யாணத்துக்குத் தயாரா இல்லாதபோது, கண்காணாத தேசத்திலே முன்னே பின்னே தெரியாத ஒரு இடத்திலே என்னைக் கல்யாணம் பண்ணி வெச்சே! அவா எப்படிப்பட்டவான்னு உனக்குத் தெரியுமா?"

"எப்படிப் பட்டவாளாயிருந்தாலும் நம்ம கலாசாரப்படி அடங்கித்தான் இருக்கணும்!"

"நீதான் எனக்குப் புத்தி சொல்றேன் பேர்வழின்னு தாறுமாறாகக் கடிதாசு போட்டே! அதையெல்லாம் எங்க மாமியார் படிச்சுட்டுக் கோபப்பட்டு என்னை இங்கே அனுப்பிச்சுட்டார்!"

"எனக்கு நீ உன் புகார்களையெல்லாம் எழுதியே இருக்கக்கூடாது, நீயே வாயை மூடிண்டு சமாளிச்சிருக்கணும். எங்கேயோ என் பொண்ணு சௌக்கியமா இருக்கான்னு நான் ஊர் உலகத்தார் எதிரே மதிப்பா வளைய வந்திருப்பேன். என் தலையெழுத்து ஊர் பேச்சையெல்லாம் இப்ப கேட்க வேண்டியிருக்கு..." அம்மாவின் கண்களிலிருந்து மளமளவென்று நீர் வருகிறது.

அம்மாவின் விசித்திரக் குற்றச்சாட்டு என்னை அதிக அதிர்ச்சிக்குள்ளாக்குகிறது. நான் பதினெட்டு வயசில் அனுபவிக்கும் அவமானங்கள், அவமதிப்புக்கள், ஏச்சுக்கள், செய்யாத குற்றத்திற்கு ஏந்தும் தண்டனைகள் - இவைகளைப் பற்றி அம்மாவுக்குக் கவலையில்லை. ஆறு மாதங்களுக்குமுன் இவளது செல்லப் பெண்ணாக இருந்தவள் இப்பொழுது அந்நியம், தர்மசங்கடம், ஒரு கேள்விக் குறி... எனக்கு இப்பொழுது இங்கு இடமில்லை!

"அவனோடு உனக்கு என்னடி பேச்சும் சிரிப்பும்..."

"எவனோடு?"

"அதான், அந்த டைப்பிங் மாஸ்ரோடு!" இத்தனை நீசத்தனமான கேள்விக்குப் பதில் சொல்வதே அவமானம் என்று நான் என்னுள் ஆர்ப்பரிக்கும் துயரத்தை விழுங்கிக் கொள்கிறேன்.

'நீ கேட்கும் இந்தக் கேள்வியை என்னால் ஆயுசுக்கும் மறக்க முடியாது. இந்த ஜன்மத்திலே உன்னை மன்னிக்க முடியாது...'

தோற்றுப்போய் இப்பால் வலிய திரும்புகிறது பந்து - பெரும் எக்களிப்புக் குரல்கள் கேட்கின்றன.

'இங்கே இருக்கணும்னா வாயைத் திறக்கக் கூடாது. திறந்தா மறுபடி...'

காற்றுப் போய்விட்ட இடத்தில் பந்திற்குள் விவேகம் புகுந்திருக்கிறது. அது இனி குரல் எழுப்பாது.

இது விவேகமா, பயமா அல்லது நிர்ப்பந்தமா?

கதவு தட்டப்படும் ஓசை கேட்டது. தூக்கமும் விழிப்புமாக மூடியிருந்த கண்கள் சட்டென்று திறந்தன. நர்ஸ் சாவித்திரி, ''குட்மார்னிங்!'' என்ற புன்னகையுடன் உள்ளே நுழைந்தாள்.

விடிந்து விட்டதா என்கிற களைப்புடன், நான் கடிகாரத்தைப் பார்த்தேன். சாவித்திரி ஜன்னலின் வெனீஷியன் ப்ளைண்ட்சை - நிமிர்த்தினாள். அறையில் கோடுகோடாக வெயில் விழுந்தது. நான் அவசரத்துடன் எழுந்து முகம் கழுவச் சென்றேன். சீக்கிரமாக நாண்டிக்குக் கிளம்பிச் சென்றால்தான் மதிய உணவைத் தயார் செய்துகொண்டு வரமுடியும்.

''பெட்ஷீட்டை மாத்துவமா?'' என்றாள் சாவித்திரி.

''அம்மா முழிச்சுக்கிட்டாங்களா?'' என்றேன் நான் டாய்லெட்டின் கண்ணாடியில் முகத்தைப் பார்த்துத் துடைத்தபடி.

''முழிச்சு ரொம்ப நேரம் ஆகுதாம்'' என்னுடைய கை அரைவினாடி அசைவற்று நின்றது. அடி உதட்டைக் கடித்தபடி நான் வெளியில் வந்தேன்.

இன்றைய முதல் குற்றச்சாட்டு:

'துணைக்கு இருக்கேன்னு இங்கே தூங்கன்னா வரா உன் பெண்டாட்டி!'

வாயையும், முகத்தையும் சுத்தம் செய்துவிட்டு சாவித்திரி புதிய ஷீட்டுடன் நின்றாள்.

மாமியாரின் பார்வையைத் தவிர்த்தபடி நான் மென்மையாக அவரை ஒருக்களித்த நிலையில் திருப்பினேன். நிலை தடுமாறாமல் இருக்க அவர் என்னைப் பிடித்துக்கொண்டார். அத்தனை தளர்ந்த நிலையிலும் பிடியில் கனம் இருந்தது. மறுபுறமும் அதே நிலைக்குத் திருப்பி முழுவதும் ஷீட்

விரிக்கப்பட்டு மாமியாரை நேராகப் படுக்க வைப்பதற்குள் என் முதுகுத்தண்டில் நோவு கண்டது. சாவித்திரி அகன்றதும், அறையிலிருந்து ஹீட்டரில் பாலைச் சுட வைத்து காப்பி கலந்து ஸ்பூன் ஸ்பூனாக அவர் வாயில் விட்டு, கொடுக்க வேண்டிய மாத்திரைகளைக் கொடுத்து விட்டு, கிளம்ப ஆயத்தம் செய்தேன்.

அழுக்குத்துணி மூட்டையையும், சாப்பாட்டுக் கூடையையும் தூக்கிக்கொண்டு கிளம்புமுன், அழைப்பு மணியின் ஸ்விட்சை அவருடைய கைக்கருகில் நகர்த்தி நான் குனிந்து மெல்லிய குரலில் சொன்னேன்:

"நான் வீட்டுக்குக் கிளம்பறேன்மா! சாப்பாடு பண்ணி எடுத்துண்டு வரேன்."

அவருக்கு இஷ்டமில்லை என்று விட்டத்தை நோக்கிய அவரது மௌனத்திலிருந்து தெரிந்தது.

"இப்பப் போனாத்தான் எல்லா வேலையையும் முடிச்சு சாப்பாட்டு நேரத்துக்கு வரமுடியும்."

கூரையைப் பார்த்தபடியே அவர் பதில் சொன்னார்:

"மசமசன்னு வேலை செஞ்சா எத்தனை நேரமிருந்தாலும் போறாது!"

நான் அது காதில் விழாத ஜடத்தனத்துடன், "இன்னிக்கு என்ன பண்ணிக்கொண்டு வரட்டும்?" என்றேன்.

"என்னவோ கொண்டுவா... எனக்கு எதுவும் பிடிக்கல்லே!"

ஒரு நிமிஷம் அவரைப் பார்க்கப் பரிதாபமாக இருந்தது. இன்றைக்கு வலி அதிகமாக இருக்கிறதோ?

"நான் சீக்கிரமா வந்துடறேன். நர்ஸ்கிட்ட சொல்லிட்டுப் போறேன். இன்னிக்குக் கடிதாசு ஏதாவது வந்திருக்கான்னு பார்க்கணும், ரமாகிட்டேருந்து வந்து நாளாச்சே."

நான் நினைத்தபடி இந்த வார்த்தைகளுக்குப் பலன் ஏற்பட்டது.

"ஆமாம். கடிதாசு வரலேன்னா போன் பண்ணு."

"சரி."

நான் ஒருவழியாகக் கிளம்பி சாவித்திரியைப் தேடிப் பிடித்து, மாமியார் பெல் அடிக்காவிட்டாலும் சற்றுபோய் கவனிக்கும்படி சொன்னேன்.

காரைப் கிளப்பி மீண்டும் நாண்டியை நோக்கி பயணிக்கையில் சரியான தூக்கமில்லாமல் அசத்திற்று. எழுந்ததும் காப்பியைக் காணாததில் தலை வேறு விண்விண் என்று வலித்தது. இதற்குமுன் இரண்டு ஞாயிற்றுக்கிழமைகள் இங்கே படுத்திருக்கிறேன். காலையில் எழுந்ததும் அவருக்கு காப்பி கலக்கும் போது, எனக்கும் கலந்து நான் இயல்பாகக் குடித்தது மாமியாருக்குப் பிடிக்கவில்லை என்று அவரது நிஷ்டூர பேச்சிலிருந்து வெளிப்பட்டது.

"மாது மாதிரி எல்லாராலேயும் சுயநினைப்பு இல்லாம உட்கார்ந்திருக்க முடியுமோ! பச்சைத்தண்ணி வாயிலே விட்டுக்காம கவனிப்பான். பாக்கிப் பேருக்கு வயிறும் கூடவேன்னா வந்துடறது..."

'மாது மாதிரி என்னாலே இருக்க முடியாது' என்று என்னால் சொல்ல முடியாது.

என்னுள் இருக்கும் இந்தப் பலவீனத்துக்குக் காரணம் வெறும் அர்த்தமற்ற பொறுமையில்லை. அவர் உயிரோடு இருக்கப்போகும் இன்னும் சொற்ப தினங்களுக்கு அவர் சொல்படி கேட்டுவிடுவோம் என்கிற நாகரிக எண்ணம் இல்லை.

அவருடைய கோபத்தைப் பற்றி, அதன் விளைவைப் பற்றி என்னுள் ஏற்பட்டுப்போன ஆழமான கிலிதான் காரணம்.

'என்னைக் கோபப்படுத்தினவா நன்னாயிருக்க முடியாது தெரியுமோல்லியோ? ஒரு சமயம் கிருஷ்ணன் லண்டன்லேந்து

தாறுமாறா என்கிட்டே பேசினான். மறுநாளே அவன் பெண்ணுக்கு நாக்கிழுத்துப் போச்சு!'

கிருஷ்ணன் இவர் வயிற்றில் பிறந்த பிள்ளை! இங்கிருக்கும் இவருடைய கோபத்தினால் லண்டனில் இருக்கும் பெண்ணிற்குப் பாரிசவாயு வந்தது என்கிற வீறாப்பை நான் நம்பத் தயாராயில்லை. ஆனால், அந்த வீறாப்பின் பின்னால் தொக்கி நின்ற ஆங்காரத்தைப் பார்க்கும்போது என் அடிவயிற்றில் ஏற்பட்ட ஜில்லிப்பும், பயமும் சத்தியமானவை.

எனது எண்ணங்களுக்கும், நம்பிக்கைகளுக்கும், படிப்புக்கும் நேர்மாறான இந்தப் பலவீனம் என்னுள் புகுந்துகொண்டது விசித்திரமான விஷயம். அதைவிட விசித்திரமானது, நான் இந்த ஆங்காரத்தை அங்கீகரித்து அதற்கு அடிமைப்பட்டு ஆத்ம கொலைக்கு உடன்பட்டிருப்பது.

இந்த ஆத்ம கொலை எனக்கு சௌகரியமானது. என் வீட்டுச் சுவர்களுக்கு வெளியே நான் மிஸஸ் மாதவன்... நாண்டியின் பிரமுகர் வட்டத்தில் மிகக் கௌரவம் வாய்ந்த அங்கத்தினர். நான் முரண்டு போக முடியாத அளவுக்குப் புடைவையும், நகையும், பேங்கில் பணமும், தலைகனக்கும் கிரீடமாக அமர்ந்திருக்கிறது.

இந்த எனது கிரீடம்தான் என்னைப் பெற்றவர்களின் வாயையும் அடைக்கிறது என்று எனக்குத் தெரியும்.

'பொறுமையாயிரு! பல்லைக் கடிச்சிண்டிரு!' எனக்குச் சிலசமயம் சிரிப்புத்தான் வருகிறது. எப்படிப்பட்ட சக்ரவியூகம் இது! எத்தனை நாட்களுக்கு எனக்கு விளங்காத நிர்ப்பந்தங்கள் என்னைப் பாரமாக அமுக்கப் போகின்றன? எதை எதிர்நோக்கி அதற்கு நான் மனப்பூர்வமாக உடன்பட்டிருக்கிறேன்?

ஃபீஜி இந்தியக் கூலிக்கார சந்ததியாக நான் இருந்திருக்கக் கூடாதா என்று நான் சிலசமயம் ஆயாசப்படுகிறேன். அவர்களது இறந்த காலம் மிக சமீபத்தியது. கட்டுப்பாடற்ற

புதிய சமுதாயம் - உளுத்தப்போன ஒரு சமூகத்தின் கூடுகளின் பாரங்கள் அவர்களை அழுத்தாது.

கரும்பு ஆலையில் வேலை பார்க்கும் நாராயணரெட்டி வேறு ஒருத்தியோடு தொடர்பு வைத்துக் கொண்டிருக்கிறார் என்று தெரிந்ததும், அவர் மனைவி பத்மா சரேலென்று வீட்டை விட்டு வெளியேறி விட்டாள். அவர் இருக்கும் அதே ஊரில் டீச்சர் வேலையில் சேர்ந்து தலை நிமிர்ந்து நடக்கிறாள். யாரும் வாயைத் திறக்கவில்லை. நாராயண ரெட்டியின் செயலும் தப்பாகப்படவில்லை; பத்மாவின் செயலும் தப்பாகப்படவில்லை. இரண்டு மூன்று கார்களும், பங்களாவுமாகப் பெரிய பதவியில் இருப்பவர் ரெட்டி!

நாண்டிக்குள் நுழைந்ததும், நினைவாக நான் தபாலாபீஸுக்குச் சென்று, எங்களது பிரத்யேகப் பெட்டியைத் திறந்து பார்த்தேன். ரமாவிடமிருந்து கடிதம் இல்லை. மாதுவுக்கு அடுத்தவள் ரமா. மாமியார் செல்லம். ஒரு வெள்ளைக்காரனைக் கல்யாணம் செய்துகொண்டு இங்கிலாந்தில் இருந்தாள். ஐந்து குழந்தைகளில் மாதுவுக்கு அம்மாவின் பேரில் இருக்கும் பிரமை வேறு யாருக்கும் இல்லை. மற்றவர்கள் அம்மாவிடமிருந்து கழண்டுகொண்டது அதிசயமில்லை. மாதுவின் பிரமைதான் அதிசயம்.

தபாலாபீஸிலிருந்து கிளம்பி முனை திரும்பியதும், எங்கள் பிரும்மாண்டமான பங்களா கண்ணுக்குத் தென்பட்டது. இதன் எஜமானி நான் என்று எனக்கிருக்கும் பிரமையை நினைத்து எனக்குச் சிரிப்பு வந்தது. இன்னும் கொஞ்ச நாட்களில் நான் உண்மையிலேயே இதன் எஜமானி என்று எட்டிப் பார்த்த எண்ணத்தை அவசரமாக அமுக்கியபடி நான் காரேஜில் காரை நிறுத்தி உள்ளே விரைந்தேன்.

முதல் வேலையாக காப்பி கலந்து குடித்தேன். அழுக்குத் துணிகளை வாஷிங் மெஷினில் போட்டு, சமையலறை ஸிங்க்கில் இருந்த பாத்திரத்தைக் கழுவி சூப்புக்காகக்

காய்கறிகளை எடுத்து வைக்கும்போது அலுப்பாக இருந்தது. தோட்ட வேலையைத் தவிர வேறு எந்த வேலைக்கும் ஆள் கிடையாது. ஃபீஜியில் வேலைக்கு ஆள் வைக்கும் பழக்கம் இல்லை என்பது என் மாமியாருக்குச் சுலபமான சாக்கு. என்னையே நம்பாதவர் வேலையாளை எப்படி நம்புவார்.

'குழந்தை குட்டியில்லாத வீட்டிலே என்ன வேலை இருக்கும் - வேலைக்கு ஆள் வைக்கும்படி?'

குழந்தைகளைப் பற்றின பேச்சு வரும்போது மட்டும் என் உள்ளங்கை வியர்த்து மார்பு படபடக்கும். அந்த மெதப்பான தடித்த தோள்களை உலுக்க வேண்டும்போல் ஆத்திரம் வரும்.

'நிஜம்மாவே இந்த வீட்டில் ஒரு குழந்தை பிறக்கணும்னு உங்களுக்கு என்னமுண்டா? அந்த எண்ணமிருந்தா இப்படி எனக்கும் - மாதுவுக்கும் இடையே குறுக்குச்சுவரா இருக்கத் தோணுமா?' என் அம்மாவுக்குக் கொஞ்சம் சந்தேகம்தான் - ஊர் உலகத்தாரைப் போல நானும், மாதுவும் இருக்கிறோமா என்று.

'ஏன் உனக்குச் சந்தேகம்?' என்று நான் அப்பொழுது சிரித்தேன். 'எனக்கும், மாதுவுக்கும் நடுவிலே மாமியார் படுத்துக்கறார்னு நினைக்கிறியா?'

அம்மாவுக்குக் கணவன் - மனைவிக்கிடையே ஒரே ஒரு உறவைப் பற்றித்தான் தெரியும். அந்த உறவில் போதிய வலு இருந்தால் பாக்கி எல்லாவற்றையும் சமாளித்துக்கொள்ளலாம் என்கிற பாமரவாதம் அவளுடையது. என்னைச் சுற்றி இருக்கும் இதர சக்திகள் எல்லாம் இந்த உறவை ஏதோ குற்றமுள்ளதான பிரமையை எழுப்பினால், அதற்கு வலு எங்கிருந்து வரும்?

அணைப்பு தரும் போதையில், இருள் ஏற்படுத்தும் சுதந்திர உணர்வில் எவ்வளவு முறை நான் கெஞ்சியிருக்கிறேன்; 'மாது, எனக்கு நீங்க வேணும்; முழுமையா வேணும்! அதுக்கு சாட்சியா ஒரு குழந்தை வேணும்!'

ஓ, இவளுக்கு அதிக இடம் கொடுத்துவிட்டோம் என்கிற தயக்கம், அந்த உடம்பில் ஏற்படும் லேசான விறைப்பில் புலப்படும். என்னை முழுசாக உனக்குத் தருவதாவது என்ற விழிப்பில் சட்டென்று வீரியம் இறங்கும். என் மனத்தில் ஜனித்த அந்த வினாடியில் சிசு கருகிப்போகும்.

தனது இயலாமையை மறைக்க மாது என் முதுகைத் தடவுவார்.

"வி வில் ஹாவ் அவர் டைம், டோண்ட் வொரி."

நான் சூப்பை செய்து முடித்துவிட்டுப் குளிக்கச் சென்றேன். சூடான ஷவருக்கடியில் நின்றதில், உடம்பின் சோர்வெல்லாம் விலகிப்போயிற்று. நான் வெளியில் வரும் சமயத்தில் டெலிபோன் ஒலித்தது. நான் விரைந்து எடுத்தபோது மறுமுனையில் மாதுவின் குரல் கேட்டது.

"அம்மா எப்படியிருக்கா இன்னிக்கு?" என்றார்.

"அப்படியேதான். ஒண்ணும் விசேஷமா மாறுதல் இல்லே."

"இன்னிக்கு லொட்டாகாவிலே ராமஸ்வாமி நாயக்கர் என்னை லஞ்சுக்குக் கூப்பிட்டிருக்கார். சாப்பாடானதும் ஆஸ்பத்திரிக்கு ஒரு நடை வரலாம்னு இருக்கேன். ராத்திரி தூங்கினாளா?"

"சரியாத் தூங்கல்லே!"

ஒரு வினாடி மௌனத்திற்குப் பிறகு இறங்கிய குரலில் சொன்னார்:

"பாவம், ரொம்பக் கஷ்டப்படறா. சீக்கிரம் முடிவு வந்ததானா அவளுக்கு நல்லது. நீ டிலே பண்ணாம சிக்கிரம் கிளம்பு" என்று போனை வைத்தார்.

'எனக்கும் நல்லது' என்று திடீரென்று கிளம்பிய மூர்க்கத்துடன் எனக்குள் சொல்லிக்கொண்டேன். 'அப்பத்தான்

நான் ஒருத்தி இருக்கிறது உங்களுக்கு ஞாபகம் வரும், உங்க பிரியத்துக்காக நான் எவ்வளவு ஏங்கறேன்னு புரியும். சுயகௌரவத்தை மறந்து நான் இங்கே இருக்கிறதுக்கான காரணம் புரியும்...'

✲ ✲ ✲

அத்தியாயம் 4

சாப்பாட்டு அறையிலிருந்து ஹிந்தியில் வானொலிச் செய்தி கேட்டது.

'நானும் கிளம்பவேண்டியதுதான்...' என்று நாயக்கர் தமக்குள் சொல்லியபடி எழுந்து, கட்டிலுக்கு அருகிலேயே இருந்த 'வாக்கிங் ஸ்டிக்'கை எடுத்துக்கொண்டு அறைக்கு வெளியே வந்தார். நீள ஓடிய ரேழியைக் கடந்து விஸ்தாரமான நடுக்கூடத்தை ஒட்டியிருந்த சாப்பாட்டுக் கூடத்தை அடைந்தபோது, ராமசாமி செய்தித்தாளில் பார்வையும், ரேடியோவில் செவியுமாக காலை ஆகாரம் செய்துகொண்டிருந்தார்.

நாயக்கரைப் பார்த்ததும் மீனாட்சி எழுந்திருந்து, "வாங்க..." என்று நாற்காலியை அவர் உட்கார சௌகரியமாக நகர்த்திவிட்டாள்.

ராமசாமி நிமிர்ந்து லேசான புன்னகையுடன், "வாக்கிங் கிளம்பறீங்களா? இன்னிக்கு எப்படி இருக்கீங்க... ராத்திரி நல்லாத் தூங்கினீங்களா" என்றார் ஹிந்தியில்.

"பரமேச்வரன் தயவாலே இன்னிவரைக்கும் நல்லா இருக்கேன். நாளைக்கு எப்படி இருப்பேனோ தெரியாது?"

ராமசாமி பேப்பரில் பார்வையைப் பதித்தபடி லேசாகக் கேட்டார்:

"நாளையப்பத்தி உங்களுக்கு எதுக்குக் கவலை?"

"கவலையில்லே, யோசனைதான். என்னைவிட வயசிலே சின்னவங்க சாகக்கிடக்கறாங்கன்னு கேள்விப்படும்போது யோசனை வரத்தானே செய்யும்?"

"அது யாரது சாகக்கிடக்கிறது."

"நாகலட்சுமிக்கு உடம்பு ரொம்ப மோசமா இருக்காமே..."

"ஆ... அந்தம்மாவுக்கு கேன்சர் மூணு வருஷமா... இப்ப மோசமாயிருக்கு நிலைமை."

"நீ பாத்தியா அவளை?"

"உம்... பார்த்தேன் போன வாரம்."

"எனக்கு நீ சொல்லவேயில்லையே!" என்றார் கிழவர் மெல்லிய நிஷ்டூரத்துடன். இப்பத்தான் ரெண்டு நாள் முந்தி எனக்கு விஷயம் தெரிய வந்தது. அந்தப் பெண் மோகினியை ஹரே ராமா கோவில்லே பார்த்தபோது சொன்னா..."

"எனக்கு மறந்துவிட்டது" என்றார் ராமசாமி மன்னிப்புக்கோரும் குரலில், "நீங்க பார்க்கணுமா அவங்களை? மீனாட்சியை அழைச்சிட்டுப் போகச் சொல்றேன்."

"பார்க்கணும்தான். நாற்பது வருஷத்துப் பழக்கம். அந்தக் குடும்பத்து நல்லது, கெட்டது எல்லாத்திலேயும் பங்குகொண்டவன் நான்..."

"இன்னிக்கே போகலாம் மாமா!" என்றாள் மீனாட்சி, "எனக்கும் பார்க்கணும் அவங்களை."

"நான் கிளம்பறேன்" என்று எழுந்தார் ராமசாமி. "இன்னிக்கு மத்தியானம் மாதுவைப் பார்ப்பேன். ஒரு பிஸினஸ் லன்ச் இருக்கு. ஆஸ்பத்திரியிலே நன்றாய் கவனிக்கிறாங்களான்னு கேட்கறேன். சௌகரியம் ஒண்ணுதான் பண்ணிக்கொடுக்க முடியும் நம்மாலே... உசிர மீட்க முடியாது!"

நாயக்கரைப் திரும்பிப் பார்த்து, "தனியா நடக்கப் போகாதீங்கப்பா... யாரையாவது துணைக்கு அழைச்சிட்டுப் போங்க" என்றார்.

"இலியா வரானே கூட" மிடுக்காக நிமிர்ந்த பார்வையுடன், விலை உயர்ந்த ஷூட்டில் துரை கணக்காய் செல்லும் மகனைச் சில வினாடிகள் நாயக்கர் பெருமையுடன் பார்த்தார்.

"நாய்களா! வாங்கிக்குங்க! வாங்கிக்குங்க! உங்களை வேலை வாங்க இதுதான் வழி. சாட்டையடி ஒண்ணுதான் உங்க மந்தமண்டையிலே உறைக்கும்!"

முதுகு புதிதாக 'சுளீர்' என்று வலித்தது.

'மந்தமண்டைன்னா சொன்னே... நாயின்னா சொன்னே? எங்கே, இப்ப சொல்லு பார்ப்பம்! உனக்கும் எனக்கும் இப்ப என்ன வித்தியாசம் சொல்லு பார்ப்போம்!'

"மாமா, பழரசம் குடிச்சுட்டு நடக்கப்போங்க."

அவர் யதார்த்தத்துக்குத் திரும்பினார். வினாடி நேர நினைவுப் பின்னலில் முறுக்கேறியிருந்த நரம்புகள் – ஓ, அவையெல்லாம் ஒரு துர்சொப்பனம் என்கிற சமாதானத்துடன் தளர்ந்துகொண்டன.

பழரசத்தை அருந்திவிட்டு அவர் எழுந்தார். ஃபீஜி வேலையாள் இலியா அவருக்காகக் காத்து நிற்பதை கவனித்துக் கிளம்பினார்.

"நான் போயிட்டு வரேன் மீனாட்சி."

"சீக்கிரம் வந்திடுங்க துறைமுகத்துகிட்டே கார் அனுப்பவா?"

"எதுக்கு?" என்றார் அவர் விறைப்புடன். "உனக்குப் பேரன் பிறந்துட்டான் என்கிறதனாலே, நான் கிழவன்னு நினைப்பா?"

மீனாட்சி சிரித்தாள். "கிழவங்கதான் இங்கே கார்லே போறாங்களா என்ன?"

“ஆ... சரியாச் சொன்னே! இப்ப ரொம்பதான் சொகுசு பழகிப்போச்சு எல்லாருக்கும். பழசெல்லாம் இப்பவே மறக்கத் தொடங்கியாச்சு... 'கிர்மிட்'காரங்களுக்கு நினைவுச் சின்னம் கட்டினா போதுமா?”

மீனாட்சி மெல்லிய சங்கடத்துடன், மௌனமாக நிற்பதைப் பார்த்து அவர் சமாதானமாகச் சிரித்தார்.

“ஒரு பேச்சுக்குச் சொன்னேன். எங்களைப்போல எல்லாரும் இன்னமும் மம்பட்டியும், கோடாலியுமா அலையணும்னு சொல்லலே! பெரியவங்க கஷ்டப்பட்டாங்க, நம்ம குழந்தைகளாவது சௌக்கியமா இருக்கட்டும்னு நீங்க நினைக்கிறதிலே தப்பில்லே. ஆனா, உழைப்போட அருமை குழந்தைகளுக்குத் தெரியணும். படிக்கக்கூட இப்ப ஆயாசப்படுதுங்களாம்!”

மீனாட்சியிடமிருந்து பதிலை எதிர்பார்க்காமல் அவர் இலியாவைப் பார்த்து, “பூலா!” (வணக்கம்) என்றார் உற்சாகமாக.

அவன் பதிலுக்கு தனது வழக்கமான வெட்கம் கலந்த மரியாதைச் சிரிப்புடன், “பூலா!” என்று கூடவே நடந்தான்.

நான்கு வருஷங்களுக்குமுன் அவருடைய தேவைகளைக் கவனிப்பதற்காக ராமசாமி இந்த இலியாவை அமர்த்தினார். அப்பொழுது இவன் சின்னப் பையன். மீசைக்கூட முளைத்திருக்கவில்லை. இப்பொழுது கருகருவென்று மீசை முளைத்து ஆளே ஜாடை மாறிப் போனாலும், பழைய வெட்கமும், கள்ளமில்லாச் சிரிப்பும் மாறவில்லை.

'இவன் மாறமாட்டான்' என்று நாயக்கர் தமக்குள் சொல்லிக்கொண்டார். “இவனுடைய இனத்தாருக்குக் கள்ளம்னா என்னான்னு தெரியாது. கள்ளமெல்லாம் நம்ப ஜனங்களுக்குத்தான். அதுவும் வியாபாரம் நிமித்தமா இங்கே கடைவெச்சுக் கொள்ளையடிக்கத் தெரிஞ்ச கூட்டம் வந்ததிலேர்ந்து, மற்ற எல்லா இந்தியர்களுக்குமே கெட்டபேரு,

கூடப்பிறந்தவனையே ஏமாத்தற எத்தன்கள்; பிறநாட்டானை என்னதான் செய்யமாட்டான்?''

அடுத்த தெருவில் பெரிய அரண்மனைபோல் வீடு கட்டிக்கொண்டிருக்கும் கன்னிபாய் பத்து வருஷங்களுக்கு முன் ஃபீஜியில் கால் வைத்தபோது, ஒரே ஒரு சின்ன கைப்பெட்டியுடன் வந்தான். பத்தே வருஷம்! என்ன மாயம் செய்தானோ, இப்பொழுது அரண்மனையும், நாலு பென்ஸ் கார்களும், மனைவியின் கழுத்தில் தங்கமுமாய் டாலடிக்கிறான். அவனுடைய உற்றமும், சுற்றமும் எல்லாரும் வந்து கிளை பரப்பியாகிவிட்டது. அதுமாதிரி எத்தனையோ பேர் வந்து இப்படி கண்கட்டுவித்தை செய்வதை இந்த இலியா பார்த்துக்கொண்டு வந்திருக்கிறான். பிறந்ததிலிருந்து குடிசை வாழ்வையே வாழ்ந்து அதற்குமேல் ஆசைப்படாத கூட்டத்தைச் சேர்ந்தவனுக்குள் ஓர் அதிர்ச்சி ஏற்படாமல் இருக்குமா? என் மண்ணில் காலூன்றி விட்டானே என்கிற அதிர்ச்சி மட்டுமில்லை அது. பொருள் சேர்த்தே பழக்கமில்லாத மரபைச் சேர்ந்த ஃபீஜியனுக்கு இது ஒரு கலாச்சார அதிர்ச்சி... இந்த இந்தியர்கள் எல்லாம் அவனுக்குச் 'சாலாக்கீ!' (ஏமாற்றுக்காரர்கள்)

விஸ்தாரமான, அமைதியான தெருவில் சுற்றுமுற்றும் பார்த்தபடி நாயக்கர் நடந்தார். இலியா நிழலைப்போல மௌனமாகத் தொடர்ந்தான்.

லொட்டாகாவில் எத்தனை நவீன கட்டடங்கள் வந்துவிட்டன என்று தினம் தினம் தோன்றும் வியப்பு இப்பவும் ஏற்பட்டது. பிரதான சாலை இருமருங்கிலும் பனையும், தென்னையும் நடப்பட்டு கம்பீரமாக விரிந்தது. தொலைவில் கரும்பு ஆலை - அதற்கு அப்பால் துறைமுகம். சற்று எட்டி ராமசாமி கட்டியிருக்கும் ஆஸ்பத்திரி. 'அங்கேதான் நாகலட்சுமி படுத்திருக்கா' என்று தமக்குள் நினைவுபடுத்திக்கொண்டார்.

'எத்தனை ஆச்சரியம் - என் பிள்ளை கட்டியிருக்கிற ஆஸ்பத்திரியிலே நாகலட்சுமி படுத்திருக்கிறது.'

புதிதாக ஏற்பட்ட வியப்பு போல் அவர் தலையை அசைத்துச் சிரித்தார்.

எத்தனை ஆச்சரியமானது என்னுடைய வாழ்க்கை.

இலியா அவரை வியப்புடன் திரும்பிப் பார்த்தான்.

அவன் கேட்ட கேள்விக்குப் பதில் சொல்பவர்போல் அவர் உற்சாகத்துடன் பேச ஆரம்பித்தார்.

"ஆனா கன்னிபாய் செய்த செப்பிடு வித்தை நமக்குத் தெரியாது. அதோ பாரு ஆஸ்பத்திரி, இந்தப்பக்கம் சர்க்கரை ஃபேக்டரி. அப்புறம் அந்த பேங்குக் கட்டடம்... வெறும் மந்திரத்தாலே வந்ததில்லே. எப்படி வந்தது தெரியுமா?"

சட்டென்று பாதையில் நின்று தனது காலால் பூமியை இரண்டுமுறை தட்டினார்.

"இந்த மண்ணிலே என் வியர்வையும், ரத்தமும் கலந்திருக்கு. உன் வயசிலே நான் இங்கே ஓடிவந்தவன். அஞ்சு வருஷம் அரைப்பட்டினி கிடந்து, வெள்ளைக்காரனுக்குக் கரும்பு வளர்த்துக் காசாக்கினவன். வெள்ளைக்காரனுக்குத் திருப்தி ஏற்படாவிட்டாலும், ஃபீஜி மண்ணுக்குத் திருப்தி ஏற்பட்டதாலே."

நாயக்கர் வாக்கியத்தை முடிக்காமல் இலியாவைப் பார்த்துப் புன்னகைத்தார். அவன் அவர் பார்வையைத் தவிர்த்துத் தொலைவைப் பார்த்தான். அவன் ஒரு ஃபீஜியன் என்கிற நினைப்பு வந்ததும், அவர் தடுமாறாமல் சிநேகத்துடன் சொன்னார். "இங்கே உழைக்கணும் தம்பி... உழைச்சவன் எவனும் ஏமாந்துபோனதை நான் பார்க்கலே!"

இலியா தயக்கத்துடன் சொன்னான்:

"நாங்கள் எல்லாம் கொஞ்சம் சோம்பேறிகள் தான். ஆனால் இங்கே யாருக்கும் பொருள் சம்பாதிச்சு சேர்த்து வைக்கிற ஆசை ஏன் கிடையாது தெரியுமா? யாராவது

பொருள் கேட்டா நாங்க மறுக்காம கொடுத்திடணும், நமக்குன்னு ஒண்ணும் வெச்சுக்க முடியாத நிலையிலே ஏன் கஷ்டப்படணும்? சாப்பாட்டுக்கு இருந்தா போதாதா?''

''இந்தப் பழக்கம் மாறணும்...'' என்றார் கிழவர் யோசனையுடன். ''முன்னெல்லாம் கிராமத்திலே கூட்டுக்குடும்பமா இருந்தீங்க, இப்ப காலம் மாறி வருது இல்லே? நாம முன்னேறினா நாடு முன்னேறும் தம்பி!''

இலியாவுக்கு அதிக ஆசை கிடையாது என்று அவருக்குத் தெரியும். அவனுக்குப் படிப்பு ஏறவில்லை என்று அவனுடைய அம்மா இங்கே வீட்டு வேலைக்கு விட்டிருக்கிறாள். - பிறகு ராமசாமி ஃபேக்டரியில் சேர்த்துக்கொள்வான் என்கிற நினைப்பில்.

இப்பொழுது அரசாங்கம் கொடுக்கும் தனிச் சலுகைகளில் இவன் மட்டும் படிப்பில் ஆர்வம் காட்டுவானானால் நல்ல நிலைமைக்குப் போகலாம்.

''உங்க நாட்டைவிட்டு நீங்க ஏன் கிளம்பி வந்தீங்க?''

அவர் உலுக்கப்பட்டாற்போல் அவனைத் திரும்பிப் பார்த்தார்.

இதுவரை அவன் தன்னை இதுமாதிரி கேள்வி கேட்டதில்லை என்கிற ஞாபகம் வந்தது. 'இந்தப் பொடியனுக்குத் தைரியம் அதிகமாகத்தான் போச்சு' என்று அவர் தமக்குள் சொல்லிக்கொண்டார். மனசுக்குள் ஜாக்கிரதையாகப் பாதுகாத்து வரும் ஒரு விஷயத்தை நடுத்தெருவில் ஒரு பயல் வெகுளித்தனமாகக் கேட்கிறான் என்பதால் கொட்டிவிட முடியுமா? பெற்ற பிள்ளைகளிடமே அதைக் கொட்ட மனசு வந்ததில்லை.

''அடப்போங்கடா வேலையத்த பிள்ளைங்களா... அதையெல்லாம் தெரிஞ்சுகிட்டு உங்களுக்கு என்ன ஆகப்போவுது? நதி மூலத்தையும், ரிஷி மூலத்தையும் ஆராயக் கூடாதும்பாங்க.''

“நீங்கள் நதியா? ரிஷியா?”

ஆமாம். எனக்குள் ஓடுகிறது. வைகையும், காவேரியும், கங்கையும்... எல்லா நதிகளும் ஒரே அகண்ட மகா சமுத்திரத்தில் கலப்பதாக இருந்தால் இந்த ஊர் நந்தி நதியும் என்னுள் ஓடுகிறது. நதியுடைய பாதை மாறிப்போச்சு; அதிலே கேட்கும் குரல்கள் வித்தியாசப்பட்டு போச்சு. நீரும், நெருப்பும், ஆகாயமும் ஒண்ணுதான்னு நினைக்கப் பக்குவப்பட்ட ரிஷி நான் இப்ப!

மாற்றமெல்லாம் வேணும்தான்... மரம்தான் நின்ன இடத்திலே நிக்கும். நிக்கிற இடத்திலே வேர் பரப்பும். கால் இருக்கிற மனுஷன் அப்படி நிக்க முடியுமா? புதுப்புது இடத்தைத் தேடிப் போகத்தான் இந்தக் கால்கள்.

கிளம்பும்போது இந்த வாதமெல்லாம் மனத்தில் உதிக்கவில்லை. ஏதோ விதியின் கை நெக்கித் தள்ளினாற்போலத்தான்... மதராஸ் கடற்கரையில் மூன்று நாளாகக் காய்ந்திருந்த வயிற்றின் ஓலத்தைக் கேட்டபடி உட்கார்ந்திருந்தபோது, அந்தப் படுபாவி ஏஜெண்டின் பார்வையில் பட்டு,

“என்ன தம்பி, பேஜார் புடிச்சாப்புலே உட்கார்ந்திருக்கே?”

“.....”

“பயப்படாதே, சொல்லு! சோத்துக்கு இல்லையா? வேலை கிடைக்கலியா? வீட்டிலே தகராறா?”

“அடப்போய்யா, நீ உன் வேலையப் பார்த்துக்கிட்டு!”

“நீ கஷ்டத்திலே இருந்தியானா உதவலாமேன்னு நினைச்சேன்... சின்னப் பையனானாலும் திடமாத் தெரியறே. ஆனா உன் வவுறு உருமுது, எனக்குக் கேட்குது!”

“என்ன உதவுவே? சோறு போடறியா?”

"போடுவேன்! எழுந்திரு. பக்கத்திலே ஒரு ஓட்டல் இருக்கு. அழைச்சிட்டுப் போறேன்."

"இதப்பாரு; நீ எதுக்கு வீட்டை விட்டு வந்திருந்தாலும் சரி, நீ திரும்ப உன் ஆத்தாக்கிட்ட போக விரும்பாத பட்சத்துக்கு என்னோட கிளம்பு. சொர்க்கம் மாதிரி இருக்கிற தீவுக்கு அழைச்சிட்டுப் போறேன்."

"எங்கே?"

"இங்கேதான். கல்கத்தான்னு கேள்விப்பட்டிருக்கியா? அதுக்கு ரொம்பப் பக்கத்திலே. ரொம்ப சுளுவான வேலை. கரும்புப்பாகை நிழலோரமா உட்கார்ந்து வடிகட்டற வேலை. ஒரு நாளைக்கு பன்னிரண்டணா கூலி - சாப்பாட்டுச் செலவு தினத்துக்கு இரண்டனாவுக்கு மேல ஆவாது. எத்தனைப் பணம் சம்பாதிக்கலாம் பாரு!"

"அடேயப்பா!"

வானம் வில்லாக வளைந்தது. சப்த ஸ்வரங்களை இசைத்தது. வர்ணஜாலங்களை வாரி இறைத்தது.

"அது நிஜமான சுவர்க்கம் வந்துதான் பாரேன் இன்னும் ரெண்டு நாள்லே கப்பல் கிளம்புது."

நாயக்கர் இலியாவைப் பார்த்து மேம்போக்காகச் சிரித்தார்.

"விதின்னு நாங்க சொல்லுவோம் இலியா. அதுதான் என்னைப் கிளம்ப வெச்சுது... வேற எதையும் காரணமாச் சொல்ல முடியாது!"

"மறுபடியும் தேசத்தைப் பார்க்கப் போனீங்களா?"

விருவிருவென்று நடையைத் தொடர்ந்தபடியே நாயக்கர் சொன்னார்.

"போனேன்! உன் 'படா ஸாப்' இல்லே, அவனுக்குக் கல்யாணம் செய்யறதுக்காகப் போனேன்."

"அப்ப உங்க ஊருக்குப்போய் அப்பா, அம்மாவைப் பார்த்துவிட்டு வந்தீங்களா?"

நினைவலைகளின் மோதலில் சற்றுத் தடுமாறி அவர், பிறகு நிதானமாகச் சொன்னார்:

"ஆ இல்லே! எனக்கு ஊரும் நினைவில்லே. அதோட பெயரும் நினைவில்லே. வழியே மறந்து போயிட்டது!"

"உங்களுக்கா மறந்துட்டது?"

"ஆமாம்!" என்றார் அவர் அழுத்தமாக. "ஒரு விஷயத்தை மறக்கணும்னு தீவிரமா இருந்தம்னா மறந்துபோகும், இங்க வந்த பிறகு வெள்ளைக்காரன்கிட்ட வாங்கின அடி ஒண்ணுதான் நினைப்பிலே பதிஞ்சிருக்கு..."

"ரொம்ப அடிப்பாங்களா?" என்றான் இலியா தயக்கத்துடன்.

"கேட்காதே, உனக்கு ராத்திரி தூக்கம் வராது."

ஒரு மௌனப் பச்சாதாபத்துடன் இலியா தொடர, அவர் தன்னுள் மூழ்கிய சிந்தனையுடன் நடந்தார். ரோட்டரி கிளப்பைத் தாண்டியதும் துறைமுகத்தைப் பார்த்தபடி இருந்த பூங்காவில் இருந்த சாய்வுப்பெஞ்சை இலியா தன் கையினால் தூசு தட்டினான்.

அவர் மெல்லிய புன்னகையுடன், "வினாக்கா" (நன்றி) என்றபடி அமர்ந்தார்.

சுற்றிலும் இருக்கும் எழிலையெல்லாம் உள்ளுக்குள் இழுப்பவர்போல் கண்கள் பளபளக்க, சற்றே எட்டித் தெரிந்த கடலையும், தீவின் பசுமையையும் பார்த்தார்.

'எத்தனை பார்த்தாலும், இந்த அழகு அலுக்காது' என்று தமக்குள் சொல்லிக்கொண்டார்.

"நிசம்மாவே இது சுவர்க்கம்தான்! என்ன சொல்றே இலியா?"

அவன் ஒருவிதப் பெருமையுடன் சுற்றிலும் ஒரு பார்வை பார்த்து, "என் பிறந்த மண்ணில்லையா... எனக்கு இது சொர்க்கம்தான்" என்றான். "உங்களுக்கு எப்படியோ? நீங்க பிறப்பிலே இந்தியர்!"

சரேலென்று நாயக்கர் அவனை நிமிர்ந்து பார்த்தார். பாமரத்தனமான அவனது எளிய முகபாவத்தைக் கண்டு யோசனையுடன் துறைமுகத்துப் பக்கம் பார்வையைத் திருப்பினார்.

எண்ணத்திலே நான் ஃபீஜியன் என்று இவனால் புரிந்துகொள்ள முடியுமா என்று கவலையேற்பட்டது. ஃபீஜியின் இன்றைய முன்னேற்றத்திற்கு நானும், எனது இனத்தவரும் சிந்திய வியர்வைதான் காரணம் என்பதை இவன் ஒப்புக்கொள்வானா? இந்தக் காரணத்துக்காகவே என்னுடைய பேரன் தன் உரிமையை நிலைநாட்டிக்கொள்ள முனைந்தால் இவன் அனுமதிப்பானா?

இலியாவின் முகத்தில் இருந்த பாமரத்தனமே அவரது அடிவயிற்றில் ஒரு ஜில்லிப்பை ஏற்படுத்திற்று.

"நாயக்கர் தாத்தா, நமஸ்காரம்!" அவர் நிதானமாகத் திரும்பி பார்த்தார்.

மாது நின்றிருந்தான். "ரோட்டரி கிளப்புக்கு வந்திருந்தேன். உங்களைப் பார்த்ததும் விசாரிச்சுட்டுப் போகலாம்னு வந்தேன்."

பெரிய மனுஷனாய் தோரணையுடன் நிற்கும் அவனைப் பார்த்ததும், சற்றுமுன் மனத்தை நெருடிய குழப்பம் விலகித் தெம்பு வந்தது.

✲ ✲ ✲

அத்தியாயம் 5

அழைப்பு மணி பலமாக ஒலித்தது. நான் பதட்டத்துடன் கடிகாரத்தைப் பார்த்தேன். இன்னும் பத்து நிமிஷத்தில் நான் ஆஸ்பத்திரிக்குக் கிளம்பாவிட்டால் மாமியாரின் கோபத்தை இன்று சமாளிக்க முடியாது. சாப்பாட்டுக் கூடைக்குள் எல்லாம் வைத்துவிட்டேனா என்று ஓர் அவசர நோட்டம் விட்டு, நான் வாயிலுக்கு விரைந்தேன்.

கண்ணாடிக் கதவுகளுக்கப்பால் கல்யாணிப் பிள்ளை நின்றிருந்தாள். 'கடவுளே' என்று என்னுள் எழுந்த ஆயாசத்தை நான் விழுங்கிக்கொண்டு புன்னகைத்து, "வாங்க!" என்று அழைத்தேன்.

"ஆஸ்பத்திரிக்குக் கிளம்பிக்கிட்டே இருக்கேன்" என்றேன் தயக்கத்துடன்.

"நீ இப்பக் கிளம்புவேன்னு எனக்குத் தெரியும். உன்னோடு நானும் சேர்ந்துக்கலாம்னு வந்தேன் அம்மாவைப் பார்க்கணும்."

"ஓ, வாங்களேன்!" என்றேன் நான் நிம்மதியுடன். இவளை உட்கார்த்தி வைத்து உபசரித்து, இவளுடைய பிரலாபங்களைக் கேட்க வேண்டிய அவசியமில்லை.

"உங்களுக்கு காப்பி கொடுக்கக்கூட நேரமில்லே... ஸாரி, நா உடனடியாக் கிளம்பணும்."

"காப்பியெல்லாம் வேண்டாம் விடு! டயத்துக்குப் போகல்லேன்னா உங்க மாமியாருடைய முகம் எப்படிப் போகும்னு எனக்குத் தெரியும்..."

அது காதில் விழாததுபோல நான் மௌனமாக சாமான்களை ஏந்திக்கொண்டு, வீட்டுச் சாவியையும் - கார் சாவியையும் எடுத்துக்கொண்டு, "வாங்க, கிளம்பலாம்" என்றேன்.

நான் இவர்களிடம் மிகமிக ஜாக்கிரதையாக இருக்க ஆரம்பித்து ரொம்ப நாளாகிவிட்டது. அசட்டுப்பிசட்டென்று இவர்கள் பேச்சில் கரைந்து இரண்டு மூன்றுமுறை உளறியது மாமியார் காதுக்குக் கோளாக ஏற, அதன் விளைவைச் சமாளிப்பதற்குள் போதும் போதும் என்றாகிவிட்டது! இவர்கள் எல்லாருமே ஒட்டுமொத்தமாக அவர் பக்கம். நான் இவர்களுக்கெல்லாம் வேற்று மனுஷி – நம்பகமில்லாதவள். முக்கியமாக இங்கிருக்கும் பெண்களுக்கு என் மேல், என்னால் இனங் கண்டுகொள்ள முடியாத விரோதம் இருப்பதாக எனக்குப் படுகிறது. இத்தனை செல்வத்துக்கும் அதிபதியாக்க, வேலை மெனக்கெட்டு தமிழ்நாட்டிலிருந்து ஒரு முன்பின் தெரியாத பெண்ணை அம்மா அழைத்து வந்தாரே என்கிற குரோதமாக இருக்கலாம்... எனக்கே நான் அதிபதி இல்லை என்று இவர்களுக்குத் தெரியாது. இந்த நான்கு சுவர்களுக்குள் இவர்களுடைய 'அம்மா' என்னை எப்படி வைத்திருக்கிறார் என்று தெரியாது.

இந்த ஊரில் என்னிடம் கருணை உள்ள ஒரே ஜீவன் நாயக்கர் தாத்தாதான். ஆனால் யாருடைய காருண்யத்தினாலும் எனக்கு என்ன லாபம், வரவேண்டிய இடத்திலிருந்து வராதபோது!

மேடாக இருந்த போர்ச்சிலிருந்து, கீழ்நோக்கிச் சரிந்த வெளிப்பாதைக்கு நான் காரை வளைத்துக்கொண்டு வந்ததும் கல்யாணிப் பிள்ளை,

"ரொம்ப நல்லா ஓட்டறியே?" என்று வியந்தாள்.

"முதல்லே அம்மா சம்மதிக்காட்டாலும், அப்புறமா நீ கார் ஓட்டக் கத்துக்க அவங்க அனுமதிச்சது இப்ப எவ்வளவு நல்லதாப்போச்சு! அம்மா கொஞ்சம் கடுமையாப் பேசுவாங்களே தவிர, மனசு நல்ல மனசு!"

"உங்க தம்பியும், தம்பி பெண்ஜாதியும் சௌக்கியமா?" என்று நான் பேச்சை மாற்றினேன்.

"அவங்க சௌக்கியத்துக்கு ஒண்ணும் குறையில்லே... நல்லாத்தான் இருக்காங்க" - குரலில் அலுப்புத் தெரிந்தது. ஆர்வம் காட்டினால் மேலும் விஷயம் வெளிப்படும் என்று சமிக்ஞை இருந்தது. நான் வேண்டுமென்றே மௌனமானேன். இவள் தம்பியின் மனைவியைப் பற்றித் தொடுக்கும் புகார்களைக் கேட்கும் மனநிலையில் நான் இல்லை. பெண்ணே பெண்ணை அனுசரிக்கத் தெரியாத, அரவணைக்க விரும்பாத இந்தப் பாரம்பர்யம் - சாபக்கேடாகப் போய்விட்ட இந்த பலவீனம் ஓர் அவமானகரமான விஷயமாக எனக்கு வெகுநாட்களாகத் தோன்றி வருகிறது. ஆண் ஆளுமை கொண்ட சமூக அமைப்பில் பெண்களுக்கு இழைக்கப்படும் அநீதிகளைவிட, பெண்ணே பெண்ணுக்கு விரோதியாய் நிற்பது எத்தனை கொடுமை!

'அவனோடு உனக்கென்னடி பேச்சும், சிரிப்பும்!'

என்னைப் பெற்றவள் கேட்ட வார்த்தைகள், கிட்டத்தட்ட என் முடிவைத் தேடிக்கொள்ளத் தூண்டிய வார்த்தைகள்... அப்படி ஒரு பேச்சைக் கேட்டுக்கொண்டு அவளுக்கு ஒரு தலைகுனிவாய் இருப்பதைவிட, இங்கே என் தலைகுனிந்து, ஒரு ஸைபராய் இருப்பது தேவலை என்று தீர்மானம் ஏற்பட்டபோது, அதுவும் ஒரு முடிவு - ஒரு அஸ்தமனம்.

இந்தத் தீவில் வீட்டுக்கு வீடு ஒரு கதை இருக்கும். பொதுவாகக் கட்டுப்பாடில்லாத, ஜாதிப்பிரிவுச் சுவர்கள் இல்லாத சமூகமானாலும், பெண்கள் வம்பு பேச - மற்ற

பெண்களைக் கருணையில்லாமல் பரிகசிக்க நிறைய விஷயம் இருக்கும்.

"அம்மா எப்படியிருக்காங்க இப்ப?"

"மாறுதல் எதுவும் தெரியல்லே, மோசமாத்தான் இருக்கு."

"பாவம் அம்மா, இல்லே?"

எதற்கு இந்த 'இல்லே?' என்னை ஆழம் பார்க்கிறாளா? யாருக்கு இந்த வியாதி வந்தாலும் பாவமில்லையா? உடல் வேதனை அனுபவிப்பிலும் தராதரம் இருக்குமா?

பதில் சொல்லாவிட்டாலும் தப்பாகப்படும் என்கிற நினைப்பில் நான் 'ஆமாம்' என்றேன்.

"ரொம்பப் பாவம்!" என்று கல்யாணி தொடர்ந்தாள், "இந்த ஊரிலே யாருக்கு என்ன உடம்புன்னாலும் அம்மா உடனடியா வந்து பார்க்காம இருக்கமாட்டாங்க... நல்லதோ கெட்டதோ எதுவாகட்டுமே, தன் சொந்த வீட்டு விஷயம்போல அக்கறை காட்டுவாங்க. எங்கப்பா படுத்திருந்தப்போ எத்தனை நாளைக்குப் படுக்கை பக்கத்திலேயே உட்கார்ந்து, தேவாரமும் திருவாசகமும் பாடியிருக்காங்க! அவங்க இப்ப கஷ்டப்படறதைப் பார்த்தா ரொம்ப வருத்தமா இருக்கு. சின்ன வயசிலே கஷ்டப்பட்டதெல்லாம் போதாதா?"

இவளுடைய வாதம் எனக்கு விநோதமாக இருந்தது. ரமணருக்கே புற்றுநோய் வந்ததை இவளுக்கு ஞாபகப்படுத்தினால், இவள் வேறுவிதமாக அர்த்தம் செய்துகொள்வாள் என்று நான் பேசாமல் இருந்தேன் தவிர, என் மாமியாரின் வெளியுலக உருவத்திற்கும் - வீட்டிற்குள் இருக்கும் உருவத்திற்கும் உள்ள முரண்பாடு என்னைத் தினமும் குழப்புகிறது. அவருள் இரண்டு மனுஷிகள் இருப்பதாக எனக்குப் படுகிறது. வீட்டிற்குள் அவர் காண்பிக்கும் சுயரூபம்தான் சத்தியமானது என்று நான் சொன்னால், என்னை நம்பத் தயாராக என் வீட்டுச் சுவர்கள் மட்டுமே இருக்கும்!

"என் மாமனாரை உங்களுக்கு நினைவு இருக்கா?" என்று கேட்டேன் மெல்ல.

"நல்லா நினைவிருக்கு!" என்றாள் அவள் உற்சாகமாக. "மாதுவுக்கு அஞ்சு வயசு அவங்க இறந்து போகும்போது. எனக்குப் பதினைஞ்சு, எங்கப்பா திருச்சிலேந்து வந்த தமிழ்ப்பண்டிதர். மாதுவுடைய அப்பாவுக்கும் திருச்சிதான் சொந்த ஊர். அதனால ரொம்ப சிநேகிதம் ரெண்டு பேருக்கும். நல்லா இருப்பார், இப்ப மாது இருக்கிற மாதிரி. திடீரென்று காலமாயிட்டார். அம்மாவுக்கு அப்ப வயசு முப்பது. ரதியாட்டம் இருப்பாங்க. அஞ்சு குழந்தைங்க. மூத்தவனுக்குப் பதினாலு வயசு. இந்தியாவிலே அண்ணன் வீட்டிலே போய் அண்டிப் பிழைக்கிறது கேவலம்னு இங்கேயே இருந்து, ஸ்கூல்ல டீச்சர் உத்தியோகம் - வீட்டிலே தையல் வேலைன்னு செஞ்சு குழந்தைகளை எப்படி முன்னுக்குக் கொண்டுவந்துட்டாங்கன்னு இந்தத் தீவே ஆச்சரியப்படும். மாது இன்னைக்கும் பாரேன். அம்மா கிழிச்ச கோட்டைத் தாண்டமாட்டான்!"

மற்ற குழந்தைகள் மட்டும் ஏன் தாண்டிப் போயே விட்டார்கள். சம்பந்தத்தையே அறுத்துக் கொண்டாற்போல. ஒருமுறை நாயக்கர் மாமா என்னைத் தனியாகச் சந்தித்தபோது சொன்னது எனக்கு திடீரென்று நினைவுக்கு வந்தது.

'இந்த நாகலட்சுமிக்கு இருக்கிற ஆசை இருக்கேம்மா. அது பயங்கரமானது. ரத்தத்தை உரிஞ்சுகிற ஆசை. நா அவகிட்ட எவ்வளவோ முறை சொல்லியிருக்கேன் - இந்த உன் ஆசையைக் கண்டு குழந்தைங்க மிரண்டு போவாங்க'ன்னு. எல்லாரும் தலையெடுத்தாச்சு, உனக்கு என்ன வேணும்னு?'

எல்லாரும் மிரண்டுதான் விலகி விட்டார்களோ?

மாது மட்டும் தங்கிவிட்டார். 'உரிஞ்ச'ப்பட்டாற் போல.

'இத்தனைக்கும் படிப்பிலேயும், வேலையிலேயும் அசகாயசூரன்!' என்றாள் கல்யாணி. "இத்தனை

சின்ன வயசிலே எவ்வளவு பெரிய உத்தியோகம் பார்க்கிறான்!''

சென்றமுறை அம்மா இங்கு வந்திருந்தபோது, என்னிடம் ரகசியமாக அதிசயப்பட்டாள்: 'நினைக்க நினைக்க என்னாலே நம்பமுடியல்லேடி மோகினி! உங்க மாமியார் மருந்தோ மாயமோ வெச்சுதான் பிள்ளையை வசியம் பண்ணியிருக்கார். இல்லேன்னா, இத்தனைப் பெரிய உத்தியோகத்திலே இருக்கிற புருஷன், அம்மா அடாவடித்தனமா பேசறதுக்கும், நடந்துக்கறதுக்கும் இப்படி வாயைத் திறக்காம இருப்பாரா? இருக்கிறது மட்டுமில்லே, அதென்ன அப்படி ஒரு பக்தி அம்மா மேல?'

எனக்கு இன்னமும் அம்மாவின் வார்த்தைகளை நினைத்துக் கோபம் ஏற்படுகிறது. பெற்றவளிடம் சுபாவமாக ஏற்படவேண்டிய அன்புக்கும் மரியாதைக்கும், மருந்தும் மையும் போடவேண்டும் என்று நினைப்பது எத்தனை அநாகரிகமானது என்று ஆத்திரம் வருகிறது.

மாதும் எனக்குத் தெரியும். மிக மிருதுவான மனசு அவருக்குதான். இன்றைக்கு இருக்கும் நிலைக்கு அம்மாதான் காரணம் என்கிற நன்றி மறவாத மனசு.

'என்னுடைய அம்மாவைத் திருப்திப்படுத்தறது ரொம்பக் கஷ்டமான விஷயம்தான். அவளுடைய கோபமும், எதிர்பார்ப்பும் தாக்கத்துக்கு விரோதமானதுதான். ஆனா, அவளுடைய இஷ்டத்துக்கு விரோதமா எதுவும் செய்ய எனக்கு இஷ்டமில்லே. அவளுக்கு ஒரு சின்ன மன வருத்தத்தைக் கொடுக்கக்கூட நா விரும்பல்லே. நீயும் என்னைப்போல நினைக்கணும்னு நா விரும்பறேன். உனக்குச் சம்மதமானா இங்கே இரு. இல்லையானால் மெட்ராசுக்குப் போயிடு. பொறுமையாயிருந்தா நமக்குன்னு காலம் வரும். டோண்ட் வொர்ரி! வி வில் ஹாவ் அவர் டைம். உன்னை நன்றாய் வெச்சுப்பேன்.'

இந்த வார்த்தைகளில் இழையோடும் உறுதிதான் எனக்குப் பொறுமையைத் தருகிறது. அம்மா பல தடவை தனது சம்சயங்களுக்கு இடையே இதையும் சொல்லுவாள்; 'நல்லதையே நினை மோகினி... நல்லது செஞ்சா நல்லது விளையும்.' - இதுதான் எனது தாரக மந்திரம். என்னிடம் மட்டும் எனது மாமியார் தனது எதேச்சதிகாரத்தைக் காண்பிப்பதற்குச் சரித்திர காரணம் இருப்பதாக நான் நினைக்கிறேன். தன் மருமகள் தன் அதிகாரத்துக்குள் இருக்கவேண்டும் என்கிற எண்ணம் - அது நிலப்பிரபுத்துவ சமூக மனப்பான்மையினால், இந்தப் பாரம்பரியத்தைத் காக்கத்தான் அவர் என்னிடம் அப்படி நடந்துகொள்கிறார். நான் இப்பொழுது பொறுமையாக இருப்பதைத் தவிர வேறு வழியில்லை. மாதுவின் வார்த்தைகளை நான் நம்புகிறேன்.

ஆஸ்பத்திரி வந்துவிட்டது. நான் என்னையறியாமல் கடிகாரத்தைப் பார்த்தேன். நல்லவேளை, சொன்ன நேரத்துக்குள் வந்துவிட்டேன்.

கல்யாணிப்பிள்ளையைப் பார்த்த சந்தோஷத்தில் நான் கொண்டுபோன சாப்பாட்டை முகம் சுளிக்காமல் மாமியார் சாப்பிட்டார். சாப்பிட்டதும் அவர் ஓய்வு எடுக்கவிடாமல் கல்யாணி இரண்டு மணி நேரம் சளசளவென்று ஓயாமல், தன் தம்பி மனைவியைப் பற்றி தூஷணை செய்துவிட்டுக் கிளம்பினாள்.

நான் அம்மாவுக்குக் கொடுக்கவேண்டிய மருந்துகளைக் கொடுத்து, "கொஞ்ச நேரம் தூங்குங்கோம்மா!" என்றேன். "பேச்சைக் கேக்கறதுக்குக்கூட களைப்பாதான் இருக்கும்!"

"என்னவோ என்மேல் இருக்கிற பிரியத்தினாலேதானே வரா! கூடாது என்கிறியா?"

நான் பதில் சொல்லாமல் வெனிஷியன் ப்ளைண்ட்ஸை மேலே தூக்கி வெயிலை மறைத்தேன்.

அவர் திடீரென்று நினைவு வந்தவர்போல் கேட்டார்:

"ரமாகிட்டேந்து லெட்டர் வந்ததா?"

"இல்லே!"

"டெலிபோன் பண்ணினியா?"

"லைனே கிடைக்கல்லே."

"சாதாரணமாக் கிடைச்சுடுமே" என்றார் அவர் என்னை நம்பாமல்.

"என்னவோ இன்னிக்குக் கிடைக்கவே இல்லே..." என்றேன் அவர் பார்வையைத் தவிர்த்து. இன்றைக்கு லண்டன் லைனுக்குக் காத்திருக்க நேரம் எங்கே இருந்தது? உண்மையைச் சொன்னால் அதன் விளைவு பயங்கரமாக இருக்கும். மாது என்னோடு மீண்டும் சகஜ நிலைக்கு வரவே ஒரு வாரம் பிடிக்கும்.

"சொல்ல மறந்துட்டேன். மாது லொட்டாகாவுக்கு ஒரு லன்ச் ப்ரோக்ராமுக்காக வராராம். அது முடிஞ்சதும், உங்களைப் பார்க்க வரேன்னு சொன்னார்."

அவருடைய முகத்தில் காரணம் புரியாமல் ஒரு கடுகடுப்புத் தோன்றிற்று.

"பின்னே ஏன் என்னைத் தூங்கச்சொன்னே? அவன் வரும்போது நா பேசிடக் கூடாதுன்னா?"

திடீரென்று என்னுள் கிளம்பிய வெறியில் நான் மானசீகமாக அந்தத் திமிர்பிடித்த உடம்பை ஒரு குலுக்குக் குலுக்கினேன்.

'ஆமாம்! ஆமாம்! ஆமாம்!'

"நா எப்பக் கண்ணை மூடப்போறேன்னு காத்திண்டிருக்கே! அவனை எப்படிக் கைக்குள்ளே மடக்கிக்கலாம்னு இருக்கே! நான் அத்தனை சுலபத்திலே போயிடமாட்டேன்!"

இப்பொழுது மனசு அவரது கழுத்தை நெருக்கிற்று. 'எத்தனை நாளைக்கு நீ சாச்வதமா இருக்கப்போறே... குடல்லே வளர்ந்திருக்கிற புற்று, கழுத்துவரை வளர எத்தனை நாள் ஆகும்? உசிர் இருக்கிறவரைதானே உன் அகங்காரம்? அதுக்கப்புறம் என்ன பண்ணுவே. என்ன பண்ணுவே?'

நெஞ்சு எக்காளமிடுகையில் மார்பு டமாரமடித்தது. உள்ளங்கையில் நீர் கசிந்து நெற்றியில் பளபளத்தது.

நான் உடனடியாக சமாளித்துக்கொண்டேன். கடவுளே, என்ன ஆகிவிட்டது நமக்கு என்று அவமானம் ஏற்பட்டது. 'கடவுளே, எனக்குப் பொறுமையைக் கொடு!'

நல்லதையே நினை, நல்லது செய்தால்...? என்ன குறள் அது! **'இன்னா செய்தாரை... அவர் நாண நன்னயம் செய்து விடல்?'**

என் வரையில் அது பலிக்குமா? உடல் ஒடுங்கிய நிலையிலும், இந்த ஜீவனுக்குள் இருக்கும் அகங்காரம் ஒடுங்குமா?

அறையின் ஓர் ஓரமாக என் வேலையில் ஆழ்ந்தபடி, நான் கட்டிலிலிருந்து அந்த உருவத்தை சீற்றத்துடன் பார்த்தேன். மரணம் வெகு சமீபத்தில் இருக்கிறது என்று டாக்டர்கள் எச்சரித்து ஒரு வாரமாகிறது. அவரே அதை உணராமல் இருக்கமாட்டார்.

'நா அத்தனை சுலபத்திலே போயிட மாட்டேன்!'

என்னை விரட்டுவதுபோல் யமனையும் விரட்டப் போகிறாரா?

அந்த நிலையிலும் எனக்குச் சிரிப்பு வந்தது.

பிற்பகலில் சொன்னபடிக்கு மாது வந்தார். என்னிடம் எதுவும் பேசாமல் கட்டிலுக்கருகில் உட்கார்ந்து அம்மாவின் கைகளை வருடியபடி, "எப்படிம்மா இருக்கே?" என்றார்.

அந்தக் குரலில், பிரக்ருதியின் வாத்ஸல்யமும், துயரமும், பச்சாதாபமும், ஏக்கமும் ஒன்றாகக் குழைந்து உருகின... அந்தக் குரலைக் கேட்டுக் காரணம் புரியாமல் அடிவயிற்றில் ஜில்லிப்பு ஏற்பட்டது எனக்கு.

***

அத்தியாயம் 6

லொட்டாகா ஆஸ்பத்திரியை நோக்கிச் சென்று கொண்டிருந்த சொகுசான ஏர்-கண்டிஷன்ட் மாஸிடீஸில் நாயக்கர் தாத்தா யோசனையுடன் அமர்ந்திருந்தார். விரைந்து பின்னால் மறைந்த காட்சிகள் மனசில் பதியாமல் நினைவு பின்னோக்கி பாய்ந்த வண்ணம் இருந்தது. எது இறந்தகாலம், எது நிகழ்காலம் என்று புரியாத குழப்பம் அவரை ஆட்கொண்டது.

“எனக்கு வயசாயிப் போச்சுங்கறது உண்மைதான்...” என்றார் வாய்விட்டு.

“எப்படிச் சொல்றீங்க?” என்று மீனாட்சி புன்னகைத்தாள்.

“மாதுவை எப்பப் பார்த்தேன்னு எனக்கு நினைவில்லே இப்ப!”

“இன்னிக்குக் காலையிலே பார்த்ததா சொன்னீங்க. அறுபது வருஷத்துக்கு முந்தி நடந்ததை இன்னிக்கும் விவரமாகச் சொல்றீங்க, உங்களுக்கா ஞாபகமறதி?”

“பழசெல்லாம் ஞாபகம் இருக்கு, இன்னிக்கு நடக்கறதுதான் மனசிலே பதியல்லே - வேலைவெட்டி செய்யாம சொகுசா சாப்பாடும், தூக்கமுமா இருந்தா மூளை மழுங்கித்தான் போகும்.”

“சிவனே! இன்னும் எதுக்கு வேலை செய்யணும்? கடவுள் புண்ணியத்திலே...”

"அது சரி" என்று கிழவர் இடைவெட்டினார். "சாகிற வரை உழைச்சுத்தான் சாப்பிடணும்னு நினைச்ச காலம் உண்டு. அதைப்பத்தித்தான் இப்ப நினைச்சுக்கிட்டிருந்தேன். ராமசாமி அஞ்சு வயசுக் குழந்தையா இருந்தப்போ பெரிய காய்ச்சல் வந்து படுத்திட்டான். அப்ப இங்கெல்லாம் ஆஸ்பத்திரி இல்லே. வெள்ளைக்கார டாக்டர்கிட்டப் போக எங்கிட்டப் பணம் இல்லே. பாஷையும் தெரியாது. ஃபீஜி நாட்டு வைத்தியர்கிட்டப் போக எனக்கு இஷ்டமில்லே. மாதுவுடைய அப்பா இங்கே வக்கீலா வேலைக்கு வந்தவங்க. அவராண்டை போய் அழுதேன். உடனே மறுயோசனை பண்ணாம குழந்தையைத் தானே வெள்ளைக்கார மருத்துவர்கிட்ட தூக்கிட்டுப் போனாங்க. அவருடைய உதவி இல்லாம இருந்தா குழந்தை பொழச்சிருக்க மாட்டான். இப்பப் பாரு, அவன் கட்டின ஆஸ்பத்திரியிலே நாகலட்சுமி படுத்திருக்கா! ஆச்சரியமாயில்லே...?"

சில வினாடிகள் மௌனத்திற்குப் பிறகு மீனாட்சி மெதுவாகச் சொன்னாள்.

"ஆனா அந்தம்மாவைப் பிழைக்க வைக்கிறது நம்ம கையிலே இல்லேன்னு நினைக்கிறேன். வியாதி முத்திப்போச்சுன்னு சொல்றாங்க."

"பிழைச்சாலும் பிழைச்சுடுவா. சொல்ல முடியாது. ரொம்ப திண்ணக்கம் அவளுக்கு!"

கிண்டல் செய்கிறாரோ என்று மீனாட்சி அவரை நிமிர்ந்து பார்த்து புன்னகைத்தாள்.

நாயக்கர் பதிலை எதிர்பார்க்காமல் தொடர்ந்து பேசிக்கொண்டு போனார்.

"சின்னப் பொண்ணா இந்தத் தீவுக்கு புருஷனோட வந்து இறங்கினப்ப, நா துறைமுகத்திலே வேலை செய்துகிட்டிருந்தேன். நல்ல வெளுப்பா, புறா மாதிரி இருந்த அவ அழகைக் கண்டு

அசந்துபோனேன். பார்க்கத்தான் புறா. மனசும், பார்வையும் பருந்துன்னு பிறகு பழகப் பழகப் புரிஞ்சுபோச்சு.''

"நீங்க இவ்வளவு கடுமையா சொல்லக்கூடாது. பாவம்! நல்ல நிலைமையிலே இருந்த புருஷன் போய், எல்லாக் குழந்தைகளையும் தனியா முன்னுக்குக் கொண்டு வந்திருக்காங்க.''

"அதெல்லாம் சரிதான்'' என்றார் நாயக்கர் பொறுமையிழந்து. "நாயும், பூனையும்தான் குட்டிகளைக் காப்பாத்தும். அந்த மாதிரி ஒரு நிலைக்கு ஆளாகிப்போனா அதுக்கு யார் என்ன செய்ய முடியும்? நல்லா இருக்கிறவங்களைப் பார்த்து ஆங்காரப்படறது நியாயமா?''

மீனாட்சி பதில் சொல்லவில்லை.

"என்னவோ விசித்திர குணம் அவளுக்கு'' என்று நாயக்கர் தொடர்ந்தார்: "தோல்வியை ஏத்துக்க மாட்டேன்னு நிமிர்ந்து நிக்கிறது விசேஷம்தான். பிள்ளைங்களும் சுபாவத்திலே கெட்டிக்காரங்க, மளமளன்னு மேல வந்துட்டாங்க. அதுதானே நாகலட்சுமியுடைய லட்சியமாயிருக்கணும்?''

உங்கள் வாதத்தில் கலந்துகொள்ள எனக்கு விருப்பமில்லை என்பதுபோல் மீனாட்சி வெளியே பார்த்தாள்.

நாயக்கர் தன் இரண்டு கரங்களையும் முன்னால் வளைவாகக் கோர்த்தபடி சொன்னார்: "அஞ்சு குழந்தைகளையும் இதுக்குள்ள கட்டுப்படுத்தி வெச்சிருக்கணும்னு அவளுக்கு ஆசை. வெறும் ஆசை இல்லே - வெறி! அதிலே மூச்சு முட்டிப்போய் நாலு பறந்துபோச்சு! மாது மட்டும் நின்னுகிட்டான். அதோட அந்த அப்பாவிப் பொண்ணு வேற மாட்டிக்கிட்டா! கல்யாணமாகி வந்த சுருக்கிலேயே அதை என்னவோ காரணம் சொல்லி இந்தியாவுக்குத் திருப்பி அனுப்பிச்சுட்டாளே! உனக்கு ஞாபகமில்லே.''

''மெட்ராசிலே காலேஜ்லே படிச்ச பொண்ணு. வாய்த்துடுக்கா இருந்தது போல...''

''ஆ... அதெல்லாம் கதை! மாதுவுக்கு அவமேல பிரியம் வந்துட்டதோன்னு பயந்துபோயிட்டா நாகலட்சுமி. அவனும் ஒரு மடையன். அவ சொல்லிக்கொடுத்தபடி இரக்கமில்லாம... என்னாலே நிச்சயமா நம்ப முடியல்லே. அது ஒரு போக்கத்த பயந்தாங்கொள்ளிப் பொண்ணு! நானில்லே இடையிலே புகுந்து நீ செய்யறது தப்புன்னு நாகலட்சுமிகிட்ட சொல்லி சேர்த்து வெச்சேன்...''

''நல்ல காரியம் செஞ்சீங்க! இப்ப மோகினிக்கு என்ன குறை? நல்லாத்தானே இருக்கா.''

அவர் வியப்புடன் மீனாட்சியைப் பார்த்துவிட்டு மௌனமானார். எத்தனை விசித்திரம் இந்தப் பெண்கள் என்று ஆச்சரியமேற்பட்டது.

''நீங்க ஏன் பழசையே நினைச்சுக்கிட்டிருக்கீங்க? அந்தம்மா இன்னும் எத்தனை நாள் உசிரோட இருக்கப் போறாங்களோ? அதுக்கப்புறம் மோகினியுடைய ராஜ்யம் தானே?''

அவர் மேற்கொண்டு பேசாமல் சீட்டில் சாய்ந்து கண்களை மூடிக்கொண்டார்.

இவள் சொல்வதுபோல் நான் இறந்த காலத்திலேயே இருக்கிறேன் என்று தனக்குள் சொல்லிக்கொண்டார்.

மூடிய விழிகளுக்குள் பார்வதி நின்றாள். அவர் புதிதாக செய்து போட்ட நகைகளுடன், அவருடன் சேர்ந்து மண்ணை வெட்டிய மெலிந்த கரங்களில் அடங்காத வியப்புடன் தங்கம் மின்னிற்று.

'அவ என்னை எப்படிப் பார்த்தா கவனிச்சீங்களோ?'

சீச்சீ! அதெல்லாம் உன் பிரமை. ஒரு விதவைப் பொம்பளை, அழகா வேற இருந்துட்டா உங்களுக்கெல்லாம் பொறுக்காது!

'உங்களுக்குப் புரியாது! இவ பார்வை நல்லதில்லே...!'

"மாமா, இறங்குங்க... ஆஸ்பத்திரி வந்தாச்சு!"

அவர் திடுக்கிட்டு கண்ணைத் திறந்தார். "தூங்கிட்டேன் போலிருக்கு" என்று முணுமுணுத்தப்படி ஊன்றுகோலை வெளியில் ஊன்றி இறங்கினார். புது மெருகு அழியாமல் பளபளக்கும் அந்த பிரும்மாண்டக் கட்டடத்தை நோக்கி, அலை அலையாக நெஞ்சை நிரப்பிய ஒரு பெருமிதத்துடன் முன்னால் நடந்தார். வழியில் தென்பட்ட டாக்டர்களும் - நர்ஸ்களும் பெரிதாகப் புன்னகைத்து, "நமஸ்காரம்!" என்றார்கள்.

"எனக்கொண்ணும் இல்லே உடம்புக்கு!" என்று சிரித்தார் நாயக்கர்.

"நாகலட்சுமியைப் பார்க்க வந்தோம்."

அறைக்குள் நுழைந்தபோது மோகினி ஏதோ புத்தகத்தைப் படித்துக் கொண்டிருந்தாள். நாகலட்சுமி கூரையைப் பார்த்தபடி படுத்திருந்தாள்.

அவர் நேராக கட்டிலருகில் சென்று நின்றார். நல்ல பாரியான சரீரம் எவ்வளவு வற்றிவிட்டது என்று மனசு துணுக்குற்றது.

நாகலட்சுமியின் அதரங்களில் மெல்லிய புன்னகை விரிந்தது.

"எப்படியிருக்கே நாகலட்சுமி?"

பார்வை மீண்டும் விட்டத்திற்குத் திரும்பிற்று. நிழல் படர்ந்தாற்போல் கண்ணில் நீர் படர்ந்தது.

"தினமும் போராட்டம் தான்..." என்றாள் மெல்லிய குரலில்.

"டாக்டருங்க நல்லா கவனிச்சிக்கறாங்களா?"

"ஆமாம்; அவங்களும்தான் என்ன செய்வாங்க? என் மனோதிடத்தாலேதான் இத்தனை நாளா இருக்கேன்னு

எனக்கே தெரியும். தோல்வியை ஏத்துக்க இன்னும் எனக்கு மனசு வரல்லே!''

நாயக்கர் யோசனையுடன் அந்த வெளுத்த முகத்தைப் பார்த்தார்.

''மனோதிடம் ரொம்ப முக்கியம் நாகலட்சுமி!'' என்றார் நிதானமாக. ''வியாதியைக் தாங்கிக்கவும் அது தேவை. எந்த விதமான முடிவை ஏத்துக்கவும் அது தேவை. நீ எதைப்பத்தியும் நினைக்காம ஆண்டவன் மேல் எல்லா பாரத்தையும் போடு...''

நாகலட்சுமி பதில் சொல்லவில்லை. 'என் பேச்சு இவளுக்கு ரசிக்கவில்லை' என்று அவர் தமக்குள் சொல்லிக்கொண்டார்.

''ஆஸ்பத்திரியிலே நீ படுத்துக்கிறதனாலே உனக்கு முடிவு காலம் வந்துட்டதுன்னோ, நீ தோத்துப்போனேன்னோ அர்த்தமில்லே... நீயும் நானும் நம்ம கடமையைப் பூரா முடிச்சுட்டம், 'டேய்! உன் வேலை முடிஞ்சுபோச்சு, கிளம்பி வா'ன்னு ஆண்டவன் சொன்னார்னா, அது என்னுடைய தோல்வி இல்லே; வெற்றி!''

''நா கண்ணை மூடினா யாருக்கும் நஷ்டமில்லேன்னு சொல்றீங்க...''

''இதப்பார், நா எதுவும் சொல்லல்லே... நா படிப்பு எழுத்தறிவில்லாதவன். இரத்தமும், சதையும் உள்ள மனுசன். மரம் வேர் பிடிச்சு நிக்கிற மாதிரி நின்னுட முடியாதுன்னு மட்டும்தான் தெரியும். உனக்கு நினைவிருக்கா? ராமசாமிக்கு கல்யாணம்கூட ஆகல்லே. பார்வதி இறந்துட்டா, அவ்வளவு சீக்கிரம் அவ கண்ணை மூடுவான்னு நீயும் நானும் நினைச்சமா?''

திடீரென்று முப்பது வருஷத்துக்குப் பின்னால் நிற்கிற மாதிரி அவருக்கு மூச்சு முட்டிற்று.

''அவளுக்கு ஏதோ விஷ ஜூரம் வந்ததில்லே?''

அது அவர் காதிலேயே விழாதவராய் நாகலட்சுமியை தீவிரமாகப் பார்த்தார்.

"உனக்கு பார்வதியை கடைசியா பார்த்த ஞாபகம் இருக்கா?"

நாகலட்சுமியின் முகம் சற்று இளகிற்று.

"ஓ, நன்னா நினைவிருக்கு... புதுசா நகை வாங்கிப் போட்டிருந்தாங்க... எனக்குக் காண்பிக்க அழைச்சிட்டு வந்தீங்களே?"

"உனக்கு நினைவிருக்கே!" என்றார் கிழவர் வியப்புடன்.

"சரியா ஒரே வாரத்திலே அவ செத்துப்போவான்னு நீயும் நானும் அப்ப நினைச்சிருப்போமா!"

அறையில் ஒரு சங்கடமான மௌனம் நிலவிற்று. நாகலட்சுமியின் கண்களில் மட்டும் ஓர் அசாதாரணப் பளபளப்புத் தெரிந்தாற்போல் அவருக்குப் பிரமை ஏற்பட்டது.

"எதுக்கு மாமா, இப்பப் பழசையெல்லாம் கிளர்றீங்க" என்றாள் மீனாட்சி மெல்ல.

"எதுக்கு சொல்ல வரேன்னா, எமன் வந்து நிக்கறான்னு நீ நினைக்கிறப்போ, அவன் வந்த வழியே திரும்பிப் போயிடுவான்! அவனை எதிர்பார்க்காத சமயத்திலே கழுத்தை வளைத்து நெறிப்பான்! அதனாலே நீ இன்னும் நிறைய வருஷம் இருப்பே, யோசனை பண்ணாதே!"

"இந்த வலியோடா!?"

"எதுக்கு வலியோட இருக்கணும்?" என்றார் நாயக்கர் விறைப்பாக.

"இங்க குடுக்கற மருந்து உன்னைக் குணப்படுத்தாதா! யார் கட்டின ஆஸ்பத்திரியின்னு நினைச்சே?"

நாகலட்சுமியின் அதரங்களில் புன்னகை அரும்பிற்று.

''மாதுக்காகவாவது நா குணமாயிடணும், அவன் படற கஷ்டத்தைப் பார்க்க சகிக்கல்லே. கொஞ்சம் வலின்னு சொல்றதுக்குள்ளே துடிச்சுப் போயிடறான்.''

மோகினி வாயே திறக்காமல் நாகலட்சுமியின் பார்வையிலிருந்து விலகிச் சற்றுத் தொலைவில் கையைக் கட்டிக்கொண்டு நிற்பதை அவர் கவனித்தார்.

''எதைப்பத்தியும் நீ கவலைப்படக்கூடாது நாகலட்சுமி...'' என்றபடி அவர் எழுந்தார். ''இன்னி நேத்துப் பழக்கம் இல்லே நமக்கு. கூடப் பிறந்தவனாட்டம் சொல்றேன். ஆண்டவன் பேரைச் சொல்லிக்கிட்டு இரு, அதுக்கெல்லாம் ஏதோ சக்தி இருக்கத்தான் செய்யுது. மோகினியை தேவாரம், திருவாசகம் படிக்கச் சொல்லிக் கேள்!''

மீனாட்சி நாகலட்சுமியின் கையைப் பற்றியபடி, சிறிதுநேரம் சமாதான - தைரிய வார்த்தைகள் சொல்லிவிட்டுக் கிளம்பினாள்.

வீட்டிற்குத் திரும்பும் வழியில் அவர் பேசவேயில்லை. சீட்டில் தலையை சாய்த்துக் கண்களை மூடிக்கொண்டார்.

முப்பது வருஷங்களுக்கு முன் செத்துப்போன பார்வதியின் நினைப்பை இன்று நாகலட்சுமியின் எதிரில் கிளறிவிட்டது அநாகரிகமான செயல் என்று உறுத்திற்று. ஆனால், எத்தனை வருஷங்களாக இந்த நினைப்பு மனத்தைக் குடைந்து கொண்டிருக்கிறது!

அந்த அசட்டுப்பொம்பளை பயந்த மாதிரியே ஆகிவிட்டதே என்று எத்தனை பலவீனமான தருணங்களில் அசம்பாவிதமாக நம்மை வதைத்திருக்கிறது! விஷ ஜுரத்தில் எத்தனையோ பேர்கள்தான் இறந்துபோனார்கள். பார்வதியின் முடிவிற்கு நாகலட்சுமியின் பார்வையைக் காரணமாகச் சொல்வது அறிவு கெட்டதனம்! அவ கண்ணுலே தெரிந்த பளபளப்புக்குக் காரணம் இருக்குமா?

'எனக்கு அறிவு கெட்டுத்தான் போச்சு' என்று அவர் தமக்குள் சொல்லிக்கொண்டார்.

இந்திய மண்ணை உதறிவிட்டு பரதேசக் கப்பல்லே ஏறினதுமே, எல்லா பயங்களையும், மூட நம்பிக்கைகளையும், ஜாதிச் சுவர்களையும் சமுத்திரத்திலேயே புதைச்சு இங்கே வந்து சேர்ந்தவங்க நானும் மத்தவங்களும். அந்தச் சங்கிலிகளெல்லாம் பிணைச்சபடியே இருந்திருந்தா, இன்னைக்கு இப்படிப் புது ரத்தம் மாதிரி நிமிர்ந்து மெதப்பா நிக்க முடியாது. அந்த அறியாப் பொம்பளை சாவதற்கு முன்னாலே ஏதோ பயத்திலே சொன்னது இப்ப ஏன் என் மனசிலே எட்டிப் பார்க்குது?

"பிழைப்பாங்கன்னு உங்களுக்குத் தோணுதா?"

"எனக்கு ஒண்ணும் சொல்லத் தெரியல்லே மீனாட்சி... அவளுக்குச் சாக இஷ்டமில்லையே!"

"நம்ம இஷ்டத்தை பொறுத்தா முடிவு வரும்?"

நாயக்கர் ஆயாசத்துடன் கண்களை மூடிக்கொண்டார்.

"அவ இஷ்டத்துக்கு விரோதமா சாவு வந்ததானா, அவ முழுசா சாகமாட்டான்னு தோணுது!"

"நீங்க இன்னிக்கு என்னவோ ஏறுமாறாப் பேசறீங்க" என்று மீனாட்சி சிரித்தாள்.

"நாங்கள்ளாம் கூலிக்காரங்களா பாரக்ஸ்லே வாழ்ந்துகிட்டிருந்தப்போ ஒருத்தன் செத்துட்டான். சிலபேர் பெரிய குரல்லே அழுதாங்க. எங்க கூட்டத்திலே பண்டிதன்னு ஒருத்தன் இருப்பான். அவனும் கூலிக்காரன் தான். ஆனா கொஞ்சம், கேள்வி ஞானம் உள்ளவன். ராத்திரி வேளையிலே எங்களுக்கு ராமாயணம், மகாபாரதம் கதைகள் சொல்வான்."

'பிணம் கிடக்கும்போது பெரிசா அழாதீங்க. ஆத்மா சொர்க்கத்துக்குப் போகாம, உங்க குரல் கேட்டு இங்கேயே தங்கிடும்'னான்... நாகலட்சுமியுடைய ஆத்மாவை எந்தக்

குரலும் நிறுத்த வேண்டியதில்லே. அவ இந்த இடத்தை விட்டு நகரமாட்டா!''

மீனாட்சி வாய்விட்டு சிரித்தாள். ''இத்தனை நெருங்கிய சினேகிதங்களைப் பற்றி நீங்க இப்படிப் பேசக் கூடாது!''

அவர் மீண்டும் கண்களை மூடிக்கொண்டார். காலையில் மாதுவைப் பார்த்ததும், அம்மாவின் வியாதியைப் பற்றி அவன் ஒரேயடியாய் உருகியதும் நினைவுக்கு வந்தது.

'சீக்கிரம் முடிவு வந்தாத் தேவலை. அவங்க படற கஷ்டத்தைப் பார்க்க முடியல்ல' என்றான். நாகலட்சுமியின் கண் மூடினால் இவனுடைய கண் திறக்குமா என்று அவர் யோசித்தார். காரணம் புரியாமல் சங்கடமேற்பட்டது. ''கடவுளே, இவங்கள்ளாம் எப்படி வாழ்க்கையைக் குழப்பிக்கிறாங்க!'' என்றார் வாய்விட்டு.

✲ ✲ ✲

அத்தியாயம் 7

நேற்று இரவு சரியான தூக்கமே இல்லை. எங்கேயோ ஒரு நாய் அழுத வண்ணம் இருந்தது. இடையிடையே கண்ணயர்ந்த நேரத்திலும் என்னென்னவோ சம்பந்தமில்லாத கனவுகள். கனவுகள்கூட என்னைப் பரிகசிக்கின்றன. யாரோ துரத்துகிற - விரட்டுகிற கனவுகள்.

உண்மையில் அத்தனை பெரிய வீட்டில் தனியாகப் படுப்பது எனக்குப் பயமாக இருக்கிறது. மாமியாரை ஆஸ்பத்திரியில் சேர்த்ததிலிருந்து மாது இரவு நேரத்தில் அங்கேதான் படுக்கிறார்.

“கார்த்தாலே சீக்கிரமா ஆபிஸுக்கு வேற போகணும். உங்களால தினமும் இரவு கண் முழிக்கவும் முடியுமா? ஒரு நர்ஸைப் போடலாமே” என்று நான் தயக்கத்துடன்தான் சொன்னேன்.

‘எங்கம்மாவை நானே பார்த்துண்டாதான் எனக்கு சமாதானம்’ என்றார் கண்டிப்புடன். ‘கொஞ்சம் தூக்கம் கெட்டுப்போனதாலே நா கரைஞ்சு போயிடமாட்டேன்! நாம பார்த்துக்கற மாதிரி நர்ஸ் பார்த்துப்பாளா...?’

ஏன் பார்த்துக்கொள்ள மாட்டாள் என்று நான் எனக்குள் சொல்லிக்கொண்டேன். இதற்காகப் பயிற்சி பெற்றவள், ஆபத்து என்றால் நிதானம் தவறாமல் செயல்படக் கூடியவள்.

'நான் அங்கே இருந்தா எனக்கு மட்டும் சமாதானமில்லை, அம்மாவுக்கும் சமாதானம்.'

இந்த வார்த்தைக்கு மேல் அப்பில் கிடையாது என்கிற உணர்வில் நான் வாயே திறக்கவில்லை.

கிட்டதட்ட இருபது நாட்கள் ஆகிவிட்டன - நான் இப்படி அரண்மனை போன்ற இந்த வீட்டில் தன்னந்தனியாய் இரவு படுக்க ஆரம்பித்து, இன்னும் எத்தனை நாட்களுக்கு இந்த நிலை நீடிக்கும் என்ற சோர்வு எனக்கு அடிக்கடி ஏற்படுகிறது.

"மாது படற கஷ்டத்துக்காகவாவது நான் குணமாயிட்டேன்னா தேவலை!"

எனது மாமியார் குணமாக விரும்புவது நிச்சயம் இந்த காரணத்துக்காக இல்லை என்று எனக்குத் தெரியும்.

'நா எப்ப கண்ணை மூடப்போறேன்னு காத்திண்டிருக்கே... புருஷனைக் கைக்குள்ள போட்டுக்கக் காத்துண்டிருக்கே!'

இந்த ஆங்காரத்தை நினைக்க நினைக்க எனக்குச் சிரிப்புத்தான் வருகிறது. இவருக்கு அடக்கி ஆண்டுதான் பழக்கம். சமத்துவம் - சினேகிதம் என்கிற பதங்களின் தாத்பரியம் தெரியாது. மாது என்ன இளைத்தவரா, எனக்கு அடங்கிப்போவதற்கு! அவரது சிநேகிதம் கிடைத்தால் எனக்குப் போதாதா?

ஆ...! அந்த சிநேகிதம்கூட அதிகம் என்று நினைக்கிறார் இவர். அது எங்கே எனக்குக் கிடைத்துவிடுமோ என்று பயப்படுகிறார்.

'அத்தனை சுலபமா நா போயிடமாட்டேன்!'

அவர் எதிரில் சொல்ல முடியாத வார்த்தைகளை நான் இருளில் கூரையைப் பார்த்துச் சொன்னேன்.

'நீங்க என்னைத்தான் அடக்கலாம். யமனையும் அடக்கிடுவேளா? நாயக்கர் தாத்தா சொன்னதெல்லாம்

உங்களுக்குப் புரியல்லையா? யமனை விரட்டற சாமர்த்தியம் இருந்தா செஞ்சு காண்பியுங்களேன். நா இப்ப இருக்கிற மாதிரியே இருந்துட்டுப் போறேன்...'

திடீரென்று என்னால் என்னைக் கட்டுப்படுத்திக்கொள்ள முடியவில்லை. சுயபச்சாதாபத்தில் உடம்பு குலுங்கிக் குலுங்கிக் கண்ணீர் பெருகிற்று.

என்ன வர்மம் இது! என்ன குரோதம் இது, காரணமில்லாமல், நான் என்ன தவறு செய்தேன்? நான் இவர்களுக்குப் பயப்படுவதும், இந்த எதேச்சாதிகாரத்துக்கு உட்பட்டு அடிமைப்பட்டிருப்பதும்தான் எனது தவறுகள். என் பொறுமை முறியும் வரை என்னைச் சீண்டுவதில் என் மாமியாருக்கு இருக்கும் வக்ரதிருப்தி சாகும் வரை நீடித்திருக்கும்.

சாகும் வரை.

அது அதிக தூரத்தில் இல்லை!

இப்படி ஒரு சாவை எதிர்பார்த்து நிற்பது என்னுள் ஓர் அவமான உணர்வை ஏற்படுத்துகிறது. எத்தனை கேவலமாகிப் போனேன் என்று வெட்கமேற்படுகிறது. இத்தகைய ஒரு நிர்ப்பந்த உணர்வுக்கு என்னை ஆளாக்கின மாமியார் மேலும், மாதுவின் மேலும் எனக்குக் கோபம் ஏற்படுகிறது. இதில் ஒரு வேடிக்கை - எனக்கு இவர்கள்மேல் வெறுப்பில்லை. வெறுக்கும் அளவுக்கு என்னுள் சுதந்திர உணர்ச்சி இல்லாதது காரணமாக இருக்கலாம். மாமியாரின் உடம்பைப் பற்றி எனக்கு ஆத்மார்த்தமான கவலையேற்படுகிறது. அவருடைய உதவியில்லாமல் இந்த வீட்டையும், அவர் குவித்து வைத்திருக்கும் சாமான்களையும் எப்படிப் பராமரிப்பேன் என்று திகைப்பேற்படுகிறது. சாப்பாட்டு சாமான்கள் முதற்கொண்டு கோடௌனில் நிரப்பி வைப்பதுபோல் நிரப்பி வைக்கிற குணம் அவருக்கு.

இங்கு வந்திருந்தபோது சமைலறை அலமாரியைத் திறந்த என் அம்மா,

'பேரக்குழந்தை பிறக்கிற வரைக்கும் உங்க மாமியார் வாங்கி வெச்சிருக்கிற புளியும், இன்ஸ்டெண்ட் காப்பிப் பவுடரும் இருக்கும் போலிருக்கேடி!' என்று திகைத்தாள்.

நான் சிரிக்கக்கூட பயந்து அம்மாவை அடக்கினேன். இப்பொழுது சிரிப்பு வந்தது. காய்கறிகள்கூட இன்னும் ஆறு மாதங்களுக்குக் காணும்படியாக கோல்ட் ஸ்டோரேஜில் இருக்கிறது!

இது என்ன ஆசை? இது என்ன வேட்டை? அகிலமெல்லாம் கட்டியம் அடங்காத ஆசைக்கு அதைத் துறந்துபோக எப்படி மனசு வரும்?

காப்பியைக் கலந்து எடுத்து வெளி பால்கனிக்கு வந்தேன். காலை நேரத்துத் தூய்மையில் நாண்டி, நகரம் அமைதியான அழகோடு இருந்தது. அடுத்த பங்களாவில் புன்னூஸ் என்ற மலையாளத் தம்பதி இருந்தார்கள். அவர்கள் மட்டும்தான் மலையாளம். குழந்தைகளும், பேரக் குழந்தைகளும் ஃபீஜி வழக்கப்படி கலப்படத் திருமணங்களினால் ஹிந்தி பேசுவார்கள். பல சமயங்களில் நான் நினைத்துக்கொள்வேன் - மாது அந்த வீட்டில் பிறந்திருந்தால் எத்தனை நன்றாக இருந்திருக்கும் என்று! மகா சாத்வீக தம்பதி! அவர்களுடைய மருமகளின் திருப்தியும், சந்தோஷமும் பேச்சுக்குப் பேச்சு பளீரிடும். ஒரே பிள்ளைதான் இங்கே இருக்கிறான். பாக்கி பேர் எல்லாரும் நியூஸிலாந்திலும், ஆஸ்திரேலியாவிலும் வேலை பார்க்கிறார்கள். கடைசிப் பிள்ளைக்குச் சமீபத்தில் கல்யாணம் நடந்தது. இன்னும் ஒரு வாரத்தில் அவனும் ஆஸ்திரேலியா போய்விடுவான் என்று நான்கு நாட்களுக்கு முன் புன்னூஸ் சொன்னார்.

புன்னூஸ் சென்னை கல்லூரியில் படித்தவராம். அதனால் தமிழ் பேசுவார். வால்மீகி இராமாயண பக்தர். இந்தியாவையும், வால்மீகியையும் ஞாபகப்படுத்தி விட்டால், அவருக்கு நா தழுதழுத்துக் கண்களில் நீர் படர்ந்துவிடும்.

அவர்கள் வீட்டு மாடி பால்கனி கதவு திறந்தது. புன்னூஸின் கடைசிப் பிள்ளையும், அவனது மனைவியும் சிரித்துப் பேசியபடி, பால்கனிக்கு வந்து நின்றார்கள். நான் நாற்காலியை நகர்த்தி மறைவாக அமர்ந்துகொண்டேன். அவள் இளரோஜா நைட்டியில் புஷ்பமாகத் தெரிந்தாள். அவன் அவள் இடையைப் பற்றியபடி நின்றவன், அவன் செவியை உரசியபடி ஏதோ ரகசியம் சொன்னான். அவள் பக்கென்று சிரித்தாள்.

எனக்குக் கன்னம் சிவந்து போயிற்று. கொஞ்சங்கூட கூச்சமில்லாத அவர்களது வேடிக்கை விளையாட்டு சல்லாபம் தொடருகையில், மாது ஒருநாள் கூட என்னிடம் இப்படி சல்லாபித்ததில்லையே என்கிற ஏக்கம் எனது நாபியிலிருந்து கிளம்பிற்று. கண்களில் வெட்கமில்லாமல் நீர் படர்ந்தது.

எனக்கு இன்னும் இளவயசுதான். பார்க்க லட்சணமானவள் என்று எனக்கே தெரியும். மனசில் உல்லாசம் இருக்கிறது. வாய்விட்டுச் சிரிக்க வேண்டும்போல் அநேகம் தடவை குழந்தைத்தனமாக எழும் ஆர்வத்தை இந்த மாமியாரின் முகத்தைக் கண்டு பயந்து அடக்கிக்கொள்கிறேன். மாதுவும் அம்மாவின் எதிரில் ஒரு முகமூடி அணிந்துகொள்கிறார் என்று தெரியும். வெளிப்பேரிடம் வெகு ஜாலியாக இருப்பார். அப்ஸொல்யூட்லி சார்மிங் வெளியில் அவரது சுபாவத்தைக் கவனிக்கும்போது, நான் வீட்டின் நடப்பெல்லாம் மறந்து விவஸ்தையில்லாமல் அவர்மேல் மையல் கொள்கிறேன். என்றாவது ஒருநாள் வீட்டுக்குள்ளும் முகமூடி அகலும் என்கிற நம்பிக்கையில் நேசத்தைக் காப்பாற்றி வருகிறேன். என்னிடமே இந்த முகமூடி கழல்வதில்லை - என் அந்தரங்கத்தைத் தேட அவருக்குத் தயக்கமோ, பயமோ - அல்லது அக்கறையேயில்லையோ!

அக்கறைதான் இல்லை. இந்தப் பிரக்ஞை எனக்கு அதிர்ச்சி அளிக்கவில்லை. கோபமேற்படுவதற்குப் பதில் வாதப்

பிரதிவாதங்களும், விளக்கங்களும் என் மனத்தில் எழும்பி என்னைச் சமாதானப்படுத்தப் பார்ப்பது ஆச்சரியம்தான். அம்மாவின் மேல் அவருக்கிருக்கும் மூடப் பிரியம் மட்டும் இந்த அக்கறையின்மைக்குக் காரணம் இல்லை. இருப்பவன் இல்லாதவனை அடக்கப் பார்க்கும் தமது சமூக அமைப்பும் காராணமாக இருப்பதாகப் படுகிறது. நான் என்னை நிலைநாட்டிக்கொள்ள சந்தர்ப்பம் கிடைத்தால் மாதுவின் மனநிலை மாறும். புன்னூஸின் பிள்ளையைப்போல் இடுப்பில் கைசுற்றி, காதோரம் கிசுகிசுக்காமல் போனாலும், என்னை ஒரு சிநேகிதியாக ஏற்கவாவது மனசு துணியலாம்.

புதுமணத் தம்பதிகள் ஒருவரையொருவர் அணைத்தபடி உள்ளே சென்றார்கள். அவர்களுடைய உல்லாசம் என்னையும் தொத்திக் கொண்டாப்போல் புதிய உற்சாகத்துடன் நான் எழுந்தேன்.

தோட்டக்காரன் தாம்புவா வந்துவிட்டான். ஹோஸ்பைப்பை அணைத்த கையுடன், "பூலா!" என்றான். நானும் "பூலா" என்று சிரித்தேன்.

"கொஞ்சம் பூக்களை அப்புறமா கத்தரித்துக் கொடு. ஆஸ்பத்திரிக்குக் கொண்டு போகிறேன்" என்று சொல்லிவிட்டு, நான் வேலையைக் கவனிக்கச் சென்றேன் கொஞ்ச நேரத்தில் மாது ஆஸ்பத்திரியிலிருந்து வந்து குளித்து, காலை ஆகாரம் செய்துவிட்டு ஆபிஸுக்குக் கிளம்புவார். அவர் சென்றவுடன், நானும் தயாராகி ஆஸ்பத்திரிக்குக் கிளம்ப வேண்டும்.

நான் சமையலுக்குத் தயார்செய்து குளித்துவிட்டு வரும்போது வரவேற்பறையில் ஃபீஜி டைம்ஸைப் படித்தபடி மாது உட்கார்ந்திருந்தார்.

"ஹல்லோ... வந்தாச்சா?"

என் குரலிலிருந்த உற்சாகம் எனக்கே வினோதமாக இருந்தது.

“காப்பி கொண்டு வரேன்” என்றபடி விரைந்து காப்பி கலந்து அவரிடம் சென்று நீட்டினேன்.

அவருடைய முகம் சோர்ந்திருந்தது. இந்தப் பதினைந்து நாட்களில் நிச்சயம் எடை குறைந்திருந்தது.

“ராத்திரி அம்மா சரியா தூங்கலையா?” என்றேன் ஜாக்கிரதையாக.

“ஊஹூம்...”

“பாவம்! மருந்துக்கெல்லாம் வலி இப்ப அடங்கறதில்லே போலிருக்கு.”

என் வார்த்தையில் திருப்தியடைந்தவர்போல் அவர் முகத்தில் இளக்கம் தெரிந்தது. சோபாவில் தலைசாய்த்து அவர் கண்களை மூடிக்கொண்டார். விழியோரத்தில் நீர் கட்டி நின்றதோ என்று எனக்குச் சந்தேகம். இத்தனை கம்பீரமான உருவத்திற்கும், இவர் பார்க்கும் உத்தியோகத்திற்கும் சம்பந்தமில்லாத இந்த பலவீனம் எனக்குப் புரியாத நிலையிலும் என்னுள் அனுதாபம் ஏற்பட்டது. பௌருஷம் மிகுந்த அந்தத் தோள்களை அணைத்துச் சமாதானப்படுத்த வேண்டும்போல் எனக்குப் பரபரத்தது. சமாதானம் - என்னுள் பொங்கும் தாபத்துக்கு, சதா தகிக்கும் வேட்கைக்கு.

நான் என்னைக் கட்டுப்படுத்திக்கொண்டேன். வள்ளென்று விழுந்தாரானால் நாள் முழுவதுமே கெட்டுப்போகும். சிக்கலைப் பிரிக்கும் லாவகமும், கவனமும் தேவை இவரை நெருங்குவதற்கு. புன்னூஸின் மருமகளைப் போல ஒரு ரோஜா நிற நைட்டியில் சாதிக்கக்கூடிய சரளமில்லை இங்கு.

“கொஞ்ச நேரம் ரெஸ்ட் எடுத்துண்டு ஆபீஸுக்குக் கிளம்பறேளா” என்றேன் மெல்லிய குரலில்.

அவர் லேசாகக் கண்களைத் திறந்து, என்னை சில வினாடிகள் பார்த்தார்.

"உம்... கொஞ்சம் தூங்கினாத்தான் சரியாயிருக்கும்னு நினைக்கிறேன்" என்று அவர் மறுபடி கண்ணை மூடிக்கொண்டார்.

பெரிய வெற்றியைக் கண்டாற்போல் என் மார்பு படபடத்தது.

"பெட்ரூமிலே வேணாப் படுத்துக்குங்களேன்" என்றேன் மிருதுவாக.

"எட்டரை மணிக்கு ஆபீஸுக்கு போன் பண்ணிச் சொல்லிடறேன் - நீங்க வரக் கொஞ்சம் தாமதமாகும்னு."

அவர் எழுந்தபடியே சொன்னார்: "சரி. தாங்க்யூ! ஆனா நீ வழக்கம்போல் ஆஸ்பத்திரிக்குக் கிளம்பிப் போயிடு, அம்மா தனியா இருக்கா!"

நான் 'சரி' என்றேன், என்னுடைய உற்சாகம் வடிந்துபோனதைக் காண்பிக்காமல்.

படுக்கையறைக்கு அவர் சென்றதும் நான் அவரைத் தொடர்ந்து சென்று திரைச் சீலைகளினால் ஜன்னலை மூடினேன். அவர் படுத்ததும் கதவை லேசாகச் சாத்திவிட்டு வெளியே வந்தேன்.

வழக்கத்தைவிட அதிக சுறுசுறுப்புடன் நான் வேலையை முடித்தேன். ஆஸ்பத்திரிக்கு வேண்டும் என்பதை எடுத்து வைத்து என்னுடைய காலை ஆகாரத்தையும் முடித்தாகிவிட்டது. இன்னும் அரைமணி நேரம் இருந்தது.

எவ்வளவோ நாட்களுக்குப் பிறகு நானும், மாதுவும் தனியாக வீட்டில் இருக்கிறோம் என்கிற நினைப்பு என்னுள் வினோதமான அலைகளை எழுப்பியது. புதுமணப் பெண்ணைப்போல மார்பு படபடத்தது. காது மடல் வரை உஷ்ணம் பரவிற்று. கல்யாணமாகிப் பதினைந்து வருஷமான எனக்கு ஏற்படும் இந்தப் படபடப்பு பக்கத்து வீட்டுப் புதிய மருமகளுக்குக்கூட ஏற்படாது என்று நினைத்து எனக்குக் கூச்சமேற்பட்டது.

மாது கதவுக்கு முதுகைக் காட்டியபடி படுத்திருந்தார். நான் மெதுவாக நடந்து அவரருகில் அமர்ந்தேன். அயர்ந்த தூக்கத்தில் இருந்தார். கண் மூடிய நிலையில் சாந்தமாக - கம்பீரமாகத் தெரிந்த அந்த செதுக்கிய முகத்தைப் பார்க்கப் பார்க்க அடக்கி வைத்திருந்த தாபமும், ஏக்கமும், துக்கமும் சகிப்பு அரணை உடைத்துக்கொண்டு எழுந்தன. அவர் தலையை லேசாகக் கோதும்போது, என் கைவிரல்கள் நடுங்கியது. என் கண்ணில் ஏன் கண்ணீர் துளிர்க்கிறது என்று நிச்சயமாகப் புரியவில்லை. இந்த சுய பச்சாதாபம் எனக்கு அவமானத்தை ஏற்படுத்தினாலும், கண்ணீரை அடக்க முடியவில்லை. அரைப்புலன் உணர்வில் என் அணைப்பை ஏற்றவர்போல் மாது என்னை அணைத்துக்கொண்டார். அத்துடன் நான் நின்றிருக்க வேண்டும். இன்று காலைக் கண் விழித்ததும், பக்கத்துவீட்டு தம்பதியைப் பார்த்ததில் மூளை பேதலித்துவிட்டது என்று நினைக்கிறேன்.

சரேலென்று மாது நன்றாக விழித்துக்கொண்டார். என்னையும், என் நிலையையும் கண்டு திடுக்கிட்டு கைக்கடிகாரத்தைப் பார்த்தார்.

"ஓ மை காட்! இன்னும் ஆஸ்பத்திரிக்குப் போகல்லே நீ?" என்றார் கடுமையாக. நான் குற்ற உணர்வுடன் மெல்லிய குரலில் சொன்னேன்,

"இன்னும் நேரமிருக்கே! தினமும் ஒன்பது மணிக்குத்தானே கிளம்பறேன்!"

அவர் கோபத்துடன் என்னைப் பார்த்தார்.

"கடனெழவேன்னு தினம் மணியைப் பார்த்துண்டு போறியா? சீ, நம்ப என்ன நாய்களா, மனுஷங்களா? அம்மா அப்படி அங்கே படுத்துண்டிருக்கறச்சே...!"

அவர் முகத்தில் தெரிந்த அருவருப்பைப் பார்த்து நிச்சயம் என் செயல் மன்னிக்க முடியாத குற்றம் என்கிற அவமானத்தில் என் கண்களில் நீர் நிறைந்தது.

"போ! சீக்கிரம் கிளம்பு! க்ரேஸி வுமன்!"

மறுவினாடி நான் வெளியேறி சமையலறைக்கு விரைந்தேன். அங்கே டெஸ்கின் மேல் முகத்தைக் கவிழ்த்து விசித்து விசித்து அழுதேன். கண்ணீர் அடங்கித் தலை நிமிர்ந்தபோது,

கையில் கத்தரித்தப் பூங்கொத்துடன் தாம்புவா தோட்டத்துப்பக்கம் திரும்பிக் கொண்டிருந்தான்.

* * *

அத்தியாயம் 8

தோட்டத்துப் புல்வெளியில் சாய்வு நாற்காலியின் மேல் விரிந்திருந்த வண்ணக் குடையின் நிழலில் சாய்ந்திருந்த நாயக்கரின் கண்கள் லேசாக மூடியிருந்தன. செவியும், நாசியும், அறிவுப் புலன்களும், அண்டசராசரத்தின் ஒலியையும், அசைவுகளையும் கிரகித்துக் கொண்டிருந்தன.

புல்வெளிக்கும், பூத்திட்டுகளுக்கும், நாலாபுறமும் சீராகத் தண்ணீர் பாய்ச்சத் தோட்டம் முழுவதும் விரிந்திருந்த ஹோஸ்பைப்பில் அங்கங்கே பொருத்தப்பட்டிருந்த சுழல் குழாய்களின் தண்ணீர் வீச்சு சுகந்த முணுமுணுப்பாய் கேட்டது. புல்லின் மணமும், ரோஜாவின் மணமும், இன்னும் என்னவெல்லாமோ இங்கிலீஷ் பெயர்கொண்ட பூக்களின் மணமும் அதில் இழைத்தன. மீனாட்சி இந்நேரத்தில் வழக்கமாகத் தன்னுடைய பிரத்யேக ஆர்க்கிட் தோட்டத்தில் இருப்பாள். ஆஸ்திரேலியா, சிங்கப்பூர் ஆகிய இடங்களிலிருந்து செடிகளை வரவழைத்துச் சேர்க்கும் பித்து அவளுக்கு.

தொலைவில் இலியா அவருடைய துவைத்த துணிகளைக் கொடியில் உலர்த்திக்கொண்டிருந்தது அரைக் கண் மூடிய நிலையில் தெரிந்தது.

“பயலுக்குக் காதல் ஏற்பட்டுப்போச்சா?” என்று தமக்குள் சொல்லிச் சிரித்துக்கொண்டார்.

காலையில் நடக்கச் சென்றபோது, துறைமுகத்துக்கு அருகே இருக்கும் பூங்காவில் அவர் வழக்கம்போல் சற்று இளைப்பாற உட்கார்ந்தார். நிழலைப் போலக் கூடவே நிற்கும் இலியா அவர் அமரும்வரைக் காத்திருந்து ஒரு வெட்கச் சிரிப்பு சிரித்துச் சொன்னான்:

''நான் ஐந்து நிமிஷத்திலே வரேன். ஒருத்தரோடு பேசிட்டு வரணும்...''

''எங்கே?''

''இங்கேதான்... அதோ அங்கே வேலிக்கிட்ட நிக்கல்லை?''

கிழவர் அவன் காட்டிய இடத்தைப் பார்த்தார்.

''ஒரு பொண்ணு மாதிரி இருக்கே?''

அவனுடைய கருத்த முகம் வெட்கத்தில் பளபளத்தது.

''ஆமாம்; என் சினேகிதி!''

நாயக்கரின் அதரங்களில் புன்னகை படர்ந்தது.

''உம், பேசிட்டு வா, எனக்கு உன் சினேகிதியை அறிமுகப்படுத்துவியோ, இல்லையோ?''

வியப்புடன் அவன் அவரை நிமிர்ந்து பார்த்துச் சிரித்தான்.

''கண்டிப்பா!''

''முதல்லே போய் பேசு, நிதானமா வா, அவசரமில்லே!''

''வினாக்கா!'' (நன்றி).

அசாத்திய சுறுசுறுப்புடன் அவன் விரைவதைப் பார்த்து அவருக்குச் சிரிப்பு வந்தது.

''சின்னப் பையன்னு நினைச்சுக்கிட்டிருந்தேன். இவனுக்கு சிநேகிதி வேறியா?''

இலியாவுக்கு மீசை முளைத்து ஒரு வருஷமாகிறது. இவன் வயசில் எனக்குக் கல்யாணமே ஆயிடல்லியா?

அதாவது என்னுடைய முறையான முதல் கல்யாணம், எத்தனை வருஷங்களுக்கு முன்னால் அது? நினைவில்லை. கல்பகோடி வருஷம் இருக்கும். வேறு ஜன்மம் அது. நிச்சயமாய்.

வீட்டில் நான் இரண்டாவது பிள்ளை, அப்பாவுக்கு நிலபுலன்கள் உண்டு. வேலை செய்ய ஆட்கள் உண்டு. சாப்பாட்டுக்கு ஒன்றும் குறைவில்லை. அதனால்தான் என் பதினாறு வயது உடம்பில் திமிர் ஏறியிருக்க வேண்டும்.

நாயக்கர் அதரங்களில் புன்னகையுடன், அரைக் கண் மூடிய நிலையில் அந்தக் கல்பகோடி காலத்துக் கதையை ஆராய்ந்தார்.

அவள் பெயர் செண்பகம், உண்மையிலேயே செண்பகப் பூக்கணக்கா இருப்பா அசல்லே. அத்தை மகள்தான். உறவுன்னு பெயரே தவிர, ரொம்பப் பிகு பண்ணிக்கும். ஆசையா கிட்டப்போனா மொறைக்கும். 'உன்னை எனக்குச் சொந்தமாக்கிக்கல்லேன்னா நா வேலுச்சாமி இல்லேன்னு பதினாலு வயசிலே நா சபதம் செய்யணும்னா அது திமிரில்லாம என்ன!'

நாயக்கருக்குச் சிரிப்பு வந்தது. பதினாலு வயசிலே வேலுச்சாமி வாட்டசாட்டமாக அரும்பு மீசையுடன் இருந்தான். இந்தப் பிள்ளைக்குக் கால் கட்டுப் போட்டாத்தான் அடங்குவான் என்ற கவலையில் எல்லாரையும் ஆழ்த்தினான். 'நா செண்பகத்தைத்தான் கட்டிப்பேன்' என்று பகிரங்கமாகத் தெரிவித்தான். கல்யாணம் நிச்சயமானதும், செண்பகத்தைத் தனியாகச் சந்தித்து அவள் கையைப் பிடித்து, "மாட்டிக்கப்போறே ஆயுசுக்கும்!" என்றான்.

அவள் வெடுக்கென்று அவன் கையைக் கடித்தாள். தன் கை விடுபட்டதும், 'வெவ்வே...' என்று அழகு காட்டி ஓடினாள்.

'திமிர்பிடிச்ச கழுதை!' என்று கிழவர் புன்னகைத்தபடியே திட்டினார்.

வேலுச்சாமி கல்யாணக் கோலத்துடன் உட்கார்ந்திருந்தான். ஜெயித்துவிட்ட எக்காளத்துடன் செண்பகத்தை அவனிடம் கொண்டு விட்டபோது, அந்த முட்டாள் பெண் அழுதுகொண்டு நின்றாள். பன்னிரண்டு வயசு. ஆனால் வளர்த்தியில் ஒன்றும் குறைவில்லை.

சென்ற ஜன்மமாக இருந்தாலும், நாயக்கருக்கு சினிமாப் படம் எதிரில் விரிந்தாற்போல் நினைவுச்சுருள் விரிந்தது.

வேலுச்சாமி சரேலென்று செண்பகத்தின் மேல் பாய்ந்தான். மூர்க்கத்தனமாக அவளுடைய பட்டுச் சேலையை...

"அட மடையனே, நாசூக்கு வேண்டாம்!" என்று கிழவர் திட்டினார். "அதான் அது மிரண்டுபோச்சு."

செண்பகம் தற்காப்புக்குத் தன்னைத் தயார்செய்து கொண்டவள்போல சிறுத்தையின் லாவகத்துடன், அவனை விலக்கினாள். கடித்தாள். அடித்தாள். வேலுச்சாமிக்குக் கோபம் வந்தது.

"தொலை பீடை!" என்று எரிந்து விழுந்தான். "எத்தனை நாளைக்கு எங்கிட்ட வராம இருப்பே பார்ப்பம்!" என்று கருவினான்.

தொடர்ந்து இதே கதைதான் ஒவ்வொரு நாளும்... யாரிடமும் சொல்ல அவனுக்கு அவமானமாக இருந்தது. பலாத்காரம் செய்தால், ஊரைக் கூட்டி இவள் அமர்க்களப்படுத்திவிடுவாள் என்று தயக்கமாக இருந்தது.

"எனக்கு வெறுத்துப்போச்சு உன்கிட்ட" என்றான் ஒருநாள். "உன்னை விட்டுட்டு எங்கேயாவது போயிடப்போறேன்..."

"போயேன்!" என்றாள் அவள் எகத்தாளமாக, "நா நிம்மதியாக இருப்பேன்!"

“திமிர்பிடிச்ச கழுதை!” என்று துண்டை உதறிப்போட்டுக் கோபத்துடன் மெட்ராசுக்கு செல்லும் ரயிலில் ஏறிக்கொண்டான்.

கிழவருக்கு வாய்விட்டுச் சிரிக்க வேண்டும்போல் இருந்தது. ‘திமிர் யாருக்கு? பதினாறு வயசிலே உனக்கென்னடா அவசரம்?’

“படே ஸாப்!” (பெரிய ஐயா)

அவர் திடுக்கிட்டுக் கண்களை முழுசாகத் திறந்தார்.

இலியா ஓர் இளம் ஃபீஜிப் பெண்ணுடன் நின்றிருந்தான். பெண் அழகாக ஆரோக்கியமாகத் தெரிந்தாள்.

“இதுதான் இங்கிலி” என்றான் இலியா. மண்டியிட்டு இங்கிலி, “பூலா!” என்றாள் பளிச்சென்று சிரித்தபடி.

பதவிசும் - கெட்டிக்காரத்தனமும் உள்ள பெண் என்று நினைத்தபடி, நாயக்கர் பதிலுக்கு, “பூலா!” என்றார்.

“இங்கிலி ஓட்டல் தானுவாவிலே வேலை பார்க்கிறாள்!”

“உன்னுடைய கிராமத்தைச் சேர்ந்தவளா?” என்றார் நாயக்கர்.

“ஆமாம்!”

‘நல்லவேளை’ என்று அவர் தனக்குள் சொல்லிக்கொண்டார். வேறு கிராமமானால் கல்யாணத்திற்கு ஏகச் சிக்கல்கள் ஏற்படும். இவர்களது மரபுப்படி இருவரும் ஒருவரையொருவர் விரும்புகிறார்கள் என்று தெளிவாகத் தெரிந்தது.

வீட்டிற்குத் திரும்பும்போது அவனிடம் அவர் மேற்கொண்டு இங்கிலியைப் பற்றிப் பேசவில்லை. ‘ராமசாமிகிட்டச் சொல்லி இவனுக்கு ஃபேக்டரியிலே வேலை போட்டுத்தரச் சொல்லணும், அப்பத்தான் அந்தப் பெண்ணுக்கு மதிப்பாக இருக்கும். இலியாவாக எதையும் கேட்கமாட்டான். மரியாதை தெரிஞ்ச ஜனக்கூட்டத்தைச் சேர்ந்தவர்கள்’ என்று தனக்குள் சொல்லிக்கொண்டார். ‘நிழலைப்போல நான்கு வருஷங்களாக

இருக்கும் இலியா, கிளம்பிப்போனால் சற்று சிரமமாகத்தான் இருக்கும்... ஆனால் இவனைப் பிடித்து நிறுத்துவது பாவம்! இன்னொரு நிழல் கிடைக்காமல் போகாது.'

"நமஸ்காரம்!"

பரிச்சயமான குரல் கேட்டு, அவர் திரும்பினார் பட்டேல் நின்றிருந்தார்.

"ஆ, நமஸ்காரம்! வா உட்கார், லொட்டோக்காவுக்கு எப்ப வந்தே?" என்றார் நாயக்கர் ஆர்வத்துடன்.

"உடம்பை ஒரு தடவை செக்-அப் பண்ணிக்கலாம்னு ஆஸ்பத்திரிக்கு வந்தேன். இன்னிக்குக் காலையிலேதான்... மத்தியானம் ஊருக்குக் கிளம்பிடுவேன்."

"உடம்புக்கு என்ன?"

"வழக்கம் போலதான். மூச்சுவிடறது சிரமமாயிருந்தது. ப்ளட் ப்ரெஷரும் அதிகமாப் போன மாதிரி இருந்தது. வயசு என்ன கொஞ்சமாவா ஆகிறது."

"என்னை விட நீ எட்டு வயசுச் சின்னவன்!"

பட்டேல் ஒரு சிகரெட்டைப் பற்ற வைத்தபடியே சொன்னார். "உன்னைப்போல தோட்ட வேலை செஞ்சிருந்தா, என் உடம்பும் 'தகடா'வா ஆகியிருக்கும். உங்களுக்காக நியாயம் பேச வெள்ளைக்காரன்கிட்டப் பிராணன் விட்டுவிட்டே மூச்சுக்காற்று இப்பக் குறைஞ்சே போச்சு!"

ரொம்பவும் தளர்ந்து தெரிந்த பட்டேலை நாயக்கர் வாத்ஸல்யத்துடன் பார்த்தார்.

"நீ புகைப்பிடிக்கிறதை நிறுத்தணும் பட்டேல்!"

"ஆ சரிதான் விடு... மிஞ்சியிருக்கிற சொற்ப சந்தோஷங்களிலே இது ஒன்று. இதனாலே இரண்டு வருஷம் ஆயுசு குறையுமா? குறையட்டுமே! குறைஞ்சா

நல்லதுதான், நம்ம எல்லாருடைய நிலைமையும் போன போக்கை நினைச்சு ஆதங்கப்பட்டு இனிமே சாதிக்கப்போறது ஒண்ணுமில்லே.''

நாயக்கர் யோசனையுடன் பட்டேலைப் பார்த்தார். அந்த முகத்தில் தென்பட்ட சோகத்தைப் பார்க்க வருத்தமாக இருந்தது. பட்டேல் ஃபீஜிக்கு வக்கீலா வந்து நாற்பத்தி ஐந்து வருஷங்கள் ஆகின்றன. இந்தியர்களின் உரிமைக்காகவும், ஃபீஜியின் சுதந்திரத்துக்காகவும் குடும்பத்தைப் பற்றின நினைவே இல்லாமல் அவர் பாடுபட்டது ஒரு சரித்திரம் என்று நாயக்கருக்கு அவரைப் பார்க்கும் போதெல்லாம் ஒரு பரவசம் ஏற்படும். இப்பவும் ஏற்பட்டது. ஆனால் பட்டேலின் குரலிலிருந்த நிராசையை நினைத்து இதற்கு சமாதானமேது என்று திகைப்பேற்பட்டது. புகைவளையம் செல்லும் பாதையைக் கணிப்பவர்போல் பட்டேல் ஆகாசத்தைப் பார்த்தபடி சொன்னார்:

''எல்லாம் வியர்த்தமா போனாப்பவே எனக்கு வெறுப்பு ஏற்பட்டுப்போச்சு நாயக்கர்... எல்லாக் கோளாறும் நம்ம ஜனங்களுடைய முட்டாள் தனத்தினாலே. எல்லாரும் ஒற்றுமையா இருந்தா இப்ப ஏற்பட்டிருக்கிற நிலைமை ஏற்படாமெ சமாளிச்சிருக்கலாம். குருக்ஷேத்திர காலத்திலே ஜனிச்ச சாபம் அது! 'இந்தியர்களிடையே ஒற்றுமை இருக்காது என்கிற சாபம்!' ஃபீஜியுடைய முன்னேற்றத்துக்கு நம்ம உழைப்பு காரணம்... ஜனத்தொகை எண்ணிக்கையிலே நாம் அதிகம் - அப்படியும் நம்ம கை இப்ப பலஹீனப்பட்டுப் போச்சு, ஒற்றுமை இல்லாததாலே!''

பட்டேலின் முகம் சிவந்துபோயிற்று. மூச்சிறைத்தது.

நாயக்கர் அருகில் நகர்ந்து அவரது தோள்மேல் கை வைத்தார். ''நிதானப்படுத்திக்கோ பட்டேல்! நீ பயப்படற அளவுக்கு எதிர்காலம் மோசமாயிருக்காது. நியாயமும், தர்மமும் செத்துப்போயிட்டதா நா நினைக்கல்லே!''

பட்டேல் பரிகாசமாகச் சிரித்தார். "நீ இன்னும் த்ரேதாயுகத்திலே இருக்கே! உன்னைவிட உன் பிள்ளை நல்ல நிலையிலே இருக்கிறதைப் பார்த்து மாஞ்சுபோறே! நாளைக்கு உன் கொள்ளுப்பேரனுடைய நிலை எப்படி இருக்கும்னு நீ யோசனைப் பண்ணல்லே."

நாயக்கர் சற்றுநேரம் பேசாமல் இருந்தார். பிறகு மெல்லிய குரலில் சொன்னார்:

"நீயும் நானும் கவலைப்பட்டு ஒண்ணும் ஆகப் போறதில்லை. கஷ்டம் வந்தபோது நா துணிஞ்சு நின்ன மாதிரி, என் கொள்ளுப்பேரனும் நிப்பான்னு எனக்கு நம்பிக்கை இருக்கு."

"உனக்குத் தொலைநோக்கு இல்லே நாயக்கர்! அவன் தனியா நின்னா ஒண்ணும் சாதிக்க முடியாது. எல்லாரையும் கூட்டுச் சேர்த்து நின்னாதான் எதிர்காலத்தைக் கொஞ்சம் அனுகூலமாக்க முடியும். இத்தனை நாள் இங்கக் கஷ்டப்பட்டு என்ன பிரயோஜனம்? ஒரு நாளைக்கு மூட்டையைக் கட்டிக்கொண்டு எந்த தேசம் இடமளிக்கும்னு தேடி அலையவா? நிலமில்லாத, நீச்சில்லாத, நாடில்லாத அனாதைகளா நாம?"

பட்டேல் தன்னை அதீதமாய் வருத்திக்கொள்கிறார் என்று பட்டது நாயக்கருக்கு. நல்லவேளையாக இலியா பழரசத்தை ஏந்திக்கொண்டு வந்தான்.

"கமலா எப்படியிருக்கா?" என்று பேச்சின் திசையைத் திருப்பினார் நாயக்கர்.

"ஆ, இருக்கா வழக்கமான புலம்பல்களோடு!" என்று பட்டேல் விரக்தியுடன் சிரித்தார். "இந்தியாவுக்குத் திரும்பிடலாம்னு தினமும் நச்சரிக்கிறா. அந்த நச்சரிப்பே என் பிரஷரை அதிகமாக்கறதுன்னு நினைக்கிறேன்..."

நாயக்கர் யோசனையுடன் பட்டேலைப் பார்த்தபடி, பழரசத்தை உறிஞ்சினார்.

“அவளை ஆர்க்கிட் வளர்க்கச் சொல்லு!” என்றார் புன்னகைத்து.

“எதிலேயும் அவளுக்கு நாட்டமில்லே இங்கே. அவளுக்கு வேகமான வாழ்க்கை வேணும், பம்பாய்லே வளர்ந்தப் பொண்ணை நா இரண்டாந்தாரமா கல்யாணம் செய்துகொண்டு ஃபீஜிக்கு அழைத்து வந்தது இரட்டை அநியாயம்! நானும் இந்த ஃபீஜியும் அவளுக்கு அலுப்பாகப் போயிட்டோம்!”

பட்டேலின் முகம் புன்னகைத்தபடியே இருந்தது.

“பம்பாயின் வேகத்தையும், அசுத்தத்தையும் என்னாலே இப்ப சகிக்க முடியாது நாயக்கர்! இந்த மண்ணோடு நா இப்ப ஐக்கியமாயிட்டாப்பலே எனக்குத் தோணுகிறது. ஆனா அது யாருக்குப் புரியும்? என் மனைவிக்கும் புரியாது, ஃபீஜிக்காரர்களுக்கும் புரியாது. எனக்குள்ளே ஒரு தாகம் தகித்துக்கொண்டே இருக்கு, எ தர்ஸ்ட் எ தர்ஸ்ட் ஃபார் ஆன் ஐடெண்டிட்டி!”

நாயக்கரின் நரம்புளெல்லாம் முறுக்கேறின. பிரக்கிருதியின் ஜீவராசிகள் எல்லாம் ஒட்டுமொத்தமாய் இந்த வார்த்தைகளைச் சொல்வதுபோல பிரமையேற்பட்டது.

✵ ✵ ✵

அத்தியாயம் 9

ஒரு வாளி நிறையத் துணிகள் இருந்தன உலர்த்த. குடையைப்போல் விரிந்த உலரவைக்கும் கம்பிக்கொடியின் கைவிசையைச் சுழற்றிக் கீழிறக்கினேன். கிரமமாகச் சின்னத் துணிகளை உள்வட்டத்திலும், பெரிய துணிகளை வெளிவட்டத்திலும் காற்றின் வேகத்துடன் சுழன்ற கம்பிக்குடையில் 'க்ளிப்'பாய் நான் ஜோடிக்கையில், தோட்டத்து எலுமிச்சை மரப்பூக்களின் வாசனை நாசியைத் துளைத்தது.

பூவின் மணத்தைத் தீர்க்கமாக உள்ளுக்கிழுத்து நான் அதன் லாகிரியில் சில வினாடிகள் மிதந்தேன். சின்னச் சின்ன வெளிர்மஞ்சள் பூக்களில் எப்படிப்பட்ட கிறங்கடிக்கும் மணம்!

மரம் முழுவதும் சாத்துக்குடி அளவு எலுமிச்சம்பழங்கள் இளம் மஞ்சள் நிறத்தில் காய்த்திருந்தன. 'பழமெல்லாம் வீணாப்போறது' என்று மாமியார் மங்கமாண்டு போயிருப்பார் வீட்டில் இருந்திருந்தால். பச்சைத் துவரைக்கொடிகளில் கொத்துக்கொத்தாய் துவரை காய்ந்து கொண்டிருந்தது. எல்லாவற்றையும் பறித்து உரித்து செம்மண்ணுடன் கலந்து காயவைத்து, பிறகு புடைத்து மூட்டைக்கட்டி வைப்பது அவர் வழக்கம்.

சில வினாடிகளுக்கு முன் எலுமிச்சை மணத்தில், பரவசப்பட்டு எழும்பிய மனத்தின் உற்சாகம் சோர்ந்து வடிந்தது. இயற்கையை ரசிக்கும்போதுகூட என்னால் சுதந்திரமாக,

தன்னிச்சையாகச் செயல்பட முடியாமல் மாமியாரின் நினைவு என்னைத் துரத்திக்கொண்டு வருவது ஆயாசத்தைத் தந்தது. மறைமுகமாக - அருவமாக மற்றவரின் எண்ண அலைகளை ஆக்கிரமிப்பதற்கு அவரிடம் அசாதாரணமான சக்தி இருக்க வேண்டும். என்னை மட்டும் அது ஆட்டிப்படைக்கவில்லை என்கிற உணர்வில் தொண்டையில் கனமாக துக்கம் அமர்ந்து ரணமாக வலித்தது. கண்களில் நீர் படர்ந்ததை நான் அவசரமாக விழுங்கினேன்.

'நாம என்ன நாய்களா, மனுஷங்களா? அம்மா அப்படிப் படுத்துண்டிருக்கறச்சே...'

இந்த வார்த்தைகள் என் மூளையை சதா ஓர் அசுர வெறியுடன் தாக்குகின்றன. அந்தத் தாக்குதலில் நான் புழுவாய், அதைவிடக் கேவலமாய், தூசாய், சூன்யமாய் உணர்கிறேன்.

நான் ஒரு சூன்யம் என்பதை மறக்கும் அளவுக்கு என்னுள் அசட்டுத் துணிச்சல் ஜனிக்கக் காரணம் என்ன என்பதை மாது யோசித்துப் பார்ப்பாரா?

யோசிப்பவராக இருந்தால், தூசைப்போல் தட்டி என்னை விரட்டியிருக்க மாட்டார்... இப்படிப்பட்ட ஒரு மனிதரிடம் எனக்கு ஏன் இன்னும் ஈர்ப்பு இருக்கிறது? அவரது வெளி உலக அந்தஸ்தா? சமுதாய - பொருளாதார நிர்ப்பந்தங்கள் என்னைக் கட்டுப்படுத்துவதாலா? பாதி விரதத்தனமா? அல்லது பௌதீக ஆகர்ஷணமா?

தோட்டத்தைப் பார்த்தபடி இருந்த பின்கட்டு ரேழியின் ஊஞ்சலில் நான் அமர்ந்தபடி ஆகாசத்தையும், வானளாவிய தென்னை மரங்களையும், பறவைகளையும், பூக்களையும் நிராசையுடன் பார்த்தேன்.

பிரக்ருதியின் அடிப்படைத் தத்துவமே ஆகர்ஷிப்பில் துவங்குகிறது. இந்த ஆகர்ஷணமில்லாவிட்டால் இயற்கையின் தடங்கலில்லா சுழற்சியே ஸ்தம்பித்து நின்றுவிடாதா?

இயற்கையே விளைவித்திருக்கும் இந்த இயல்பான உணர்வுக்காக நான் வெட்கப்பட வேண்டும்? அவமானப்பட வேண்டும். அதற்காக நான் ஏன் மன்னிப்புக்கோர வேண்டும். இதை அவர் தவறாக நினைப்பாரானால் அவரிடம்தான் ஏதோ கோளாறு இருக்கவேண்டும். என்னிடம் இல்லை. முப்பது வயதுகூட நிரம்பாத நான் சன்யாசினி இல்லை. இருக்க வேண்டிய அவசியமில்லை. மாதுவுக்கு வயது முப்பத்தியாறு. அவர் மட்டும் என்ன ஆதிசங்கரரா? அவருள் இந்த உணர்வுகள் இருக்காதா? உடம்பு இயல்பாக இருக்கத் துடிப்பதை நான் உணர்ந்திருக்கிறேன். அதைச் சட்டென்று அடக்குவதும், விலக்குவதும் புலன்களுக்கு எட்டாத பின்புலத்திலிருந்து அவரது மனசை ஆக்கிரமிக்கும் ஏதோ ஒரு சக்தி. அந்த சக்தி மறைந்தால் மாது இயல்பாக இருப்பார் என்று நான் என்னுள் நம்பிக்கையை வளர்த்து வருகிறேன்.

"நமஸ்காரம்மா!"

நான் சுயநினைவு வந்து திரும்பினேன். புன்னூஸ் நின்றிருந்தார்.

"ஓ... வாங்க, வாங்க!" என்றேன் மகிழ்ச்சியுடன்.

"என்ன தீவிர யோசனையிலே இருக்கே...? ஆஸ்பத்திரிக்கு இன்னிக்குப் போகல்லியா?" என்றார் அவர் எதிரிலிருந்த நாற்காலியில் அமர்ந்தபடி.

"இன்னிக்கு ஞாயிற்றுக்கிழமை ஆனதாலே மாது போயிருக்கார். சாயந்திரமா போய் நா படுத்துப்பேன்..."

"அம்மா எப்படி இருக்காங்க?"

"எனக்கு ஒண்ணும் சொல்லத் தெரியல்லே மாமா... ரொம்பக் கஷ்டப்படறாங்க."

"ஒரு மாசமாயிடல்லே ஆஸ்பத்திரியலே சேர்த்து."

"ஆமாம்."

“இந்த வியாதிகெல்லாம் மருந்து கிடையாது. ரொம்பக் கஷ்டப்படாம முடிவு வந்துட்டதுன்னா அதிர்ஷ்டம்னு வெச்சுக்கணும். என்னைக் கேட்டா மருந்தும், மாயமும் குடுத்து உசிரை நீடிச்சு வைக்கிறதைவிட, அதுப்போக்கிலே விட்டுட்டா இழுத்துப் பறிச்சுக்கிட்டு உசிரு கஷ்டப்படாது...”

“அதுக்காக நாம வைத்தியம் பார்க்காம இருக்க முடியுமா?” என்றேன் நான் தயக்கத்துடன்.

“அது முடியாதுதான்” என்றார் புன்னூஸ். “போகணுங்கற உசிரைப் பிடிச்சு நிறுத்தறது நமக்கு சமாதானம்.”

‘எல்லா உசிரைப் போலவும் இது இல்லை’ என்று நான் எனக்குள் சொல்லிக்கொண்டேன்.

“அம்மா ரொம்ப அதிர்ஷ்டம் செஞ்சவங்க. நீயும், மாதுவும் அவங்களைப் பார்த்துகிற மாதிரி யாருக்கு நடக்கும்.”

“என்ன செஞ்சும் ஒண்ணு பிரயோஜனமா இல்லே மாமா... அவங்க படற கஷ்டம் பட்டுக்கிட்டுதான் இருக்காங்க.”

“அவனவன் கர்மாவை அவனேதான் அனுபவிக்கணும். அந்த வலியை நீ ஏத்துக்க முடியுமா? இனிமே ஃபீஜியிலே பார். இருக்கிற நிலைமையிலே பெரியவங்களைப் பார்த்துக்க வயிற்றிலே பிறந்தது எதுவும் பக்கத்திலே இருக்கப் போறதில்லே... எல்லாரும் வயசானா ‘ஓல்ட் பீப்பில்ஸ் ஹோம்’லே இருக்க வேண்டியதுதான்.”

அவர் குரலிலிருந்த ஆதங்கம் எனக்குத் திகைப்பை ஏற்படுத்திற்று.

“ஏன் அப்படிச் சொல்றீங்க மாமா?”

“இருக்கிற நிலவரத்தைச் சொன்னேன். இப்ப இந்தியர்களுக்கு நல்ல எதிர்காலம் இல்லேன்னு ஒரு அபிப்பிராயம் ஏற்பட்டுப்போச்சு பிள்ளைங்களுக்கு... நியூஜிலாந்து, ஆஸ்திரேலியான்னில்லே கூட்டைப் பிரிச்சு கிளம்பிக்கிட்டிருக்காங்க! இப்ப இருக்கிற

இளசுகள்ளாம் கிளம்பிப்போயிட்டா பிறகு கிழங்களைப் பார்த்துக்க யாரு இருப்பாங்க?"

சுலபமாக உணர்ச்சிவசப்படக் கூடியவரான புன்னூஸைப் பார்க்க எனக்குப் பரிதாபமாக இருந்தது. புதிதாகக் கல்யாணமான பையன் நான்கு நாட்களுக்கு முன் ஆஸ்திரேலியாவுக்குக் கிளம்பிப்போனான் மனைவியுடன்.

"உங்க மூத்தமகன் இங்கதானே இருக்கார்?" என்றேன் நான் மிருதுவாக.

"அவன் கிளம்பறதுக்கும் எத்தனை நாள் ஆகும்? அவனுக்கு ஸ்கூல்லே படிக்கிற பசங்க இருக்காங்க. அவங்க எதிர்காலத்தைப்பத்தி யோசிக்க வேண்டாமாம்பான். நல்ல எதிர்காலம் என்கிறதுக்கு இப்பல்லாம் ஒரே ஒரு அளவுகோல்தான் – பேராசை. இஷ்டத்துக்கு சம்பாதிக்கணும், பொருள் சேர்க்கணும், அதைத் தட்டிக் கேட்க யாரும் இருக்கக்கூடாது. உற்றமும், சுற்றமும், அவசியமில்லே. உங்கப்பனுக்கு வயசாகிப்போச்சா? முதியோர் விடுதிக்குப் பணம் டொனேட் பண்ணிட வேண்டியது! அப்பனை அங்கே வசதியாப் பார்த்துப்பாங்க..."

இவருக்கு என்ன ஆகிவிட்டது என்று நான் திகைத்தேன். எத்தனை பாசமான குடும்பம் இவருடையது! பெரிய பிள்ளையும் கிளம்புவதற்கு ஆயத்தம் செய்து கொண்டிருக்கிறாரோ?

"நீங்கள்ளாம் கிளம்பிப்போனா எனக்கு மட்டும் இங்கே என்ன வெச்சிருக்கு. நானும் இந்தியாவுக்குக் கிளம்பிப்போறேன்னு சொல்றேன். அந்தப் புண்ணிய பூமியிலே என் காலம் முடிஞ்சா எனக்கு சந்தோஷந்தான். கடைசி காலத்திலேயாவது தினமும் கோவிலுக்குப் போகலாம். ராமாயணம் சொல்லக் கேக்கலாம்..."

புன்னூஸுக்கு நா தழுதழுத்துப் போயிற்று, கண்களில் நீர் கோத்து நின்றது.

''இங்கே மிருகங்கள் மாதிரி வெறும் வயிற்றுப் பாட்டை மட்டும் கவனிச்சுக்கிட்டு உட்கார்ந்திருக்கறதுக்கு, இப்ப இருக்கிற பாதி சௌகர்யங்களோட அங்கே இருக்கிறது எவ்வளவோ நிம்மதி.''

நான் இடைமறிக்காமல் அவர் பேச்சைக் கேட்டேன்.

''கேரளாவிலே எனக்கு நிலமோ நீச்சோ இல்லாவிட்டாலும், என் சொந்த மண் அதுன்னு நான் உரிமை கொண்டாடலாம்... என் பசங்களுக்கோ சொந்தம் கொண்டாட எந்த எடமும் இல்லே. 'தேசம்'னாலே உடம்பாலே ஏற்படற புல்லரிப்பு அவங்களுக்கு எந்த இடத்தைப் பத்தியும் இருக்காது. வெறும் ஞாபகங்கள்தான் மனசிலே இருக்கும் - கூட்டை மட்டும் சுமக்கிற மாதிரி... எத்தனைப் பாவப்பட்ட ஜன்மங்கள் பாத்தியா?''

இவர் அதீதமாக உணர்ச்சிவசப்படுகிறார் என்று எனக்குத் தோன்றிற்று.

''இத்தனைப் பிடிமானம் உங்களுக்கு தேசத்திலே இருக்கும்போது நீங்க ஏன் இங்கே வந்தீங்க?''

''சரியாக கேட்டே! நான் பண்ணின பாவத்தைத்தான் இப்ப என் சந்ததிகள் சுமக்கிறாங்க. வீட்டிலே சாப்பாட்டுக்குப் பத்தலை; எனக்கு ஸ்திரமா வேலை கிடைக்கல்லே. இங்கே டீச்சர் வேலைக்காக விளம்பரம் வந்தது. எனக்கு அப்ப இருந்த மனநிலையிலே எத்தனைத் தொலைவானாலும் வேலை கிடைச்சா போதும்னிருந்தது. இங்கே கிடைச்ச சம்பளத்திலே நிம்மதியா இருக்க முடிஞ்சது. கொஞ்சம் பணம் சேர்த்தப்புறம் தேசத்துக்குத் திரும்பிடலாம் என்கிற எண்ணத்திலேயே ஆயுசெல்லாம் அழிஞ்சுட்டது. என் மனைவிக்கும் இந்த இடமும், சௌகர்யங்களும் பழகிப்போச்சு. சாகவாவது தேசத்துக்கு திரும்பிட்டா சரி.''

''அங்கே யார் இருக்காங்க உங்களைப் பார்த்துக்க?''

"குருவாயூரப்பன்!"

எத்தனை தினுசான தாபங்கள், வேட்கைகள்! எனக்கு நினைக்க நினைக்கத் திகைப்பாக இருந்தது. இதையெல்லாம் வெளிப்படுத்த வடிகாலைத் தேடித்தான் இவர் இங்கு வந்திருக்க வேண்டும்.

"நான் கிளம்பறேன்" என்று அவர் எழுந்தார். "அம்மாவை நா ரொம்ப விசாரித்ததாகச் சொல்லு."

கிளம்பும்போது திடீர் என்று நினைவு வந்தவர்போல நின்று என்னை ஒரு விநாடி பார்த்து,

"சீதாதேவி மாதிரி உனக்குப் பொறுமை, உனக்கு ஒரு குறையும் வரக்கூடாது!" என்று சொல்லிவிட்டுப் போனார்.

இது பிரார்த்தனையா, எதிர்பார்ப்பா, சந்தேகமா?

அவர் சென்ற பிறகு வேறு யோசனையில் ஆழ முடியாமல், வீட்டு வேலைகள் இருந்தன. இடையிடையே அவருடைய வார்த்தைகள் துருத்தி நின்றன. புண்ய பூமி என்று சொல்லும்போது அவர் கண்களில் துளிர்த்த நீரும், 'எத்தனைப் பாவப்பட்ட ஜன்மங்கள் பாத்தியா' என்கிற கேள்வியில் தொனித்த ஆதங்கமும் என்னுள் ஒரு சங்கடத்தை ஏற்படுத்திற்று. அந்தப் பூமியில் நான் இருக்க முடியாமல் செய்த புண்யாத்மாக்களைப் பற்றி இவரிடம் சொன்னால், இவரது கனவு கலையுமா? நிலமும், நீரும், வானும் எல்லா இடத்திலும் ஒன்றுதான் இல்லையோ? மனிதர்களால்தான் பூமிக்கு மகத்துவம் என்றால், இப்போது அவர் இந்தியாவுக்குச் சென்றால் அவருடைய பிரமை தெளித்துவிடும் என்று நான் நினைத்துக்கொண்டேன்.

'சீதாதேவி மாதிரி...'

எனக்குச் சிரிப்பு வந்தது. ராமனிருக்கும் இடம்தான் எனக்கு அயோத்தி! மாது எங்கிருந்தாலும் அதுதான் நான் இருக்க

வேண்டிய இடம் என்ற தீர்மானத்துக்கு வந்து எத்தனையோ ஆண்டுகளாகிவிட்டன.

நான் சீக்கிரமாக என் வேலைகளை முடித்துக்கொண்டு, மாதுவுக்கு இரவு சாப்பாட்டைச் சமையலறை மேஜைமேல் மூடிவைத்துவிட்டுக் கிளம்பினேன்.

லொட்டாகாவை நோக்கி வண்டியை செலுத்துகையில், மீண்டும் புன்னூஸை நினைத்துப் பரிதாபமேற்பட்டது. இந்தியாவுடன் அவரை இணைக்கும் கலாச்சாரப் பிணைப்பினால் அவருள் ஏற்படும் குற்ற உணர்வு இங்கிருக்கும் வரை சமாதானமாகாது என்று நான் எண்ணிக்கொண்டேன். அவரை ஈர்ப்பது வெறும் ஞாபகங்கள் இல்லை... வேர்கள். திடீரென்று எனக்கு நாயக்கர் தாத்தாவின் நினைவு வந்தது. அவரை எந்தக் குற்ற உணர்வும் அலைக்கழிக்காது என்று தோன்றிற்று. அவர் படிக்காததே அவருக்கு நல்லதாகப்போயிற்று. எந்த அலங்காரச் சொல்லும், சென்டிமெண்டும் அவரை பிரமைக்குள்ளாக்காது. எப்படிப்பட்ட யதார்த்தவாதி அவர்!

எல்லாரும் சொல்லத் தயங்கும் வார்த்தைகளை அவர் ஒருத்தர்தான் என் மாமியாரிடம் சொல்ல முடியும். ஆனால், பின்னவரின் மனசை அவை ஏதும் சலனப்படுத்தியதாகத் தெரியவில்லை. நாயக்கரின் எளிய யதார்த்தமும் அவருக்கு இல்லை; புன்னூஸின் சென்டிமெண்டிலிலும் அவருக்கு அக்கறையில்லை.

தொலைவில் ஆஸ்பத்திரிக் கட்டடம் தெரிந்தது. மரணவாயிலில் இருக்கும் ஒருத்தரின் பாத்திரத்தன்மையை அலசுவது நாகரிகமில்லை என்று நான் என்னைக் கட்டுப்படுத்திக் கொண்டேன்.

நான் போய்ச் சேர்ந்த சிறிது நேரத்தில் மாது, அம்மாவிடம் பிரியாவிடை பெற்றுக்கொண்டு கிளம்பினார்.

இன்றைக்கு மாமியார் அதிகம் பேசவில்லை. சோர்ந்து தெரிந்தார். இரவுச் சாப்பாடானதும் மருந்தைக் கொடுத்தேன். வாயில் நீரை விடும்போது என்னையே வெறித்தப் பார்வை

பார்த்தது அடிவயிற்றில் கலக்கத்தை ஏற்படுத்திற்று. நல்லவேளையாக அவர் சீக்கிரம் தூங்கிப்போனார்.

சிறிதுநேரம் புத்தகத்தைப் படித்துக் கொண்டிருந்தவள், தன்னையறியாமல் கண்ணயர்ந்திருக்க வேண்டும். ஆழ்கடலுக்குள் அமுங்கி அமுங்கிப் போவதுபோல் தூக்கம் மயக்கிற்று.

''பெட்ஷீட்டை மாத்தலாம் வர்றீங்களா?'' என்று நர்ஸ் சாவித்திரி கேட்டாள். விரித்த வெள்ளை வெளேர் என்ற பெட்ஷீட்டைக் கையில் பிடித்தபடி,

''சரி'' என்று நான் கட்டிலுக்கு மறுபுறம் நின்றேன்.

''மாமியாரை ஒருக்களித்தாற்போல் அவள் திருப்பியதும், அவர் வழக்கம்போல் என்னை இரு கைகளாலும் அணைத்துக் கொண்டார். அணைப்பு இறுகிக்கொண்டே வந்தது. இரும்பு வளையம்போல் நெறித்தது. எனக்கு மூச்சு முட்டிற்று. அந்தக் கைகளை விலக்கமுடியாத திகைப்புடன் அவர் முகத்தைப் பார்த்தேன். உதட்டில் புன்னகை, கண்களில் குரூரம்.''

''விடுங்கள்! என்னை விடுங்கள்!'' – நான் திகிலுடன் அலறினேன்.

என் கையிலிருந்த புத்தகம் தடாலென்று கீழே விழுந்தது. நான் தூக்கிவாரிப் போட்டு கண் விழித்தேன். நெற்றி வியர்த்திருந்தது. மார்பு படபடத்துக் கொண்டிருந்தது. இடுப்பும், மார்பும் பிணைக்கப்பட்டிருந்த மாதிரி வலித்தன.

களைப்புடன் எழுந்து, மாமியார் நான் தூங்கிப்போனதைக் கவனித்திருப்பாரோ என்கிற கூச்சத்துடன் கட்டிலுக்கருகில் சென்றேன்.

ஏதோ வித்தியாசம் தெரிந்தது. திடுக்கிட்டு அவர் நெற்றியைத் தொட்டேன். ஜில்லிட்டிருந்தது. நாடியைக் கலவரத்துடன் பிடித்துப் பார்த்தேன்.

துடிப்பில்லை.

✲ ✲ ✲

அத்தியாயம் 10

“உம்... அப்ப நாகலட்சுமியுடைய கதை முடிஞ்சுபோச்சா?” என்றார் நாயக்கர், பரபரப்புடன் வந்து விஷயத்தைச் சொன்ன மீனாட்சியிடம். கொஞ்ச நாட்களாகவே இந்தச் செய்தியை எதிர்பார்த்திருந்தாலும், நம்பாத அதிர்வு வினோதமாக மனத்தில் ஏற்பட்டது; எப்படியும் அவள் மீண்டும் எழுந்துவிடுவாள் என்று நினைத்திருந்தாற்போல.

“ஒரு வாரமா ரொம்பக் கஷ்டப்பட்டுக்கிட்டிருந்தாங்க, உயிர்போனது தெரியாம தூக்கத்திலேயே போயிடுச்சாம்.”

நாயக்கருக்கு அசம்பாவிதமாகச் சிரிப்பு வந்தது.

“அதானே பார்த்தேன்! முழிச்சுக்கிட்டிருந்த போது யமன் வந்திருந்தான்னா கிட்ட நெருங்க விட்டிருக்க மாட்டா!”

மீனாட்சி பதில் சொல்லவில்லை.

“நா பரிகாசத்துக்குச் சொல்லல்லே, அவளுக்கு உசிருமேல எத்தனை பிடிமானம் இருந்ததுன்னு எனக்குத் தெரியும். இறந்துபோனவங்களைப் பத்தி தப்பு சொல்லக் கூடாது. அவளை நினைச்சாப் பரிதாபமாகக்கூட இருக்கு. பிறப்பும், இறப்பும் நம்ம கையிலையா இருக்கு...? இருக்குன்னு நினைச்சாப்பிலே அதோடு மல்லுக்கு நிற்க முடியுமா? அப்படி நிக்கையிலே தோத்துப் போயிடுவோம்ங்கற பயத்தினாலே நல்லாயிருக்கிறவங்களைப் பார்த்துக் கோபப்பட முடியுமா?”

அவருடைய பேச்சையெல்லாம் மீனாட்சி ரசிக்கவில்லை என்பது அவளுடைய தொடர்ந்த மௌனத்தில் தெரிந்தது.

"சாவு வீட்டுக்குப் போக வேண்டாமா?" என்று அவர் பேச்சை மாற்றினார்.

"இன்னும் அரைமணியிலே கிளம்புவோம்" என்றாள் மீனாட்சி. "ஆஸ்பத்திரிலேந்து இப்பத்தான் சடலத்தை எடுத்துப்போனதாக உங்க பிள்ளை போன்லே சொன்னாங்க. நம்மளை கொஞ்சம் பொறுத்துபோகச் சொன்னாங்க. அவங்க பிறகு வர்றாங்களாம்."

"நா தோட்டத்திலே கொஞ்சநேரம் உட்காந்திருக்கேன்..." என்றபடி நாயக்கர் எழுந்தார்.

நீள ரேழியைக் கடந்து, படிக்கட்டுகளில் இறங்கித் தோட்டத்துக்குள் கால் வைத்து, பச்சைப்பசேல் என்ற புல்வெளியைப் பார்க்கும்போது மனசு சற்று லேசாயிற்று: தனது நாற்காலியில் வழக்கம்போல் அவர் உட்கார்ந்து ஆகாசத்தைப் பார்த்தார்.

ஒரு சாவு நிகழ்ந்துபோனதன் பிரக்ஞையே இல்லாததுபோல் வானும், நிலமும் நிர்மலமாகக் காட்சி அளித்தன.

'நா கண்ணை மூடற அன்னிக்கும் இப்படித்தான் இருக்கப்போவுது. எதுவுமே நடக்காத மாதிரி பட்சிங்க பறக்கும்... பூ பூக்கும்.'

நாயக்கர் தனக்குள் சிரித்துக்கொண்டார்.

அப்படிப்பட்ட சாவுதான் வரணும். 'ஆ! போயிட்டா'ன்னு யாரும் அதிர்ந்து போயிடக்கூடாது. முழுசா வாழ்ந்துட்டான், மகராஜனா போயிட்டான்னு சொல்லணும். 'அப்பாடா, போயிட்டானா'ன்னு யாரும் நிம்மதிப் பெருமூச்சு விடக்கூடாது.

என்னைப் பத்தி யாரும் அப்படி நினைக்க மாட்டார்கள் என்கிற நினைப்பினூடே தனக்குள் மெலிதாகச்

சொல்லிக்கொண்டார்: 'முருகா! அந்த நிலைமைக்கு என்னை ஆளாக்கிடாதே!'

நாகலட்சுமி பொசுக்கென்று தூக்கத்தில் இறந்துபோனது காரணம் புரியாத வியப்பை ஏற்படுத்திற்று. சாவு வந்திடுச்சிங்கற பிரக்ஞையோட சாவறது கஷ்டந்தான். நாம இனிமே தாக்குப்பிடிக்க முடியாதுங்கற நிராசையோட சாவறதுக்கு, மூச்சு அடங்கறது தெரியாமலேயே போயிடறது பெரிய விஷயம். எந்த வித ரசாபாசமும் வேணாம் இந்தப் பொம்பளையோடன்னு யமன் ஓசைப்படாம வந்தானா? எனக்கெல்லாம் அப்படி நேரம் - பார்க்கமாட்டான். எப்பக் கூப்பிட்டாலும் இந்தக் கிழவன் கிளம்பத் தயாராயிருக்கான்னு அவனுக்குத் தெரியும்.

உடம்பிலே வலு இருக்கிறவரைக்கும் செய்ய வேண்டியதெல்லாம் செஞ்சுட்டேன். ஆரம்பிச்ச வாழ்க்கைக்கும், இப்ப இருக்கிற வாழ்க்கைக்கும் சம்பந்தமில்லாத அளவுக்கு தரம் உயர்ந்துபோச்சு. கடவுள் புண்ணியத்திலே எல்லாரும் நல்லாயிருக்கும்போது கண்ணை மூடிடணும். இல்லேன்னா, பாறை மாதிரி பாரங்கள் நெஞ்சுலே உட்கார்ந்துடும். இந்த இடத்தை விட்டுக் கிளம்ப மனசு வராது.

ஆ, பாரத்தைச் சுமந்து என்ன ஆவப்போவுது? ஒவ்வொரு மனுஷனுக்குள்ளேயும் தற்காப்பு சக்தி உண்டு. இரண்டு மாசம் கப்பல்லே பிரயாணம் செஞ்சு, வெயில்லேயும் மழையிலேயும் மண்ணை வெட்டி, பரங்கிக்காரனுடைய சாட்டையடி வாங்கியும், இப்ப இந்த முதுகு நிமிர்ந்தே நிக்குதுன்னா, எனக்குள்ளே ஒரு வீம்பு என்னைக் காத்துக்கற வீம்பு இருக்குன்னுதானே அர்த்தம். அந்த வீம்பு என் கொள்ளுப்பேரனுக்கும் இருக்கும். எங்கேயாவது பிழைச்சுக்கிடுவான். இங்கே இடமில்லேன்னா இந்தப் பரந்த உலகத்திலே இடம் இல்லாமயா போகும்! முன்னெல்லாம் மனுஷங்க நாடோடி வாழ்க்கை வாழ்வாங்களாம். அது மாதிரி அவனும் அவன் சந்ததியும் இருக்கப் பழகிக்க வேண்டியதுதான்.

தேசத்து மண்ணைத் துறந்த பாவமுமில்லே கப்பல் ஏறினபோது கூடவே என்னோடு மூட்டையா வந்து இங்கே இறங்கியிருக்கிறது. அந்தச் சுமையை எவனாவது சுமந்துதானே தீரணும்...?

"மாமா, வர்றீங்களா, போகலாம்?"

சிந்தனை கலைந்து அவர் திரும்பிப் பார்த்தார். எளிய நூல்சேலையில் மீனாட்சி நின்றிருந்தாள். இவள் நம்மை எங்கு கூப்பிடுகிறாள் என்று ஒரு வினாடி புரிபடாமல் அவர் தடுமாறினார்.

"ரொம்ப கூட்டம் வரதுக்கு முன்னாடி துக்கம் விசாரிச்சுட்டு வந்துடுவோம். மோகினியும் அறியாப்பொண்ணு, என்ன செய்யணும்னு தெரியாம திகைச்சு உக்கார்ந்திருக்கும்."

அவருக்கு மெல்ல மெல்ல நினைவலைகள் திரும்பி புலன்கள் விழிப்படைந்தன.

"ஆ... ஆமாம் கிளம்புவோம்!" என்று எழுந்து அவளைப் பின்தொடர்ந்தார்.

லொட்டாகாவிலிருந்து நாண்டி செல்லும் பாதையில் பென்ஸ் கார் வழுக்கிக்கொண்டு போயிற்று. மீண்டும் நாகலட்சுமியின் நினைவு திரும்பிற்று.

"ரொம்ப அபூர்வமான பெண்மணிதான்" என்றார் வாய்விட்டு. "மாதுவுடைய அப்பா இறந்துபோனப்ப மோகினியுடைய வயசுதான் இருக்கும் அவளுக்கு. இந்தியாவுக்குப் போகாம இங்கேயே இவ இருக்கத் தீர்மானிச்ச பிறகுதான் அவளுக்குள்ளே ஒரு புதுமனுஷி உருவான மாதிரி இருந்தது. அதுவரை நா அவளை அதிகமாக கவனிச்சதில்லே, புருஷனுக்குப் பின்னாலே எப்பவும் நிழலாட்டமாதான் இருப்பா. தாராளமா செலவழிச்சுப் பழக்கப்பட்டவ, மகாசிக்கனமா குடும்பம் நடத்தி - பிள்ளைங்களைப் படிக்க வெச்சு முன்னுக்குக் கொண்டுவருவது சாதாரண விஷயமில்லேதான்..."

"மத்தவங்கள்ளாம் வர்ற வரைக்கும் பொணத்தை எடுக்க மாட்டாங்கன்னு நினைக்கிறேன்" என்றாள் மீனாட்சி.

நாயக்கர் சற்று நிதானித்து, அசிரத்தையாகச் சொன்னார். "ஐரோப்பாவிலேந்து ஒவ்வொருத்தனும் வரப் போறானா?"

"மூத்தவராவது வரமாட்டாரா, அந்திமக் கிரியைக்கு."

நாயக்கர் பதில் சொல்லவில்லை. கிருஷ்ணன் வருவானா - தமக்குள் சொல்லிக்கொள்பவரைப் போல் உதட்டைப் பிதுக்கித் தலையை அசைத்துக்கொண்டார்.

"மாதுவுடைய தங்கச்சி வேணா வரும். அம்மா செல்லம் அது. மத்தவங்கள்ளாம் அம்மாவுடைய உறவே வேண்டாம்னு பிச்சுக்கிட்டவங்க."

"பாவம் அந்த அம்மா! அவங்களுக்காக எத்தனை பாடுபட்டாங்க..."

அவருக்குக் கிருஷ்ணனின் ஞாபகம் வந்தது. மகா துல்லியமான உணர்வுகள்கொண்ட பையன். மூத்தமகன் என்கிற சுபாவீகமான பொறுப்புணர்ச்சி இருந்தது. வீட்டில் நாகலட்சுமிக்கு ரொம்ப உதவியா இருப்பான். நியூஸிலாந்திலே படிச்சு, அங்கேயே வேலை கிடைச்சு, அதை ஒப்புத்துக்கிட்டு கிளம்பும்போது எனக்கு நமஸ்காரம் செய்து விட்டுத்தானே போனான்?

"இனிமே அம்மா கஷ்டப்பட வேண்டியதில்லே மாமா! என் ஒண்டி ஆளுக்கு என்ன செலவு? நா அனுப்பப்போறது அம்மாவுக்குத் தாராளமாய் இருக்கும்."

பிறகுதான் எங்கோ தாளம் பிசகிப்போச்சு.

ஒருமுறை அவன் விடுமுறைக்கு வந்தபோது அவரைப் பார்க்க வந்திருந்தான்.

"என்ன கிருஷ்ணா, நியூஸிலாந்து வேலையை விட்டுட்டு இங்கிலாந்துக்குப் போறியாமே? ஏன் அத்தனை தொலைவு போறே?" என்றார்.

அவன் பதில் சொல்லவில்லை. முகம் மட்டும் ஏதோ உணர்ச்சிக் கொந்தளிப்பில் சிவந்து பளபளத்தது.

"நீ இங்கே பக்கத்திலே இருந்தது நாகலட்சுமிக்குத் தெம்பா இருந்தது."

அவன் தன் மனத்தைத் திறக்க விரும்பவில்லை என்பது அவனது மௌனத்தில் தெரிந்தது.

"அங்கே நல்ல வேலை..." என்று மட்டும் முணுமுணுத்தான்.

அப்பொழுது கிளம்பிப் போனவன்தான் பிறகு ஃபீஜிக்கு வரவேயில்லை. இது அவருக்கு ரொம்ப நாளைக்குப் புரியாத புதிராக இருந்தது. நாகலட்சுமியை நினைத்து பரிதாபமேற்பட்டது.

அதற்குப் பிறகு கணேசன், ராகவன் தலையெடுத்த உடனேயே ஜெர்மனி, போலந்து என்று கிளம்பிவிட்டார்கள். பெண்ணும் இங்கிலாந்துக்குப் போய் ஒரு வெள்ளைக்காரனைக் கல்யாணம் செய்துகொண்டு, விவாகரத்தாகி இப்பொழுது மூன்றாவது கணவனோடு இருக்கிறாளாம்.

'எத்தனை நன்றி கெட்டத்தனம் இந்தப் பிள்ளைகளுக்கு' என்று அவரே கோபப்பட்டிருக்கிறார். நல்ல வேளை, மாதுவாவது வித்தியாசமாயிருக்கிறான் என்று சந்தோஷமேற்பட்டது.

அவனுக்குக் கல்யாணமாகி மோகினி வந்த பிறகு நடந்த கதையையெல்லாம் கவனிக்கையில்தான், நாகலட்சுமியின் குணம் புதிய கோணத்தில் புலப்பட ஆரம்பித்தது.

ஒரு வளைவில் வண்டி திரும்பி, மாதுவின் பங்களாவின் வெளிவாசலுக்குள் நுழைந்தது. காம்பவுண்டுக்குள் ஏழெட்டு கார்கள் நின்றன. ரேழியில் அதற்குள் செருப்புகள் நிரம்பியிருந்தன.

மீனாட்சி பின்தொடர அவர் கம்பீரமாக நிமிர்ந்த பார்வையுடன் உள்ளே நுழைந்தார். ஓர் ஓதுக்குப்புறமாக நாகலட்சுமியின் சடலம்

கிடத்தப்பட்டிருந்தது. தலைமாட்டுக்கருகில் முழங்காலுக்குள் முகத்தைப் புதைத்தபடி மோகினி அழுதுகொண்டிருந்தது முதுகு குலுங்கியதிலிருந்து தெரிந்தது. புன்னூஸின் மனைவி அவள் முதுகைத் தடவிக்கொடுத்துக் கொண்டிருந்தாள்.

நாற்காலியில் உட்கார்ந்திருந்த மாது அவரைக் கண்டு எழுந்திருந்தான். வழக்கமான கம்பீரமில்லாது முகமும், உடம்பும் தளர்ந்திருந்தன. அவர் அவனை அணைத்துக்கொண்டார். அவன் கண்களில் நீர் தளும்பிப் போனதைக் கண்டு சமாதானமாக முதுகைத் தட்டினார்.

"நாகலட்சுமிக்கு ஒரு குறைவில்லே. கடமையை நிறைவேத்தி, பிள்ளைங்க நல்லா இருக்கிற நிலைமையிலே கண்ணை மூடிட்டா... அதைவிட வேற என்ன வேணும்? அவளுக்கு வந்த வியாதிக்கு சௌகரியமா தூக்கத்திலே பிராணன் போனது நல்லது... நாளாக ஆக, கஷ்டத்தைக் தாங்க அவளுக்கு வலு இருந்திருக்காது."

"உண்மைதான்" என்றான் மாது. ஆனால் கண்களில் இன்னும் அதிகமாக நீர் திரண்டது. 'இவன் என்ன இத்தனை பலவீனமானவனாக இருக்கான்' என்று அவருக்குத் திகைப்பு ஏற்பட்டது.

"கிருஷ்ணன், கணேசன் எல்லாருக்கும் தகவல் சொல்லிட்டியா?" என்றார் அவர் மெள்ள.

"கிருஷ்ணனோடதான் பேச முடிஞ்சது. மத்தவங்களுடைய லைன் கிடைக்கல்லே..."

"கிருஷ்ணன் வரானா?"

மாது தலையைக் குனிந்தபடி, 'ஊஹும்...' என்றான். தலை நிமிர்ந்தபோது கண்களில் மெல்லிய கோபம் பளிச்சிட்டது.

"உசிரோட அம்மா இருக்கும்போது வராதவன் இப்ப வந்துதான் என்ன செய்யப்போறான், சொல்லுங்க."

“மூத்தவன், கர்மத்துக்கு அதிகாரம்பாங்க!”

மாதுவின் சிவந்த முகம் அதிகமாகச் சிவந்தது.

“தன் கர்மாவையே சரியாச் செய்யாதவனுக்கு அதிகாரமா ஆஸ்பத்திரிக்கு கிளம்பறதுக்கு முந்தியே அவனுக்கு போன் பண்ணிச் சொன்னேன். காரியத்துக்கு வந்துடுன்னேன். நீயே செஞ்சிடு எனக்கு வரணும்னு தோணல்லேன்னான்.”

நெற்றி நரம்புகள் புடைத்து அவன் குரல் நடுங்குவதை அவர் திகைப்புடன் பார்த்தார்.

“கணேசன், ராகவன்லே யாராச்சும் வரலாம்...” அவன் தோளைக் குறுக்கி உதட்டைப் பிதுக்கினான்.

அவர் அவன் தோளைத் தட்டினார். “வராட்டி போறானுங்க. உன்னைவிட அதிகாரம் யாருக்கும் கிடையாது நிச்சயமாய்... பண்டிதருக்குச் சொல்லியாச்சா?”

“சொல்லியிருக்கேன், அவர் ‘ராக்கி’க்குப் போயிருக்காராம். செய்தி கிடைச்சு அவர் வர்றதுக்கு நாளைக்கு சாயங்காலம் ஆயிடும்.”

“இருக்கட்டும். உன் தங்கச்சி வரதாயிருந்தாலும் காத்திருக்கிறது நல்லதுதான்.”

துக்கம் விசாரிக்க மற்றவர்கள் நின்றிருப்பதைக் கண்டு அவர் வழிவிட்டு, ஒரு நாற்காலியில் சென்று அமர்ந்துகொண்டார்.

பெண்கள் மோகினியைச் சுற்றி நிலத்தில் அமர்ந்திருந்தார்கள், மோகினியின் முகத்தில் உண்மையான துயரம் தெரிந்தது. சரம்சரமாக நீர் வழிந்த வண்ணம் இருந்தது.

‘இந்தப் பெண் எதுக்காக இப்படி அழுவுது?’ என்று அவருக்கு வினோதமாக இருந்தது.

‘கிட்டத்தட்ட அடிமை வாழ்க்கை வாழ்ந்துக்கிட்டிருந்த ஒரு பெண்ணுக்கு இத்துணை துக்கம் இருக்குமா? சுயசிந்தனையில்லாத அடிமைக்கு இருக்கக்கூடிய எஜமான

விசுவாசமாக இருக்குமோ? இந்தப் பொண்ணு இனிமேலாவது நிமிர்ந்து நிற்குமா? தன் உரிமையை நிலைநாட்டிக்குமா?'

நாயக்கர் யோசனையுடன் மோகினியைப் பார்த்தார். பதினைந்து வருஷத்துக்கு முன் புது மணப்பெண்ணாய் நின்ற முகம், மீண்டும் நினைவுக்கு வந்தது.

'இந்தக் குழந்தையை நீ கொலையே பண்ணிப்பிட்டே நாகலட்சுமி! நல்லவேளை, ஒருவழியாக கண்ணை மூடினே' என்று தமக்குள் சொல்லிக்கொண்டார். 'உன் சாவோடு இந்தப் பெண்ணுடைய கிரகண காலம் முடிஞ்சது. மாதுவுடைய கவனம் இவமேல் திரும்பும்; பழையபடி இயல்பா இது சிரிக்கும்; குழந்தை பிறக்கும்... உயிர் இருக்கிற வரைதான் நம்ம ஆட்டமெல்லாம் நாகலட்சுமி. உயிர் பிரிஞ்சப்பறம் நாம் வெறும் ஸைபர் தான். பெயர்கூடக் கிடையாது. வெறும் சடலம் இப்ப...'

அரைக்கண் மூடிய நிலையில் அவர் வெள்ளை பெட்ஷீட்டினால் மூடப்பட்டிருந்த உடலை, வெளுத்த இறுகிப்போன முகத்தைப் பார்த்தார்.

மயிர்க்கால்களில் ஒரு கூச்சம் ஏற்பட்டது. சரேலென்று அவர் நிமிர்ந்து உட்கார்ந்து கண்களை முழுவதும் விரித்துப் பார்த்தார்.

நாகலட்சுமியின் கண்கள் திறந்திருந்தன. அவர்மேல் பார்வை பதிந்திருந்தது. இதழ்களில் பரிகாசப் புன்னகை படர்ந்திருந்தது. அடுத்த விநாடி பெரிய சிரிப்பில் வெடித்துவிடும்போல் தோன்றிற்று.

"இது... என்ன இது, இவ இன்னும் சாவல்லையா?" அடிவயிற்றில் ஒரு ஜில்லிப்பு ஏற்பட்டது.

நாயக்கர் பதைப்புடன் அருகில் அமர்ந்திருந்த, அவரைவிட பல வருஷங்கள் இளையவரான நாயுடுவைக் கேட்டார்.

"சடலத்துக்கு கண்ணு திறந்திருக்கா, மூடியிருக்கா?"

"மூடியிருக்கு ஏன்?"

"சரிதான்" என்றார் நாயக்கர் நிம்மதியுடன். "திறந்திருக்கிற மாதிரி தோணிச்சு எனக்கு கண்ணு இப்ப சரியாத் தெரியல்லே."

'நல்ல பிரமை நமக்கு' என்று அவருக்கு வெட்கமேற்பட்டது.

மறுபடி சடலத்தைப் பார்த்தபோது நாகலட்சுமியின் கண்கள் அவர்மேல் பதிந்திருந்தன. அதரங்கள் பரிகாசச் சிரிப்பு சிரித்தன.

'போகலாம்' என்று மீனாட்சிக்கு சமிக்ஞை செய்தபடி அவர் எழுந்தார். 'புத்தி பிசகித்தான் போச்சு நமக்கு...' என்று முணுமுணுத்தபடி மீண்டும் நாகலட்சுமியின் பக்கம் பார்வையைத் திருப்பாமல் வாசலுக்குத் நடந்தார்.

* * *

அத்தியாயம் 11

எங்கும் சர்வ நிசப்தம். சரசரவென்று இருள்போர்த்த ஆரம்பித்து விட்டது. எழுந்திருந்து விளக்கை ஏற்ற வேண்டும் என்கிற பிரக்ஞையுடனேயே நான் அசையாமல் ஒரு ஜடத்தனத்துடன் உட்கார்ந்திருந்தேன்.

காலையிலிருந்து துக்கம் விசாரிக்க வந்த கும்பல் ஓய்ந்துவிட்டது. என் கண்களிலிருந்து பிரவகித்த நீர் இதற்குமேல் இல்லை என்றாற்போல் வறண்டுவிட்டது. அடிவயிற்றிலிருந்து சுருண்டெழுந்த துக்கத்துக்கும், வெளிப்பட்ட கண்ணீருக்கும் என்னால் விளக்கம் சொல்ல முடியவில்லை. மாமியாரின் மூச்சு அடங்கிவிட்டதை உணர்ந்த வினாடியிலிருந்து என் நெஞ்சின் ஆழத்தில் ஒரு பலவீனம் ஏற்பட்டுப்போனதை நான் உணர்கிறேன். ஏதோ ஒரு பாதுகாப்பை இழந்துவிட்டது போல் பிரம்மை ஏற்பட்டது - என் கவசகுண்டலம் பறிபோனாற்போல...

நான் நீலிக்கண்ணீர் வடிக்கிறேன் என்று இங்கு வந்த பெண்கள் நினைத்திருப்பார்கள்.

என்னையே என்னால் புரிந்துகொள்ள முடியவில்லை. எத்தனை முரண்பாடுகள் என்னுள்!

மாமியார் உயிருடன் இருந்தவரை - நேற்று இரவு வரை - வாயைத் திறக்க முடியாது வாழ்ந்த அடிமை வாழ்வு

என்னைத் தகித்த தகிப்பும், அதிலிருந்து மீள்வது எப்போது என்று தவித்த தவிப்பும், நீரைத் தெளித்து அவித்தாற்போல் தணிந்துபோனது இன்று என்னுள் விளங்காத ஓர் அதிர்ச்சியை ஏற்படுத்தியிருக்கிறது. அவருடைய முடிவிற்காக ஏங்கிய குற்ற உணர்வு என்னை ஆட்கொள்கிறது. அந்தக் குற்ற உணர்வுக்கான பிராயச்சித்தமாகப் புதிதாக ஓர் அபிமானமும், விசுவாசமும் நெஞ்சில் சுரந்து கண்ணீராய் பெருகுகிறது. அவருடைய சுபாவத்துக்கான மனோதத்துவ வியாக்கியானங்கள் மனத்தில் எழுந்து சாந்தப்படுத்துகின்றன.

'செத்துப்போனவா எல்லாம் தெய்வமாயிருந்து ரட்சிக்கட்டும்' என்பாள் என்னுடைய அம்மா அடிக்கடி.

நான் சடலத்துப்பக்கம் பார்வையைச் செலுத்தினேன். தலைமாட்டில் வைத்திருந்த குத்துவிளக்கின் ஒளியில் வெளுத்த முகம், இன்னும் வெளுத்துத் தெரிந்தது.

'நா எப்ப சாகப்போறேன்னு காத்திண்டிருக்கே! நா அத்தனை சுலபமாய் போயிடமாட்டேன்; தெரிஞ்சுக்கோ...!'

இப்பொழுது அந்த வார்த்தைகளைக் கேட்பதுபோல் என் ரத்தம் உறைந்தது. எத்தனை விஷத்தை அந்த நாக்கு கக்கியிருக்கும். எத்தனை வெறுப்பை கண்கள் உமிழ்ந்திருக்கும்...!

ஏன்? எதற்காக? எதைச் சாதிக்க?

கல்லூரியில் படித்த 'ஒத்தெல்லோ' நாடகம் எனக்கு அடிக்கடி ஞாபகத்துக்கு வருகிறது. ஒத்தெல்லோ - டெஸ்டிமோனாவின் வாழ்க்கையைப் பிரத்தியேகக் காரணமேயில்லாமல் நாசமாக்கிய இயோகோவின் குண இயல்புக்கும், என் மாமியாரின் குண இயல்புக்கும், ஒற்றுமை இருப்பதுபோல் எனக்குத் தோன்றுகிறது. மற்றவர்கள் படும் கஷ்டத்தைப் பார்த்து சந்தோஷிப்பதும், சந்தோஷத்திற்காக மற்றவரைக் கஷ்டப்படுத்துவதும் - இந்த 'Motiveless Malignity' - சிலரின் இயல்பான சுபாவம் என்கிறார்கள்.

இந்த இயல்புக்கான காரணம் மனித சரித்திரத்தின் ஆழத்தில் எங்கோ புதைந்திருக்க வேண்டும் - வெள்ளைத்தோலின் ஏகாதிபத்திய உணர்வு இயாகோவை, கருப்பன் ஒத்தெல்லோவைப் பழிவாங்கத் தூண்டியிருக்க வேண்டும். என் மாமியாரின் பழிவாங்கலுக்கு நமது நிலப்பிரபுத்துவ பாரம்பரியம் காரணமாக இருக்குமோ? பலம் இருப்பவன் இல்லாதவனை மிதிக்கும் திண்ணக்கம்?

இப்படிப்பட்டவர்களுக்கெல்லாம் எந்த நெஞ்சு உறுத்தலும் இருக்காது. இந்த வேஷத்தை இப்படித்தான் போட வேண்டும் என்கிற சரித்திர நிர்ப்பந்தம் அவர்களுக்கு.

அம்மாவின் நியாயமற்ற - தர்க்கத்துக்கு விரோதமான எதிர்பார்ப்புகளை எல்லாம் மாது அனுசரித்துப்போனதற்கு, அங்கீகரித்ததற்கு இதுதான் காரணம்.

ஸ்விட்ச் தட்டப்படும் ஓசையைத் தொடர்ந்து அறைக்குள் பளீரென்று ஒளி பாய்ந்தது. மாதுவின் கை இன்னும் ஸ்விட்சின் மேல் இருந்தது.

"ஏன் இருட்டிலே உட்கார்ந்திருக்கே?" என்றார்.

ஒரே நாளில் அவர் முகத்திலும், கண்களிலும் ஏற்பட்டிருந்த மாற்றம் நம்பமுடியாததாக இருந்தது. கண்களில் குழி விழுந்திருந்தது. தாடை ஒட்டிப்போயிருந்தது. இன்று காலையிலிருந்து அவர் எதுவும் சாப்பிடவில்லை; நானாவது இரண்டு மூன்று முறை காப்பி குடித்தேன். 'ஏதாவது சாப்பிடுகிறர்களா?' என்று கேட்கப் பயமாக இருந்தது.

'நாம என்ன, பன்னி ஜன்மங்களா?' என்று கேட்டாலும் கேட்பார்.

"இருட்டினதையே கவனிக்கல்லே!" என்றேன்.

தன்னந்தனியாக, இருட்டில், அத்தனை பெரிய கூடத்தில் ஒரு சடலத்துடன் உட்கார்ந்திருந்தேன் என்பது எனக்கே வினோதமாக இருந்தது.

'நா கொஞ்சம் ரெஸ்ட் எடுத்துக்கணும்' என்று மாது உள்ளே படுக்கச் சென்றிருந்தார். தனது சோகம் பிரத்தியேகமானது என்று உணர்த்துவதுபோல் கதவைத் தாழிட்டுக்கொண்டார். அவரைத் தொடர்ந்து உள்ளே போக நினைத்து எழுந்த கால்கள், மூடிய கதவைக் கண்டு பின்னடைந்ததால் யதார்த்த நிலையில் அமர்ந்துகொண்டேன்.

இப்பொழுது அவர் என் எதிரில் வேற்று ஆளைப்போல் நிற்கையில், பதினைந்து வருஷங்களாக இல்லாத சகஜ பாவம் இனிமேல் வருமா என்று ஆயாசமேற்பட்டது.

மாது, சடலத்துக்கு அருகே சென்று சற்றுநேரம் அந்த முகத்தைப் பார்த்தார்; குத்துவிளக்கைக் குனிந்து பார்த்து, "இதுக்கு எண்ணெய் ஊத்தணும் மோகினி! பார் தீர்ந்துபோச்சு!" என்றார் அவசரமாக.

நான் பதட்டத்துடன் எழுந்தேன் - மாமியாரின் சாப்பாட்டு நேரம் தவறிவிட்டாற்போல. எண்ணெய் வார்த்து திரி நிற்காமல் பார்த்த பிறகே மாது சமாதானமாகி, நகர்ந்து அருகிலிருந்த சோபாவில் அமர்ந்துகொண்டார்.

"காப்பி கலந்துண்டு வரட்டுமா?" என்றேன் மெல்ல.

"வேண்டாம்" என்றார் கடுமையாக. நான் மௌனமாக நின்றேன் - இவர் பதில் என்னவாக இருக்கும் என்பதை அறிந்தும் நான் கேட்டது முட்டாள்தனம் என்ற நினைப்புடன்.

"என் அம்மாவுக்காக ஒரு நாள் நா பட்டினி இருந்தா ஒண்ணும் குறைஞ்சு போயிடமாட்டேன்!" என்றார்.

"நீ சாப்பிடேன்! நா வேண்டாம்னு சொல்லல்லே..."

நான் தரையைப் பார்த்தேன். அசட்டுத்தனமாகக் கண்களில் நீர் தளும்பிற்று.

"நீ சாப்பிட்டியா ஏதாவது?"

"இல்லே."

“ஏன்?”

“சாப்பிடப் பிடிக்கல்லே!”

“நான்சென்ஸ்! நீ எதுக்குப் பட்டினி கிடக்கணும்?”

அடிபட்டவள் போல் நான் தலையைக் குனிந்துகொண்டேன். பதில் சொல்ல சில வினாடிகள் பிடித்தன. பிறகு அவரைத் தீர்க்கமாகப் பார்த்தேன்.

“நானும் உங்களைச் சேர்ந்தவள்தானே? உங்கம்மாவோட பதினைஞ்சு வருஷம் சேர்ந்து இருந்தவதானே? உங்க வருத்தத்திலே எனக்கும் பங்கில்லையா?”

அவரது அதரங்களில் நெளிந்த மிக மெல்லிய புன்னகையில் தெரிவது பரிகாசமா, அனுதாபமா என்று புரியவில்லை. ‘இதில் ஒரு பங்கை நீ எப்படி எதிர்பார்க்கலாம்?’ என்கிற வியப்பும் தெரிந்தாற்போல் தோன்றிற்று. ‘என் அம்மாவின் சாவில் உனக்கெப்படி வருத்தம் இருக்கும்?’ என்கிற கேள்வியும் அதில் இருக்கலாம்.

“நீ பட்டினி கிடக்க வேண்டியது அவசியமில்லை மோகினி...”

“அவசியம்னு நினைச்சு நா சாப்பிடாம இல்லையே?”

“அதாவது நா சாப்பிடாததனாலே நீ சாப்பிடாம இருக்க வேண்டாம்.”

இவர் என் மனநிலையைப் புரிந்துகொள்ள மாட்டார் என்கிற சோர்வுடன் நான் பேசாமல் அமர்ந்தேன்.

“அம்மா போயிட்டா என்கிறதை என்னாலே நம்பவே முடியல்லே!” என்றார் - அவர் தமக்குள் பேசிக்கொள்பவரைப் போல. குரலில் நம்பமுடியாத சோகம் இழையோடிற்று.

நான் மௌனமாக அவரையே பார்த்துக் கொண்டிருந்தேன்.

“அம்மா... வியாதியினால் பட்ட கஷ்டத்தைப் பார்த்தபோது சீக்கிரம் முடிவு வந்துட்டா நல்லதுன்னு நானே

நினைச்சிருக்கேன். ஆனா, இப்பப் போயிட்டா என்கிற நினைப்பைத் தாள முடியல்லே? என்னுடைய ஒரு அங்கமே கழண்டுபோனாப்பல இருக்கு. 'எ பார்ட் ஆஃப் மீ இஸ் நெளடெட்...!'''

அவரால் மேலே பேச முடியவில்லை, நா தழுதழுத்துப் போயிற்று. கன்னங்களில் கண்ணீர் உருண்டது. நான் அவரருகில் சென்று சோபாவில் அமர்ந்தேன்.

அவருடைய தோளின்மேல் கையை வைத்தேன்.

"நீங்க இப்படி உடைஞ்சு போயிடக்கூடாது மாது!" என்றேன் மெல்ல. "அம்மாவை சாசுவதமா நிறுத்திவெச்சுக்கறது நம்ம கையிலே இல்லே. அம்மாக்கள் செத்துப்போகும் போதெல்லாம் அபிமானமுள்ள குழந்தைகளுக்கு இப்படி ஒரு சூன்யம் தோணத்தான் செய்யும் மாது!"

"இந்த மாதிரி ஓர் அம்மா கிடைப்பாளா எல்லாருக்கும்" என்றார் அவர் சரேலென்று.

வார்த்தைகளின் உத்வேகத்தில் அவரது தோளிலிருந்து என் கை மெல்ல நழுவிற்று.

தன்னைக் கட்டுப்படுத்திக்கொள்ள அவர் பிரயத்தனப்படவில்லை. முகம் சிவந்து பளபளத்தது. உதடுகள் துடித்தன.

"லட்சத்திலே ஒருத்தி! எங்களுக்காக அவ எப்படியெல்லாம் தியாகம் பண்ணியிருக்கா, கஷ்டப்பட்டிருக்கான்னு உனக்குத் தெரியாது! புரியக்கூடப் புரியாது! சாதாரணமா ஒரு கட்டாயத்தினாலே ஒரு விதவை தனியா குழந்தைகளை வளர்க்கிற கதையில்லே இது. சராசரி பெண்மணியா இருந்து, தன்னாலே இத்தனைதான் முடியும்னு எங்களுக்கு சாதாரண படிப்பைக் கொடுத்திருக்கலாம். நாங்களும் இப்போது இங்கே இருக்கிற ஸ்கூல்கள்லே டீச்சராவோ, இல்லேன்னா எங்கேயாவது கிளார்க்காவோ வேலை பார்த்திருப்போம்.

ஆனா, அம்மா... தான் பட்டினிகிடந்து எங்களையெல்லாம் ஆஸ்திரேலியாவுக்கு அனுப்பி மேல்படிப்பு படிக்க வெச்சா! அவளாலே எப்படி அப்படி செய்ய முடிஞ்சது. என்னாலே நம்ப முடியல்லே! சாதாரணமா இந்தியர்களுக்குக் கிடைக்காத பெரிய வேலையிலே அவ்வளவு பேரும் இன்னிக்கு இருக்கோம்!''

நான் ஆட்கொள்ளப்பட்டவளைப்போல அவரையே பார்த்தபடி அமர்ந்திருந்தேன்.

''அன்பின் சொரூபம்!'' என்றார். நான் தலையைக் குனிந்துகொண்டேன். இந்த வாக்கியம் உண்மையானால் அம்மா என்னிடமும் அன்பு காட்டியிருக்க வேண்டாமா? கோபம் வந்தபோதெல்லாம் நாக்கில் நரம்பில்லாமல் திட்டுவதும், தன் மற்ற குழந்தைகளின் மேல் சாபமிடுவதும் அன்பு சொரூபத்தின் எந்தக் கோணத்தைக் காண்பித்தது? மகன்மேல் இருக்கும் அன்பு தன்னலமற்றதாக இருந்தால் மருமகள் மீது அப்படிப்பட்ட ஆங்காரம் வருமா? என்னை அவர் அடிமையைப்போல் விரட்டியதெல்லாம் மாதுவைப் பாதிக்கவேயில்லையா? அதையெல்லாம் தாங்கிக்கொண்டு நான் இருக்க வேண்டும் என்று மாது எப்படி எதிர்பார்த்தார்? நான் எதற்கு இருக்க வேண்டும். எந்த நன்றிக்கடனுக்காக...?

நான் சட்டென்று என்னைக் கட்டுப்படுத்திக் கொண்டேன்.

நன்றிக்கடன்தான் என் வாயைக் கட்டிப்போட்டது.

இரண்டு வருஷம் பாராமுகத்துக்குப் பிறகு என்னை மீண்டும் ஏற்றுக்கொள்ள முன்வந்ததற்கான நன்றிக்கடன், எனக்கு சமூகத்தில் இவர்கள் கொடுத்திருக்கும் கௌரவத்துக்கான நன்றிக்கடன்.

நான் நிராசையுடன் மாதுவைப் பார்த்தேன். இவருடைய பிரமை காலப்போக்கில் மாறுமா? எனக்குக் கிடைக்க வேண்டிய பங்கு கொடுக்கப்படவில்லை என்பதைப் புரிந்துகொள்வாரா...?

உங்களுக்காகத்தான் நா பொறுத்திண்டிருந்தேன் மாது இல்லேன்னா என்னைக்கோ தூக்கு போட்டுண்டு...

திடீரென்று நான் உடைந்துபோனேன். நாடி நரம்பெல்லாம் பலவீனப்பட்டு கண்களில் நீர் நிறைந்தது.

அழைப்பு மணி ஒலித்தது. நான் சுயநினைவுக்கு வந்து எழுந்தேன்.

வெளியில் புன்னூஸ் தம்பதி நின்றிருந்தார்கள் - கையில் பாத்திரங்களுடன்.

"என்னது மாமா இதெல்லாம்..." என்றேன் குழப்பத்துடன், கதவைத் திறந்தபடி.

"சாப்பாடு கொண்டு வந்திருக்கோம். நீயும், மாதுவும் காலையிலேர்ந்து ஒண்ணும் சாப்பிடலேன்னு எனக்குத் தெரியும்" என்றார் மிஸஸ் புன்னூஸ்.

"எதுக்கு சிரமப்பட்டீங்க" என்றேன் நான் கூச்சத்துடன். "மாது காப்பிகூடக் குடிக்கமாட்டேன் என்கிறார். உள்ளே வாங்க" என்றேன்.

"இப்படி பட்டினிகிடக்கறது யாருக்கும் லாபமில்லை" என்றபடி உள்ளே வந்தார் புன்னூஸ். "பண்டிதர் வந்து சேர்ந்து நாளைக்கு சாயங்காலமோ, நாளன்னி காலையிலேயோதான் தகனம் ஆகும். உங்க ஜனத்துப் பண்டிதர் அவர் ஒருத்தர்தான். ஃபீஜியிலேயே தகனமாகிற வரைக்கும் சாப்பிடாம இருக்கப்போறீங்களா?"

நான் பதில் சொல்லாமல் பாத்திரங்களை அவர் கையிலிருந்து வாங்கி சாப்பாட்டு மேஜைமேல் வைத்தேன்.

"மாது சாப்பிடாட்டா போறான்; நீ சாப்பிடு பட்டினி கிடக்காதே!" என்றார் மிஸஸ் புன்னூஸ் ரகசியக்குரலில்.

"நம்ம சாஸ்திரத்தையெல்லாம் இங்கே பார்க்க முடியாது."

"சாஸ்திரத்துக்காகப் பட்டினி கிடக்கல்லே. அம்மாவுடைய சடலம் அப்படிக்கிடக்கறப்ப சாப்பிடப் பிடிக்கல்லே!"

"அதுக்காக இரண்டு நாள் பட்டினிகிடக்கப் போறீங்களா!"

"சாப்பிட முயற்சி பண்றோம் மாமி. இல்லேன்னா, ஃபிரிஜ்ஜிலே வெச்சு நாளைக்கு சாப்பிடறோம்" என்றேன் மெல்லிய குரலில்.

மிஸஸ் புன்னூஸ் வினோதமாக என்னைப் பார்த்தார்.

"அப்புறம் உங்க இஷ்டம்" என்றார் சமாதானமில்லாமல்.

அவர்கள் சற்றுநேரம் மாமியாரைப் பற்றியும், அவருடைய உயர்ந்த குணத்தைப் பற்றியும், வாழ்வின் அநித்தியத்தைப் பற்றியும் பேசிவிட்டு எழுந்தார்கள்.

"கல்யாணச் சாவும்பாங்க. அப்படித்தான் நாகலட்சுமி அம்மாவுடைய சாவும்!" என்றார் புன்னூஸ். "சந்தோஷமா நாம அவங்கள வழி அனுப்பணும், உங்கம்மாவுக்கு உன்மேல ரொம்பப் பிரியம் இருந்தது. நீ இப்படி இடிஞ்சுபோய் உட்கார்ந்தியானா அவங்க ஆத்மாவுக்கு விடுதலை கிடைக்காது."

அவர்கள் சென்ற பிறகு மாது என்னைப் பார்த்து, "நீ வேணா சாப்பிடு" என்றார் கடுமையாக. "சில பேருக்கு வயிறு எந்த சமயத்திலேயும் கூடவே நிற்கும். எங்கம்மா செத்துச் சடலமாய் படுத்திருக்கறப்ப எதுவுமே நடக்காத மாதிரி என்னாலே இருக்க முடியாது."

நான் தலையைக் குனிந்துகொண்டேன். என்னிடம் நெருக்கமும், மதிப்பும் இவருக்கு ஏற்படுவதற்கு நான் மிகப் பிரயாசைப்பட வேண்டும் என்று தோன்றிற்று. சற்று பொறுத்து புன்னூஸ் வீட்டுப் பாத்திரங்களையெல்லாம் திறந்துகூடப் பார்க்காமல், ஃபிரிஜ்ஜில் வைத்தேன்.

பல நாட்களாக சரிவர தூக்கமில்லாததும், இன்று காலையிலிருந்து விவரம் புரியாத துக்கத்தில் கண்ணீர்

பெருகியதும் என்னை அசத்திற்று. நான் வரவேற்பறையில் இருந்த தீவானில் படுத்து கண்ணை மூடிக்கொண்டேன். ஏதோ ஒரு சூன்யத்தில் நின்றாற்போல் மனசு குழப்பத்தில் மிதந்தது.

புலன்கள் எல்லாம் மெல்ல மெல்லத் தளர்ந்தன. மனசு சரசரவென்று ஆழ்கடலில் இறங்குகிறது. அந்தகாரக் குகைகளில் சஞ்சரிக்கிறது. திடீரென்று பெருத்த ஓசையுடன் மழை பெய்கிறது. வானத்துக்கும், பூமிக்கும் கம்பி கோர்த்தாற்போல் தடித்த மழை.

நான் விரித்த கண்களுடன் மழையை வெறித்துப் பார்க்கிறேன். அந்தகாரத்தில் நின்றபடி மழையில் யாரோ வேகமாக வருகிறார்கள்.

ஒரு பெண்மணி என் மாமியார்! சாதாரணக் கோலத்தில் இல்லை.

தலை விரிந்திருக்கிறது. நாக்கு வெளியில் தொங்குகிறது.

அடிவயிறு ஜில்லிட்டுப் போகிறது எனக்கு.

மூச்சிறைத்துக்கொண்டு என் எதிரில் நிற்கிறார்.

"என்னம்மா? என்ன வேணும்?" என்றேன் பீதியுடன்.

'எனக்கு ஒரே தாகமாயிருக்கு! தாகம்! ஒரே தாகம்!'

இந்த மழையில் தாகம் எதற்கு என்று எனக்கு வினோதமாக இருக்கிறது.

'மழை கொட்டறதே! எல்லாத் தண்ணியையும் குடியுங்களேன்!' என்கிறேன்.

அந்தக் கண்களில் கோபம் பளபளக்கிறது.

"இது போதுமா எனக்கு? இது போதுமா எனக்கு."

நான் பெரிய அலறலுடன் கண்விழித்து எழுந்து உட்கார்ந்துகொண்டேன்.

✲ ✲ ✲

அத்தியாயம் 12

நாயக்கர் தடியை ஊன்றித் தொலைவைப் பார்த்தார். துறைமுகத்தில் இரண்டு வெளிநாட்டுக் கப்பல்கள் நின்றிருந்தன. ஃபீஜியர்களின் உல்லாசச் சிரிப்பும், பேச்சும் காற்றில் கலந்து இசைத்தன. கூட நடந்த இலியாவின் கண்கள் அலைபாய்வதை அவர் கவனித்தார்.

"வந்திருக்காளா?" என்றார் அவர் மென்மையாக.

அவன் தொலைவைத் துழாவியபடியே, "காணோம்..." என்றான் மெல்லிய குரலில்.

"பூங்காவுக்குப் போய் சேர்றத்துக்குள்ளே வந்துடுவா!" என்றார் அவர் சமாதானமாக.

கொஞ்ச நாட்களாக இங்கிலி, இலியாவைச் சந்திக்க வரவில்லை. அவளை அவருக்கு அறிமுகப்படுத்திய தினத்திலிருந்து தினமும் அவர் பூங்காவில் இளைப்பாறும் நேரத்தில், இலியாவும் இங்கிலியும் ஓர் ஒதுக்குப்புறமாக நின்று பேசுவதும், சிரிப்பதும் வழக்கமாகப் போயிருந்தது.

'நாகலட்சுமியுடைய சாவுக்குப் போய் வந்தன்னிக்கு என்னமோ ஆகியிருக்கணும். அதுக்குப் பிறகுதான் அந்தப் பெண்ணைக் காணோம்...'

பூங்காவை அடைந்ததும் சற்று பரபரப்பாகப் பார்வையைச் சுழற்றிவிட்டுத் தலையைக் குனிந்தபடி, இலியா அவர்

பெஞ்சில் உட்காரத் தூசு தட்டி சௌகர்யம் செய்தான். அவர் உட்கார்ந்ததும் சற்று தள்ளியிருந்த மரத்தில் சாய்ந்தபடி நின்று பராக்குப் பார்த்தான்.

'எப்பவும் சிரிச்சுக்கிட்டிருப்பான் என்ன ஆயிடுச்சு இவனுக்கு?' என்று நாயக்கர் கவலைப்பட்டார்.

"இலியா இங்கே வா!" என்றார் அதட்டலாக.

அவன் விரைந்து அவரருகில் வந்தான்.

"என்ன சமாச்சாரம்? இங்கிலி ஏன் இப்பல்லாம் வரதில்லே!" என்றார்.

அவன் தலையைக் குனிந்துகொண்டான். பிறகு தோளைக் குலுக்கி உதட்டைப் பிதுக்கிச் சிரித்தான்.

"அவங்கப்பா என்னை சந்திக்கக் கூடாதுன்னு தடுத்திருப்பார்!"

"ஏன்?"

அவன் மறுபடி தோளைக் குலுக்கினான்.

"என்னைவிட நல்ல மாப்பிள்ளையைத் தேடலாம்!"

"இங்கிலி ஒப்புத்துக்குவாளா?"

"அவங்க கட்டாயப்படுத்தினா அவ என்ன செய்ய முடியும்."

கிழவர் யோசனையுடன் அவனைப் பார்த்தார். கையிலிருந்த புல்லை அவன் பிய்த்த வேகத்திலிருந்து அவனது ஏமாற்றம் புலப்பட்டது.

"உங்கம்மாவுக்கு இந்த விவகாரம் தெரியுமா?"

"தெரியாது."

"அட மடையா! ஏன் சொல்லல்லே!"

"சொல்லணும்னு நினைச்சுக்கிட்டிருந்தேன். அதுக்குள்ளே இங்கிலியுடைய அப்பாவுக்குத் தெரிஞ்சுபோச்சு."

அவனுடைய ஏமாற்றமும், துக்கமும் முகத்தில் வெளிப்படையாகத் தெரிந்தன.

அவருக்கு அவனைப் பார்க்கப் பாவமாக இருந்தது. இங்கிலியுடைய தகப்பன் ஒரு மடையனாக இருக்க வேண்டும் என்று தோன்றிற்று. 'இலியாவைவிட நல்ல பையன் கிடைப்பானா இங்கிலிக்கு. அதைத் தவிர, ஒருத்தர் மேல் ஒருத்தருக்குப் பிரியம் ஏற்பட்டுப்போன பிறகு அதைக் கட்டாயமா பிரிக்கிறது என்ன நியாயம்?'

அவர் யோசனையுடன் உட்கார்ந்திருந்தார். இலியாவுக்கு ஸ்திரமான உத்தியோகம் இல்லை என்கிற காரணமாக இருக்கவேண்டும் இங்கிலியின் அப்பாவின் மறுப்புக்கு. இது இலியாவுக்குத் தெரியும், இருந்தும், 'ஒரு வேலைபோட்டுக் கொடுங்க'ன்னு கேட்க தைரியமில்லாம நிக்கறான் மடையன்.

"கிளம்பலாமா?" என்றான் இலியா.

"கிளம்பலாம்..." என்றபடி அவர் எழுந்தார். மௌனமாக அவன் பின்தொடர, விருக்விருக்கென்று கைத்தடியின் சத்தத்துடன் முன்னால் நடந்தார்.

இலியாவின் முகவாட்டம் மனத்தை விட்டு அகலாமல் நின்றது. 'எனக்கேன் இப்படி மனசு கிடந்து அடிச்சுக்குது!' என்று அவர் வியந்தார். 'எந்த நிமிடமும் யமன் வந்து கூப்பிடக்கூடிய வயசு நமக்கு... யார் முகத்திலே வாட்டம் இருந்தாலும் அதைத் தெளிய வைக்கிறது நம்ம பொறுப்புன்னு ஏன் தோணுது. இந்தக் கிழவனுக்கு வேற வேலையில்லே. எல்லார் விஷயத்திலேயும் மூக்கை நுழைக்கிறதைத் தவிரன்'னு ஜனங்க நினைச்சுப்பாங்க, முகத்துக்கு எதிரே சொல்லாட்டியும்.'

"எவன் எக்கேடு கெட்டுப்போனா நமக்கென்னன்னு என்னாலே இருக்க முடியாது நிச்சயமா" என்றார் அவர் வாய்விட்டு. 'ஜனங்க என்ன வேணா நினைக்கட்டும் நமக்கின்னும் எண்ணி கொஞ்ச நாட்கள்தான் இந்தப் பூமியிலே,

அதுக்கப்புறம் எவன் எதை நினைத்தாலும் நம்ம காதிலே விழப்போறதில்லே...'

அவருக்கு உலுக்கப்பட்டாற்போல் நாகலட்சுமியின் நினைவு வந்தது. 'நாகலட்சுமி செத்தப்புறம் கூட காது கூர்மையாயிருக்கணும்' என்று நினைக்கையில் மெல்லிய குழப்பம் ஏற்பட்டது. மீண்டும் மீண்டும் பிரேதத்தின் பார்வையும், பரிகாசப் புன்னகையும் மனக்கண்ணில் நின்றது. தனக்கு ஏன் அப்படிப்பட்ட பிரமையேற்படணும் என்று ஆச்சரியமாக இருந்தது.

பிரமைதானா அது...?

இல்லே... வேணுமின்னே நாகலட்சுமியுடைய ஆவி என்னைப் பார்த்துச் சிரித்ததா?

'ஆவியாவது பூதமாவது' என்று அவர் எரிச்சலுடன் மண்டையை ஆட்டிக்கொண்டார். கிட்டத்தட்ட தொண்ணூறு வயசை எட்டப்போறேன். இதுவரை அப்படிப்பட்ட விஷயங்கள்லே எனக்கு நம்பிக்கையில்லே. இப்பப் புதுசா என்ன இது அறிவுகெட்ட குழப்பம். 'நாகலட்சுமி லேசிலே இந்த உலகத்தைவிட்டுப் போகமாட்டா' என்கிற என்னுடைய உள்ளார்ந்த எண்ணத்தினாலே எனக்கேற்பட்ட கற்பனை அது.

ஆனால், "இன்னிக்கு நாகலட்சுமி அம்மாவுக்குத் தகனம் நீங்க வருவீங்களா?" என்று மீனாட்சி அழைத்த போது, 'நா வரல்லே. அன்னிக்குப் போனதே எனக்கு ரொம்பக் களைப்பாய் போயிட்டது'ன்னு மறுத்துவிட்டார்!

தன்னுடைய அனுபவத்தைப் பற்றி அவர் மீனாட்சியிடம் சொல்லவில்லை.

'இந்தக் கிழவருக்கு புத்திப் பேதலிச்சுப் போச்சுன்னு நினைப்பா...'

"நமஸ்காரம் நாயக்கர் ஐயா!"

"யாரது?"

நாயக்கர் நின்று நிதானித்து குரல் வந்த திசையைப் பார்த்தார்.

கோபால ரெட்டி.

"எப்படியிருக்கே கோபாலு! பார்த்து நாளாச்சு!" என்றார் பெரிய புன்னகையுடன்.

"நாகலட்சுமி அம்மா இறந்துபோன அன்னிக்கு உங்களை மாது வீட்டிலே பார்த்தேன். பேசணும்னு நினைச்ச சமயத்திலே நீங்கக் கிளம்பிட்டீங்க, தகனத்துக்கு நீங்க வரல்லே இல்லே?"

"இல்லே."

"இந்த வயசிலே நீங்க வரவேண்டிய அவசியமில்லே."

"மாது எப்படியிருக்கான் இப்ப?" என்றார் அவர் சாதாரணமாக.

ரெட்டியின் முகத்தில் ஒரு குழப்பமான பாவம் தெரிந்தது.

"அப்புறமா நா அவரைப் பார்க்கல்லே... ஆனா, அன்னிக்குக் கொள்ளி வைக்கும்போது சின்னப்பிள்ளையாட்டம் அழுதாங்க. அம்மாமேல அசாத்திய அபிமானம் அவங்களுக்கு."

"சரியாச் சொன்னே!" என்றார் நாயக்கர் யோசனையுடன். "அந்த அபிமானம் அசாத்தியமானதுதான். மத்தப் பசங்க யாரும் வரல்லியே இதுவரைக்கும்?"

"ஊஹூம்... எத்தனைத் தொலைவிலே இருக்காங்க. வர சௌகர்யப்பட்டிருக்காது."

நாயக்கர் பதில் சொல்லாமல் தன்னுள் மூழ்கிய யோசனையுடன் நடந்தார்.

"அவங்க வராட்டி என்ன? அந்தம்மா ஆத்மாவுக்கு ஒரு குறையும் இருக்க முடியாது. மாதுவைப்போல ஒரு பிள்ளையும், மோகினியைப்போல ஒரு மருமகளும் அடைஞ்சவங்களுக்கு என்ன குறை இருக்க முடியும்?"

பதில் ஏதும் சொல்லாமல் நாயக்கர் ரெட்டியை நிமிர்ந்து பார்த்துப் புன்னகைத்தார்.

"பள்ளிக்கூட ஆண்டு விழா தயாரிப்பெல்லாம் எந்த மட்டிலே இருக்கு?" என்று பேச்சை மாற்றினார். "எல்லா ஏற்பாடும் நடந்துக்கிட்டிருக்கு."

"பசங்கள்ளாம் உற்சாகமா இருக்காங்களா?"

"ஆ... ஆண்டுவிழாத் தயாரிப்பில் உற்சாகமாகத்தான் இருக்காங்க..."

மறுபடி அரசியல் பேச்சை ஆரம்பித்தால் மனசு மீண்டும் சங்கடப்படும் என்று நாயக்கர் மௌனமாக நடந்தார்.

"அன்னிக்கு மாது வீட்டிலே புன்னூஸுடைய மூத்த மகனைப் பார்த்தேன். அவனும் ஆஸ்திரேலியாவுக்குக் குடியேறிடப் போறானாம்."

"ஏன்?" என்றார் நாயக்கர் திடுக்கிட்டு. "அவனுடைய பசங்கள்ளாம் ரொம்ப நல்லாப் படிக்குதுன்னு கேள்விப்பட்டேனே?"

"அதனாலேதான் போறான். இவ்வளவு கெட்டிக்காரக் குழந்தைகளை எதிர்காலமில்லாத இடத்திலே ஏன் வெச்சிருக்கணும் என்கிறான்..."

நாயக்கருக்கு நெஞ்சில் ஏதோ பாரமாக அமர்ந்தது. 'எப்படியோ பிழைச்சுக்கட்டும்; நாடோடி வாழ்க்கை வாழட்டும்' என்று நேற்று வீறாப்பாக நினைத்ததைப்போல இன்று நினைக்க முடியவில்லை. சொந்த மண்ணைப் போலவே மனத்திலும், இரத்தத்திலும் நிலைத்துப்போன ஃபீஜி மண்ணை அத்தனைச் சுலபமாகத் துறக்கத் துணிய வேண்டுமானால், 'நிலைமை நான் நினைக்கிறதைவிட மோசமாகத்தான் போயிருக்கோ?' என்று மெல்லிய பீதி எழுந்தது.

அவர் சட்டென்று தன்னை சமாளித்துக்கொண்டார்.

"நான் திருப்பிச் சொல்றேன் கோபாலு! நீங்கள்ளாம் அனாவசியமாக கவலைப்படறீங்க... ஃபீஜிக்காரங்க ரொம்ப நல்லவங்க, நம்ம சகாயம் அவங்களுக்கு வேணும். நம்மளை விரட்டிட மாட்டாங்க!"

கோபாலு ரெட்டி சிரித்தார். "உங்களையும், என்னையும் விரட்டிட மாட்டாங்கதான்!"

நாயக்கர் ஆவேசமாகத் தலையை ஆட்டினார்.

"இப்படிப் பயந்துட்டு ஓடறதிலே அர்த்தமே இல்லே. இருந்து இவங்க சினேகிதத்தைக் காப்பாத்திக்கணும், நம்பிக்கையை ஏற்படுத்தணும். அதை விட்டுட்டு பேமானி கணக்கா ஓடி, இங்கேயிருக்கற மத்தவங்க நிலைமையை பலவீனமாக்கறது புத்திசாலித்தனமா?"

ரெட்டி பதில் சொல்லாமல் மௌனமாக நடந்தார்.

"பட்டேல் சொல்ற மாதிரி, நம்மகிட்ட ஒத்துமை இல்லே கோபாலு! ஒத்துமை இருந்திருந்தா சுதந்திரம் வந்த கையோட நமக்கு அனுகூலமா எத்தனையோ சட்டங்களை ஏற்படுத்தியிருக்கலாம். இப்பவும் ஒண்ணும் மோசமில்லே. நீ வடக்கத்திக்காரன், நான் தெற்கத்திக்காரன்னு சிண்டைப் பிடிச்சுக்கிட்டு நிக்காம இருந்தம்னா எவ்வளவோ சாதிக்கலாம்..."

வீடு வந்துவிட்டது என்பதை நாயக்கர் கவனித்து நின்றார்.

"எனக்கு என்ன சொல்றதுன்னு தெரியல்லே கோபாலு! நானெல்லாம் சோத்துக்கு இல்லாம கஷ்டப்பட்ட நாளிலே இல்லாத குழப்பம் இப்ப உங்களுக்கெல்லாம் வயிறு நிறைஞ்சுபோன சமயத்திலே ஏற்பட்டுப் போயிருக்கு. தனியா நின்னு சமாளிச்ச காலம் மலையேறிடிச்சு! கூட்டா நின்னாத்தான் வழின்னு பட்டேல் சொல்றாரு. புத்தியிருந்தா இங்கேயே பிழைக்கலாம். இல்லேன்னா நாடோடி வாழ்க்கைதான்..."

அவர் மேற்கொண்டு அங்கு நிற்காமல் விடுவிடுவென்று வாசல்கேட்டிலிருந்து வீடுவரை ஓடிய அரை ஃபர்லாங்குப் பாதையில் நடந்தார். ரெட்டி அவரைத் தொடர்ந்து வரவில்லை என்பதைத் கவனித்து நடையைத் தளர்த்தினார்.

"அழுமூஞ்சிப் பயலுங்க!" என்று அலுப்பேற்பட்டது.

"நான் என் அறைக்குப் போறேன் இலியா... நீ உன் வேலையைக் கவனி!" என்றார். "படா ஸாப் சாப்பிட வந்தான்னா என்னை வந்துப் பார்க்கச் சொல்லு."

இலியா அவர் கூடவே வந்து கைத்தடியை வாங்கி ஆணியில் மாட்டி, நீர் அருந்தக் கொடுத்து, படுக்க சௌகர்யம் செய்தபிறகே தன் வேலையை கவனிக்கச் சென்றான். இவனை ஒரு பொருட்டாகவே நினைக்காமல், ஃபீஜி அரசியலை இவன் காதுபட பேசுவது அநாகரிகம் என்று அவருக்குக் கூச்சம் ஏற்பட்டது.

மனத்திலா - உடம்பிலா என்று புரியாத ஒரு சோர்வு இன்று அவரை ஆட்கொண்டது. அவர் கண்களை மூடிப் படுத்தார்.

வரிசை வரிசையாக ஃபீஜி வாழ் இந்தியர்கள் முகத்தைத் தொங்கப் போட்டுக்கொண்டு கிளம்புவதுபோல் மூடிய விழிகளுக்குள் நிழலாட்டம் கண்டது. அந்த நிழலின் இருளுக்குள் தான் அமிழ்ந்து போவதுபோல் அவர் உணர்ந்தார்.

அவர் மீண்டும் கண் விழித்தபோது, அறைக்குள் ராமசாமி நுழைந்திருந்தார்.

ஒரு நாற்காலியை இழுத்துப்போட்டு உட்கார்ந்தபடியே யோசனையுடன் நாயக்கரைப் பார்த்தார்.

"என்னப்பா, உடம்பு சரியில்லையா? படுத்திருக்கீங்க? சாப்பிடக்கூட எழுந்திருக்கல்லேங்கறா மீனாட்சி...!"

நாயக்கர் எழுந்து அமர்ந்தபடி புன்னகைத்தார்.

"ஆ எனக்கொண்ணுமில்லே உடம்புக்கு. நல்லாத்தான் இருக்கேன். நேத்து ராத்திரி சரியாத் தூங்கல்லே. அதிலே இப்பக் கண்ணை அசத்திட்டது."

ராமசாமி அவரைப் பூரணமாக நம்பாதவர்போலப் பார்த்தார்.

"சாப்பாட்டை இங்கேயே கொண்டுவரச் சொல்றேன் இலியாவை."

"வேண்டாம் வேண்டாம். எனக்கு ஒண்ணும் இல்லே ராமு! இலியா விஷயமாகத்தான் உன்னோடு பேசணும்னு நினைச்சேன்."

"என்ன சமாச்சாரம்?"

"அவனை ஒரு நல்ல வேலையிலே அமர்த்திடு ராமு!"

"அதுக்கென்ன அவசரம் இப்ப... இங்கே அவனுக்கு சௌகர்யத்துக்கு என்ன குறைவு? அவன் ஏதாவது சொன்னானா?"

"சேச்சே! அந்த பிள்ளை வாயைத் திறக்காது. நானாத்தான் சொல்றேன். என்னை கவனிச்சுக்க வேற ஆள் கிடைக்காம போகாது. இந்தப் பின்ளைக்கு ஒரு பொண்ணு மேலே ஆசை வந்துட்டது. பொண்ணோட அப்பன் இவனுக்கு மதிப்பான வேலைக் கிடைச்சாத்தான் சம்மதிப்பான்னு எனக்குத் தோணுது!"

"உங்களுக்கு இப்ப அந்தக் கவலையா! பயலுக்குப் பதினேழுகூட வயசிருக்காது போலிருக்கே? உம், பார்ப்பம்... வேலை பண்ணி வைக்கிறது ஒண்ணும் சிரமமில்லே. உங்களுக்கு உதவியா இருக்கானேன்னு பார்த்தேன்..."

"என்னைப் பத்திக் கவலைப்படாதே. அந்தப் பெண்ணு கிடைக்காம போயிடக்கூடாது இவனுக்கு! நல்ல பொண்ணு..."

ராமசாமி சிரித்தபடியே எழுந்தார்.

"இவனுடைய காதல் விவகாரத்திலே நீங்களும் உள்கையா? என்ன காதலாயிருந்தாலும் அவங்க கிராமத்துத் தலைவர் இஷ்டப்பட்டாத்தான் கல்யாணம் நடக்கும்."

நாயக்கர் புன்னகைத்தார்.

"அந்தக் தலைவரைக் கண்டு நா பேசறேன். நீ வேலை பண்ணிவை."

"சரி, ஆகட்டும். மற்றபடி நீங்க உடம்புக்கு ஒண்ணுமில்லாமதானே இருக்கீங்க?"

"ஆமாமாம்."

"அன்னிக்கு நீங்க நாண்டிக்கு துக்கம் விசாரிக்கப் போனதிலேந்து சுரத்தா இல்லேங்கரா மீனாட்சி."

"ஆ, அதெல்வாம் ஒண்ணிமில்லே" என்றார் நாயக்கர் மழுப்பலாக. "அதுக்குப் பிறகு நா போகவேயில்லையே! நீ பாத்தியா மாதுவையும், மோகினியையும்?"

"உம் பார்த்தேனே... மாதுவைக் கிட்டதட்ட தினமும் பார்க்கறேன்."

"எப்படியிருக்கான்?"

"இப்பத் தெளிஞ்சுட்டான். ஆம்பிளை எத்தனை நாள் துக்கத்திலே சோர்ந்து உட்கார முடியும்? அவதான் என்னவோபோல இருக்கா."

"யாரு?"

"மோகினி."

"எப்படியிருக்கா?"

"இளைச்சு, கண்ணுகுழி விழுந்து... மாமியார் சாவுனாலே அதிர்ச்சி ஏற்பட்டாப்பலே! எனக்குப் புரியல்லே. ரத்தச் சோகையோ என்னவோ?"

மோகினியைப் பற்றி கவலை இப்பொழுது நாயக்கரைப் பற்றிக்கொண்டது.

✲ ✲ ✲

அத்தியாயம் 13

"உடம்பு சரியாயில்லையா மோகினி உனக்கு?" என்றாள் மிஸ் லட்சுமி பிள்ளை புருவங்களை வளைத்து. நட்டநடு மார்க்கெட்டில்.

"ஒண்ணுமில்லையே - நல்லாதானே இருக்கேன்" என்றபடி குனிந்து கத்தரிக்காய் பொறுக்குவதில் ஆழ்ந்தேன்.

"இல்லே, இளைச்சுத் தெரியறே! ஆஸ்பத்திரிக்கும், வீட்டுக்குமா ஓடி ஆடற நாளிலேகூட இப்படித் தெரியல்லையே?"

"அதோட பாதிப்பு இப்பத்தான் தெரியறதோ என்னவோ?" என்றேன் நான் மழுப்பலாக.

இவளிடம் அகப்பட்டுக்கொள்ளக் கூடாது என்கிற ஜாக்கிரதையுடன்.

"ஒரு நாள் வீட்டுக்கு வாங்களேன்..." என்றுவிட்டு நான் அடுத்தக் கடைக்கு நகர்ந்தேன்.

காய்கறியையெல்லாம் வாங்கி உள்ளே வைத்து வண்டியைக் கிளப்புகையில், நெற்றியும் உள்ளங்கையும் வியர்த்திருந்தன. மார்பு லேசாகப் படபடத்தது.

என்ன ஆகிவிட்டது எனக்கு மாமியார் இறந்துபோன இந்தப் பதினைந்து நாளில் என் உடம்பில் ஏற்பட்டிருக்கும் பலவீனம் எனக்கே வினோதமாக இருக்கிறது.

அன்றிலிருந்து சரியாகத் தூக்கமில்லை. எனக்கு பல மாதங்களாக நேரான தூக்கமில்லாவிட்டாலும், இப்பொழுது தூக்கமில்லாததற்கான காரணத்தை யாரிடம் சொல்ல முடியும்? யார் நம்புவார்கள்?

பகுத்தறிவுக்கு விரோதமான அந்தக் காரணத்தை வெளியில் சொல்லவும் நான் தயங்குகிறேன். சொன்னால் என்னைத்தான் எல்லாரும் சாடுவார்கள்.

'உன் மாமியாரிடம் என்னிக்குமே உனக்குப் பிடிமானம் கிடையாது. அதனால்தான் இப்படிப்பட்ட கற்பனைகள் உனக்கு' என்பார்கள். 'உன் அடிமனத்து பயங்களின் பிம்பம் அது' என்று சொல்வார்கள்.

நானும் என்னையே பரிசோதித்துப் பார்த்துக்கொள்கிறேன். என் உள்மனத்துப் பிரமைதான் காரணமா, அந்த விசித்தரமான கனவுக்கு?

ஒரு நாளோடு நிற்கவில்லை கனவு. அதற்குப் பிறகு இரண்டுமுறை மாமியார் வந்துவிட்டார் கனவில்.

நாக்கைத் தொங்கப்போட்டுக் கொண்டு மழையில் நிற்கவில்லை. ஆனால், முகத்தில் தவிப்புத் தெரிந்தது. என்னை நேராகப் பார்த்த பார்வையில், கடுமை தெரிந்தது.

ஒவ்வொரு முறையும் நான் பயந்துகொண்டு, 'என்னம்மா வேணும்' என்கிறேன்.

ஒரே விதமான பதிலாக வருகிறது. 'எனக்கு தாகமாயிருக்கு... என்னை ஏன்னு கேட்கிறவா இங்கே இல்லே...' என்று.

ஒவ்வொரு முறை கனவு கலைந்து திடுக்கிட்டு நான் கண் விழிக்கும்போதும் உடம்பு பூராவும் வியர்த்துப்போகிறது. மார்பின் படபடப்பும், கை நடுக்கமும் அடங்க வெகுநேரம் ஆகிறது. பிறகு இமை மூடுவதில்லை. பகல் நேரத்திலும் தனியாக இருக்கும் நேரமெல்லாம் என்னுள் குரல்கள் கேட்கின்றன.

'தாகம்... தாகம்... தாகம்!'

இந்தக் கனவுக்கு என்ன அர்த்தம்? இதற்கு அர்த்தத்தைத் தேடிக்கொண்டு அலைவது அறிவுபூர்வமான காரியமா? பைத்தியக்காரத்தனம் என்று கேட்பவர்கள் சிரிக்க மாட்டார்களா?

இந்தக் கனவுகளை அர்த்தமற்றவை என்று நானும் நினைவிலிருந்து ஒதுக்கப் பார்க்கிறேன். முடியவில்லை. பிரத்தியட்சமாக எதிரில் கண்டதுபோல மனத்தில் தீர்க்கமாக நிற்கிறது.

சாதாரணமாகக் கனவே காணாதவளுக்கு ஏன் இப்படி அடுத்தடுத்து வரவேண்டும்?

அன்று அலறி அடித்துக்கொண்டு விழித்து எழுந்து உட்கார்ந்தபோது, மாது யோசனையுடன் அருகில் வந்து நின்றார்.

"என்னது...? கனாக் கண்டாயா?" என்றார்.

என்னால் பதில் சொல்ல முடியவில்லை. உடம்பில் லேசாக நடுக்கம் கண்டிருந்தது. என் தோள்மேல் கை வைத்து, "போ, உள்ளே போய் படுத்துக்கோ" என்றார் மிருதுவாக.

அந்தத் தருணத்தில் அந்த வார்த்தைகளே போதுமானவையாக இருந்தன. அவரிடம் நான் என் கனவைப் பற்றிச் சொல்லவில்லை. சொன்னால் அந்த வினாடி நேர மென்மை மறைந்துவிடும் என்று எனக்குப் பயமாக இருந்தது.

மாதுவின் பிரியத்தை என் பக்கம் திருப்புவது அத்தனை சிரமமில்லை என்று இந்தப் பதினைந்து நாட்களாகத் தோன்றிக் கொண்டிருக்கிறது. என்னிடம் மாறுதல் தெரிய ஆரம்பித்திருக்கிறது. அவருடைய நம்பிக்கைக்கு நான் பாத்திரமாக, அவருடைய தோழமை எனக்குச் கிடைத்து விடுமானால் எனக்கு வேறு எதுவுமே தேவையில்லை!

நான் அந்தத் தருணத்திற்காகக் காத்திருக்கிறேன்.

'நமக்குன்னு காலம் வரும்' என்று அவர் கொடுத்திருக்கும் உறுதிமொழியை நம்பிக் காத்திருக்கிறேன்.

இறந்து சாம்பலாகிப்போன என் மாமியார் எங்களுக்குக் குறுக்கே வருவதற்கு நியாயமில்லை. இந்தக் கனவுகளைப் பற்றி மாதுவிடம் சொன்னால், ஒரு குறுக்குச் சுவர் எழும்பிவிடும் என்று எனக்குத் தோன்றுகிறது.

இந்தக் கனவுகளுக்குத் தர்க்க ரீதியாக ஏதும் அர்த்தமில்லை. விஞ்ஞான ரீதியான விளக்கமும் இல்லை. உள் மனத்து பயங்கள்தான் அதற்குக் காரணமாக இருக்க வேண்டும். என் உள் மனமே என்னை அச்சுறுத்துவது எத்தனை வேடிக்கை! உயிரோடு இருந்த மாமியாரைக் கண்டு பயந்ததைவிட, கனவில் வரும் மாமியாரைக் கண்டு நான் அதிகமாகப் பயப்படுவது எத்தனை அசட்டுத்தனம்? இந்த அசட்டுத்தனத்தை நான் பகிரங்கப்படுத்தலாமா?

யோசிக்க யோசிக்க எனக்குக் குழப்பம் ஏற்படுகிறது. எனக்கு மூடநம்பிக்கைகள் கிடையாது. சகுனம் பார்ப்பதிலும், வேளை பார்ப்பதிலும், தெய்வ குற்றம் ஆகிவிடும் என்கிற பயத்திலும் நம்பிக்கையில்லை. என் அறிவார்ந்த யதார்த்தவாத சிந்தனைக்கு நேர்மாறான ஒரு பயத்தை இந்தக் கனவுகள் என்னுள் ஏற்படுத்துவது என்னைக் கலவரப்படுத்துகிறது. என் அடிமனத்தில் என் மாமியார் மீது எனக்கு அவ்வளவு வெறுப்பு இருந்திருக்கும் என்று நான் நிச்சயம் நினைக்கவில்லை. அன்புக்காக நான் கடந்த பதினைந்து வருஷங்களாக ஏங்கிய ஏக்கம் சத்தியமானது. ஆனால், அது கிடைக்காத காரணத்தால் நான் வெறுப்பை வளர்த்தேன் என்று சொல்லமுடியாது. கடன்பட்டாற்போல் என்னுள் ஒரு சுமையும், பயமும் மட்டும் இருந்தன.

மாமியாரின் மறைவுக்குப் பின் அந்தச் சுமையும், பாரமும் இறங்க வேண்டாமோ? என்னில் உள்ளார்ந்த சுதந்திரம் ஜனிக்க வேண்டாமோ?

அதற்குப் பதிலாக இந்தக் கனவுகள் தோன்றி, ஏன் புதிய பாரங்களை ஏற்றுகின்றன? இது முரண்பாடாக இல்லையா? நானே முரண்பாடாக இல்லையா? நானே மறைமுகமாக இந்தக் கனவுகளுக்குக் காரணமாயிருக்க முடியுமா?

வீட்டின் கம்பிக் கதவும், காவலாளியின் தலையும் தெரிந்ததும் நான் சுய நினைவுக்கு வந்து வண்டியை உள்ளே செலுத்திப் போர்ச்சில் நிறுத்தினேன். தோட்டத்தில் வேலை பார்த்துக்கொண்டிருந்த தாம்புவா ஓடிவந்து வண்டியிலிருந்த சாமான்களை எடுத்து உள்ளே கொண்டு வைத்தான்.

மதிய உணவுக்கு மாது வருவதாகச் சொல்லியிருந்தார். காய்கறிகளைப் பார்த்து எடுத்து வைக்கும்போது, ஃப்ரீஜரில் என் மாமியார் வாங்கி வைத்த காய்கறிகள் சில இன்னும் இருந்ததைக் கவனித்தேன்.

'எந்த அலமாரியைத் திறந்தாலும் உன் மாமியார் உட்கார்ந்திருக்காடி!' என் அம்மா முன்பு இங்கு வந்தபோது சொன்னது நினைவுக்கு வந்தது.

இன்னும் ஒரு வருஷத்துக்கு நான் எந்தச் சாமானும் வாங்க வேண்டியதில்லை - பற்பசை உள்பட அடுத்த தலைமுறை வரை தன் கைச்சுவடு இந்த வீட்டை விட்டு மறையக்கூடாது என்கிற வெறி அவருள் இருந்திருக்க வேண்டும்.

எந்த அலமாரியைத் திறந்தாலும் உண்மையில் அவர் அங்கே அமர்ந்து என்னைக் கண்காணிக்கிற மாதிரி எனக்குப் பிரமையேற்பட்டது.

என் பயங்களையும், பிரமைகளையும் நினைத்து எனக்கு சிரிப்பு வருகிறது.

இந்த மாமியார் ஃபோபியா என்னில் இருந்து எப்பொழுது மறையும்!

நான் ரேடியோவை முடுக்கி அதன் ஒலியில் மூழ்கினபடி சமையலை முடித்தேன்.

மாதுவின் கார் ஓசை கேட்டது. சட்டென்று மனசில் ஒரு புத்துணர்ச்சி ஏற்பட்டது. இன்னமும் ஒரு புது மணப்பெண்ணின் எதிர்பார்ப்பு என்னுள் இருப்பது வினோதமானது. பதினைந்து வருஷமாகப் பதிலை எதிர்நோக்கி நிற்கும் குன்றாத எதிர்பார்ப்பு!

கையைத் கழுவித் துடைத்துகொண்டு அவசரமாக முன்னறைக்கு வந்தேன்.

ஒரு பெரிய படத்தைக் கையில் ஏந்தியபடி மாது உள்ளே நுழைந்தார்.

"என்னது அது?" என்றேன்.

"அம்மாவுடைய போட்டோவை பெரிசு பண்ணி ஃப்ரேம் பண்ணச் சொல்லியிருந்தேன். இப்பத்தான் கிடைச்சுது. இதைப் பூஜை அறையிலே வைக்கலாம்னு பார்க்கறேன்."

"சரி" என்றபடி நான் பூஜை அறைக் கதவைத் திறந்து அவருக்கு வழிவிட்டேன். வெங்கடாசலபதி, முருகன் படங்களைவிடப் பெரியதாக இருந்த அதை, மகா பவ்யத்துடன் ஓர் இடம் பார்த்து அவர் வைத்தார். அதை வாஞ்சையுடன் பார்த்து,

"அம்மா நேரிலே நிற்கிற மாதிரி இல்லே?" என்றார். காரணம் புரியாமல் என் மயிர்கால்கள் கையில் குத்திட்டு நின்றன. மாது படத்தையே பார்த்துக்கொண்டு நிற்கையில் நான் கண்களை மூடிக்கொண்டேன்.

"செத்துப்போனவா எல்லாம் தெய்வமாயிருந்து..."

தொண்டைக் குழியில் ஏதோ ரணமாய் சிக்கிக்கொண்டது.

"அம்மா என்னை ரட்சியுங்கோ! இனிமேலாவது நான் சந்தோஷமா இருக்க வழி செய்யுங்கோ! ஒருநாள் கூட முகம் கோணாமல் உங்களுக்குப் பணிவிடை செஞ்சிருக்கேன். உங்க வார்த்தையை மீறிப் பேசினதில்லே. கடைசி வரை. கனவிலே வந்து பயமுறுத்தாதேங்கோ. நா எந்தத் தப்பும் செய்யல்லே!"

மாதுவின் கரம் என் தோளில் படர்ந்து இறுகிற்று. அப்பொழுதுதான் என் கன்னங்களில் நீர் வழிந்திருப்பதை நான் உணர்ந்தேன்.

"டேக் இட் ஈஸி" என்றார் மாது மிருதுவாக. தொடர்ந்து எனது நெற்றியில் தன் அதரங்களைப் பதித்தார். என்னுள் நடக்கும் போராட்டதை அவருக்குத் தெரிவிக்கவே கூடாது என்று நான் அந்தத் தருணத்தில் தீர்மானித்துக் கொண்டேன்.

"சாப்பிடப் போகலாம் வா" என்று என்னை அணைத்தபடியே மாது அறையை விட்டு வெளியே வந்தார்.

இந்தப் பதினைந்து நாட்களில் மாது தெளிந்துவிட்டார். அலுவலக வேலையின் மும்முரத்திற்குத் திரும்பியதில் பழைய சிரிப்பும், பேச்சும் வந்துவிட்டன. பத்து நாட்களாக நன்றாகத் தூங்கியதில் சற்றுத் தெம்பாகக்கூடத் தெரிந்தார்.

நாங்கள் எதிரும் புதிருமாக உட்கார்ந்து சாப்பிடுகையில் என்னையே சில வினாடிகள் பார்த்து,

"சரியாச் சாப்பிடு, மோகினி. உன் எடை குறைஞ்சிருக்குன்னு நினைக்கிறேன்" என்றார்.

"இனிமே ஏறிடும்..." என்று சொல்ல ஆரம்பித்துச் சொல்லாமல் வார்த்தைகளை உள்ளுக்கிழுத்துப் புன்னகைத்தேன்.

"என் சமையல் அவ்வளவு மோசம்!"

"அதனாலே இல்லே. அம்மா இருந்தா உனக்குக் கவனிச்சு சாப்பாடு போடுவா."

நான் மௌனமானேன். ஒருநாள் கூட என் மாமியார் நான் சாப்பிட்டேனா என்று கவனித்ததில்லை. இவருக்குத் தன் அம்மாவைப் பற்றி எத்தனை உயர்ந்த எண்ணம், என் மனத்தில் இருக்கும் உண்மைகளை இவரிடம் சொன்னேனானால், கிட்ட நெருங்க ஆரம்பித்திருக்கும் கரம் விலகியே போய்விடும்.

"முதலியாருடைய பெண்ணுக்குக் கல்யாண நிச்சயதார்த்தம் ஆகியிருக்கு. ஃபங்ஷனுக்கு நாம போகாததாலே சும்மா போய் விசாரிச்சுட்டு வரலாம். இன்னிக்கு சாயங்காலம் ஆறு மணிக்கு ரெடியாயிரு" என்றார் அவர் அலுவலகத்துக்குக் கிளம்பும்போது.

நான் மகிழ்ச்சியுடன் 'சரி' என்றேன். சின்னப் பெண்ணைப்போல மனசு சிறகடித்துப் பறந்தது. நானும், அவரும் சேர்ந்து வெளியில் போய் எத்தனை நாட்களாகி விட்டன!

சொன்னபடிக்கு அவர் மாலையில் வந்துவிட்டார். வாயைத் திறந்து பாராட்டாவிட்டாலும் அவர் என்னைப் பார்த்த பார்வையில் நிச்சயம் ஒரு வித்தியாசம் தெரிவதை நான் உணர்ந்தேன். முதலியாரின் வீட்டுக்குப் போய் சேருகிறவரை நான் மிக ஜாக்கிரதையாக என் மாமியாரைப் பற்றிய பேச்சையே எடுக்காமல் இருந்தேன்.

முதலியார் தம்பதிகள் வெகு உற்சாகத்துடன் எங்களை வரவேற்று உபசரித்தார்கள்.

"அடுத்து, பதினைந்து நாட்கள்லே கல்யாணம். நீங்க ரெண்டு பேரும்தான் வந்து நடத்திக்கொடுக்கணும்" என்றார் முதலியார்.

பெண்ணுக்கு வாங்கியிருந்த புடைவை நகைகளைக் காண்பிக்க மிஸஸ் முதலியார் என்னை உள்ளே அழைத்துச் சென்றார்.

என் முதுகில் வாஞ்சையுடன் கை வைத்து,

"மாமியாருக்கு சிசுருஷை செஞ்சு ரொம்ப இளைச்சுட்டே!" என்றார்.

"அன்னிக்கு நா மாதுகிட்டக்கூடச் சொன்னேன் - இந்த மாதிரி மருமக யாருக்குக் கிடைப்பாங்கன்னு..."

மாது என்னிடம் இப்பொழுது காட்டத் துவங்கியிருக்கும் கனிவிற்கு இந்த மாதிரியான வார்த்தைப் பரிமாறல்கள்தான் காரணமாயிருக்க வேண்டும் என்று நினைத்துக்கொண்டேன்.

"உன் மாமியாரே உன் வயிற்றில் வந்து பிறப்பாங்க பாரு!"

நான் திடுக்கிட்டேன். இந்த மாமியார் சகாப்தத்துக்கு முடிவே கிடையாதா? நான் என்னை சமாளித்துக்கொண்டு சிரித்தேன்.

"சொர்க்கத்துக்குப் போயிட்டவங்களுக்குப் பாவம் எதுக்கு மறுபடி மறுபடி ஜனனம்."

வீட்டிற்குத் திரும்புகையில், மாது இணக்கமான மனநிலையில் இருந்தார்.

"பெண் கல்யாணத்தை வீடியோ ஃபிலிம் எடுக்கணும்னு முதலியாருக்கு ஆசை. ஆனா நிறைய செலவாகும்னு யோசனை பண்றதாத் தெரியுது. என்கிட்ட வீடியோ கேமரா இருக்கிறதனாலே நானே எடுத்துக்கொடுத்தா என்னன்னு பார்க்கறேன். நீ என்ன சொல்றே? நம்ம பரிசா இருந்துட்டுப் போகும் கல்யாணத்துக்கு!"

நான் வியப்புடன் மாதுவைப் பார்த்தேன். என்னுடைய ஆலோசனையை இவர் கேட்பது இதுதான் முதல் தடவை.

"ஓ செய்யலாமே! நல்ல யோசனை அது!" என்றேன் நான் புன்னகையுடன்.

சந்தோஷ ஆர்ப்பரிப்பில் நெஞ்சு துள்ளிற்று.

நான் பொறுமையாகக் காத்திருந்ததெல்லாம் வீண்போகாது. நான் எதிர்பார்த்த வாழ்வு கிடைக்கப்போகிறது. பச்சைக் குழந்தைக்குச் சொல்வதைப்போல் என் அம்மா என்னிடம் அடிக்கடி சொன்னது சத்தியமான வார்த்தைகள்! 'நல்லது செஞ்சா நல்லது நடக்கும்...' எ பாஸிட்டிவ் ஆக்ட் கென்னாட் ஹேவ் எ நெகட்டிவ் ரியாக்ஷன்! 'புருஷனை எப்பக் கைக்குள்ளே போட்டுக்கலாம்னு காத்திண்டிருக்கே!'

இல்லை... எனக்கு அந்த ஆதிக்க உணர்வு இல்லை. மாதுவின் தோழமையும், பிரியமும் கிடைத்தால் எனக்குப் போதும். தெய்வமாகிப் போய்விட்ட என் மாமியாரே இப்பொழுது என் மனசைப் புரிந்துகொள்வார். என்னை ஆசீர்வதிப்பார். என் பயங்களுக்கு ஏதும் அர்த்தமில்லை...

அன்று இரவு இருளின் தனிமையில், தனிமையின் பிணைப்பில், மாதுவின் இதுவரைக் கட்டுப்படுத்தப்பட்டிருந்த தாபங்கள் தளைகளை அறுத்துக்கொண்டு என்னைப் பிரவாகத்தில் ஆழ்த்தின. முன்பு கண்டிராத பிரதேசங்களுக்கு இட்டுச் சென்றன. திறக்காத கலசங்கள் திறந்து சொர்க்கத்தின் வாயிலில் நின்றேன்.

எப்படிப்பட்ட லாகிரி இது! அந்தப் போதையில் நான் அமிழ்ந்து மிதந்து மிதந்து, ஆகாசத்திலும் சஞ்சரித்தேன்.

"என்னைக் கவனிக்க இங்கே யாருமில்லே!"

நான் திடுக்கிட்டு நிற்கிறேன்.

என் மாமியாரின் குரலும், உருவமும், என் எதிரே – ஸ்பஷ்டமாக.

இதற்கு என்ன பதில் சொல்வது என்று புரியாமல் நான் திகைக்கிறேன்.

"நா என்ன செய்யட்டும் அதுக்கு?"

தீர்க்கமாக என் மாமியார் சொல்கிறார்.

"எனக்கு மாது வேணும்!"

✯ ✯ ✯

அத்தியாயம் 14

இலியா கொடுத்த கைத்தடியை வாங்கிக்கொண்டு, கண்ணாடியில் தன் உருவத்தை ஒருமுறை பார்த்து நாயக்கர் தமக்குள் புன்னகைத்தார்.

'இன்னிக்கும் பொய்ப் பல்லில்லாமல், கண்ணாடி போடாம இருக்கேன்னா, அன்னிக்கு உழைச்ச உழைப்புதான் காரணம்' என்று தனக்குள் சொல்லிக்கொண்டார்.

'ஃபீஜிக்காரங்க என்னைக் கண்டு பொறாமைப்படாம எங்கிட்ட இப்பவும் மரியாதையா இருக்கிறதுக்கும் இந்த விஷயம்தான் காரணம்...'

அவரையே யோசனையுடன் பார்த்துக்கொண்டிருந்த இலியாவின் முகத்தில் கவலைக்கோடுகள் தெரிந்தன.

நாயக்கர் அவனுடைய முதுகைத் தட்டினார்.

"கவலைப்படாதே இலியா... இந்தக் கிழவன் மேலே நம்பிக்கை வை!"

அவன் அவருடைய கரத்தைப் பற்றித் தன் அதரங்களை அதில் பதித்தான்.

"வினாக்கா! வினாக்கா வக்கலேவு!"

"ஆ... இந்த நன்றியெல்லாம் அப்புறம், காரியம் முடிஞ்சப்புறம்; டிரைவர் வந்துட்டானா?"

"ஆமாம் ஸாப்! வண்டி காத்திருக்கு!"

"அப்ப சரி..." என்று அவர் கிளம்பினார். வரவேற்பறையில் அமர்ந்திருந்த மீனாட்சியிடம்,

"நா போயிட்டு வரேன்" என்றார்.

அவள் எழுந்து அவருடன் வாசலுக்கு வந்தாள்.

"சொந்தப் பேரனுக்குக் கல்யாணம் பேசப் போறாப்பல இல்லே மிடுக்காகக் கிளம்பறீங்க!" என்று சிரித்தாள்.

"என் பேரனுக்காகப் பேச நீயும், ராமசாமியும் இருக்கீங்க... இலியாவுக்கு நா ஒருத்தன்தான் இருக்கேன் மீனாட்சி!"

அவள் மென்மையாகப் புன்னகைத்து, வண்டிக் கதவைச் சாத்தி, "போயிட்டு வாங்க, பெஸ்ட் ஆஃப் லக்!" என்றாள்.

வண்டி கிளம்பியதும், அவர் யோசனையுடன் கண்களை மூடி நீட்டிச் சாய்ந்துகொண்டார்.

தான் இன்று வரப்போவதாக நேற்றே இலியாவின் கிராமத் தலைவனுக்குச் செய்தி அனுப்பியிருந்தார். இந்தப் பக்கத்து ஃபீஜி கிராமத் தலைவர்கள் எல்லாருக்கும் அவரைத் தெரியும். இந்தத் தலைவன் புதியவன்.

'இவனுடைய அப்பனை எனக்குத் தெரியும்... எத்தனை முறை அவனோடு உட்கார்ந்து 'யங்கோனா' (ஃபீஜிய மதுபானம்) குடிச்சிருக்கேன்.'

அவருக்குப் பழைய நினைவுகளில் உதட்டில் புன்னகை மலர்ந்தது.

'நம்ம ஊர் சாராயம் மாதிரி இல்லே இந்த 'யங்கோனா.' ரொம்ப மெதுவாகத்தான் போதை வரும். அதுவும் நிறைய குடிச்சாத்தான். ஆரம்பத்திலே கடுப்பா கஷாயத் தண்ணி மாதிரி இருந்த இந்தப் பானம் எந்த இந்தியனுக்கும் பிடிக்கல்லே. ஆனா, வேற சாராயம் கிடைக்காததாலே இதுவே பழகிப்போச்சு. நாள் முழுக்க வெயில்லே மாடு

கணக்கா உழைச்சு, லைனுக்குத்[1] திரும்பி சோறாக்கற வரை இந்தத் தண்ணியை உள்ளே ஊத்தினா, மிருக வாழ்வு வாழற கேவலம் மறந்துபோகும். மூளை மழுங்கி இரவு சுகமாகத் தூக்கம் வரும்.'

மூடிய விழிகளுக்குள் அறுபது வருஷத்துக்குப் பிந்தைய அவரது கூலி வாழ்வு சரித்திரம் நிழற்படமாக நகர்ந்தது. முகத்தில் வேதனைக் கீற்று வேய்ந்தது.

கப்பலிலிருந்து இறங்கி இந்தத் தீவில் கால் வைத்து வெகுநாட்களுக்கு ஃபீஜிக்காரர்களைச் சந்திக்கவில்லை. வேலை வாங்கியதும், கூலி கொடுத்ததும், வெள்ளைக்காரர்கள். அவர்கள் சார்பில் கூலிகளை மிரட்டி, உருட்டி, அடித்து, கிடைத்த அரைக்கூலியிலும் பெரும் பங்கைப் பிடுங்கி கொண்டது இந்திய சர்தார்கள்[2]. சிலசமயங்களில் வெள்ளைக்காரர்களைவிட கொடுமையானவர்கள்.

இவர்கள் மட்டுமேதான் இந்தத் தீவில் என்று நினைத்திருந்த சமயத்தில் ஒருநாள் யதேச்சையாக காட்டுப்பகுதியில் ஒரு ஃபீஜியர் கூட்டத்தை பார்த்து, அவரும் - அவருடைய சகாக்களும் எப்படி அரண்டுபோனார்கள்!

அதை நினைத்து நாயக்கருக்கு இப்பொழுது சிரிப்பு வந்தது.

'நம்ம புராணங்கள்லே வர்ற ராட்சஸங்க இவங்கன்னு நினைச்சோம்... கன்னங்கரேல்னு உடம்பும், சுருட்டை முடியும், சப்பை மூக்கும், உடம்புலே ஏதோ சின்ன நார் துணியுமா நின்ன இவங்க ரொம்ப விகாரமாத் தெரிஞ்சாங்க. அவங்க ஏதோ பேச வந்தபோது என்னமா எல்லாரும் ஓட்டம் பிடிச்சோம்! லைனுக்குத் திரும்பியதும் பழைய கூலிக்காரர்களிடம் இதைப்

1 கூலிக்காரர்களுக்காக வரிசையாகக் கட்டிக்கொடுக்கப்பட்டிருந்த அறைகள்.

2 மேற்பார்வையாளர்கள்.

பற்றிச் சொன்னதும் அவர்கள் விளக்கம் சொன்னார்கள். அவர்கள்தான் ஃபீஜி மண்ணில் பிறந்த உண்மைப் பிரஜைகள் என்றார்கள். ஆனால், அவர்கள் மிலேச்சர்கள். எந்தவிதத் தொடர்பும் அவர்களுடன் வைத்துக்கொள்ளக் கூடாது என்றார்கள்.'

"வெள்ளைக்கார துரை எமகாதகன்!" என்றார் நாயக்கர் வாய்விட்டு.

டிரைவர் கழுத்தை லேசாகத் திருப்பி, "என்ன சொன்னீங்க" என்றார். நாயக்கர் சிரித்தார்.

"ஒண்ணுமில்லே. ஏதோ பழைய யோசனை உள்நாட்டு ஃபீஜியனுக்கும், கூலிக்கார இந்தியனுக்கும் சினேகிதம் ஏற்பட முடியாம வெள்ளைக்காரன் எத்தனை சாமர்த்தியமா பிரிச்சு வெச்சிருந்தான்!"

"ரெண்டு பேரும் சேர்ந்துட்டா தன் பலம் போயிடும்னு அவனுக்குப் பயம்!"

"ஆ, அதுதான்!" என்றார் நாயக்கர் யோசனையுடன். "அதுலேர்ந்து வந்த வினைதான் நம்மை இப்பவும் அலைக்கழிக்குது. இல்லேன்னா, சுபாவத்திலே ஃபீஜிக்காரங்க தங்கமானவங்க."

"அதைப்பத்தி சந்தேகமில்லே."

நாயக்கர் மீண்டும் கண்களை மூடிக்கொண்டு யோசனையில் ஆழ்ந்தார்.

வெள்ளைக்காரனை மட்டும் தப்புச் சொல்லிக் குத்தமில்லே... இந்தியர்களுக்குத் தொடக்கத்திலேருந்து ஃபீஜியனோடு சம்பந்தம் வெச்சுக்க இஷ்டமில்லை. ஜாதி பேதம் – நிற பேதம் – இந்திய ரத்தத்திலே மாறிப்போயிருக்கிற விசித்திரம் அது. வெள்ளைத்தோல்காரனை துரைன்னு சொல்லி கும்பிடுவான்; கருப்பன் ஃபீஜியனை மிலேச்சன்னு ஒதுக்குவான். வெள்ளைக்கார துரையோட படுக்கைக்கு படுபாவி சர்தார்

மனைவியை இழுத்துக்கிட்டுப் போனான்னா யாருக்கோ காணிக்கை செலுத்தினதா நினைச்சு வாயைப் பொத்திக்கிட்டு நிப்பான். அதே ஒரு ஃபீஜியனுடைய பார்வை பட்டதானா, மனைவியையே கொலை பண்ணுவான்!

மனைவி பெத்துப்போடற வெள்ளைத் தோலையும், நீலக் கண்ணையும் தன்னுடையதுன்னு சொல்லிக்க வெட்கப்படமாட்டான்.

கடகடவென்று சிரிக்கவேண்டும் போலிருந்தது நாயக்கருக்கு.

எப்படிப்பட்ட குருக்ஷேத்திரம் அது!

ஜாதியையும், குலத்தையும், பிறப்பையும் விட்டதோடு, நியாயத்தையும், தர்மத்தையும், ஸம்ஸ்காரத்தையும் மறந்து வெறும் மிருக உணர்வுகளுக்காக நாய்களைவிடக் கேவலமாக வாழ்ந்த அந்தக் காலத்தைக் கலக்கமில்லாமல் எப்படி நினைவு கூர்வது?

"தேசத்துக்குப் போனபோது உங்கப்பா - அம்மாவைப் பார்த்தீர்களா?"

எப்படிப் பார்ப்பேன்? எந்த முகத்தை வைத்துக்கொண்டு அவர்கள் முன் நிற்பேன்? ஐந்து ஆண்கள் பரிமாறிக்கொண்டு, வெள்ளைக்காரனுக்கும் பலியாகவிருந்த ஒரு கீழ்ஜாதிப் பெண்ணை மீட்டு, கல்யாணம் என்ற சடங்கில்லாமல் சேர்ந்து வாழ்ந்த கதையைச் சொல்லி அவர்களைப் பாவிகளாக எப்படி ஆக்குவேன்?

நாயக்கரின் கண்கள் மெலிதாகப் பனித்தன.

"நாங்க அப்படி வாழ்ந்ததுக்கு நாங்க பொறுப்பில்லே... வெள்ளைக்காரன்தான் காரணம். பெண்களைக் கூலிகளாகக் கொண்டுவரதில லாபமில்லே என்கிற கணக்கிலே, ஆண் எண்ணிக்கையிலே கால்பங்கு கொண்டு வந்தா வேற என்ன நடக்கும்? வெள்ளைக்காரனுடைய சாட்டைக்கு மூளைதான்

சொரணையத்துப் போகும். ஃபீஜிக்குள்ளே இருக்கிற மிருகம் சொரணையத்துப் போகுமா?''

பார்வதி மனசாலே யோக்கியமானவ. என்மேல பிரியம் கொண்டவ! 'இந்த நாய் வாழ்க்கை நா வாழமாட்டேன், நீ என் புருஷனாயிருந்தா இரு, இல்லேன்னா தூக்குப் போட்டுக்குவேன்'னா!

'அவளை அந்த நாய்கள்கிட்டேந்து மீட்டு என்னோட வெச்சுக்கிட்டதுதான் நா என் வாழ்க்கையிலே செஞ்ச ஒரே நல்ல காரியம்' என்று நாயக்கர் தமக்குள் சொல்லிக்கொண்டார்.

இதெல்லாம் புதைக்கப்பட வேண்டிய ரகசியங்கள். சந்ததிகளுக்குத் தெரிய வேண்டியதில்லை.

'பார்வதி என்னைப் பொறுத்தவரை மகா உத்தமி. என்கிட்ட உண்மையான விசுவாசத்தை வெச்சிருந்தவ... அருமையான குழந்தைகளைப் பெற்றுக்கொடுத்தவ. அவ்வளவு சீக்கிரம் மட்டும் அவ செத்துப் போகலேன்னா...'

அவ செத்தது விஷஜுரத்தால் தானா?

நாகலட்சுமியின் சடலத்தின் கண்கள் அவரையே பார்த்தன. அதரங்கள் பரிகாசச் சிரிப்புச் சிரித்தன.

அவர் தூக்கிவாரிப் போட்டுக் கண்ணைத் திறந்தார். கையில் பிடித்திருந்த கைத்தடி சத்தத்துடன் சீட்டில் சரிந்தது.

''என்னங்க? என்ன ஆச்சு?'' என்று டிரைவர் பதைப்புடன் கேட்டார்.

''ஒண்ணுமில்லே!'' என்றார் நாயக்கர் தன்னை சமாளித்துக்கொண்டு, ''இன்னும் எவ்வளவு தூரம்?''

''வந்துட்டம்! அடுத்த திருப்பம்தான்.''

திரும்பியதுமே அவரை எதிர்நோக்கிக் கிராமத் தலைவனும், இன்னும் சிலரும் நின்றிருந்தார்கள்.

வண்டியிலிருந்து அவர் இறங்கியதும், தலைவன் முன்னால் நகர்ந்து பெரிய புன்னகையுடன் இருகைகளையும் உயர்த்தி, "பூலா!" என்று வரவேற்றான்.

நாயக்கர் பதிலுக்கு 'பூலா' வணக்கம் சொல்லி அவன் கரங்களைப் பற்றிக்கொண்டார்.

"எப்படியிருக்கீங்க பெரியவரே!" என்றான் தலைவன் ஹிந்தியில்.

"ஆண்டவன் அருளாலே நன்றாயிருக்கேன்" என்றார் நாயக்கர். "உன்னிடம் நா ஒரு சின்ன விண்ணப்பத்தோட வந்திருக்கேன்..." என்றபடி நாயக்கர் தாம் கையுடன் தலைவனுக்குப் பரிசாகக் கொண்டுவந்திருந்த காவா[3] வேர்களின் கட்டொன்றைக் கொடுத்தார்.

"முதலில் உள்ளே வாருங்கள்" என்று அவரை அழைத்துச் சென்று அமர்த்தி, தன் கையால் கொட்டாங்கச்சிக் கோப்பையில், 'யங்கோனா'வைக் கொடுத்து கையைத் தட்டி மரியாதை செய்து அருந்தச் செய்தான்.

சடங்கு முடிந்த பிறகு நாயக்கர் விஷயத்தைச் சொன்னார்:

"உன் கிராமத்தைச் சேர்ந்த இலியாவும், இங்கிலியும் காதலிக்கிறார்கள். அவங்களை ஜோடி சேர்க்கணும் நீ! இங்கிலியுடைய அப்பாவுக்கு இஷ்டமில்லேன்னு கேள்விப்படறேன். இலியாவுக்கு நல்ல எதிர்காலம் இருக்கும். அடுத்த மாதத்திலிருந்து ஃபாக்டரியிலே வேலை பார்க்கப்போறான்."

தலைவன் பதில் சொல்லாமல் யோசனையில் அமர்ந்திருந்தான்.

கிழவர் தொடர்ந்தார்:

"இங்கிலி நல்ல வேலையிலே இருக்கும்போது இலியா வெறும் வேலைக்காரனா இருக்கிறதுதான் இதிலே தடங்கல்னு நினைச்சீங்கன்னா..."

---

3 'யங்கோனா' பானம் இந்த வேர்களிலிருந்துதான் தயாரிக்கப்படுகிறது.

"ஓ, அதெப்பத்தின யோசனையெல்லாம் எங்களுக்கில்லை..."

அவனுடைய தயக்கத்தைப் புரிந்துகொள்ள முடியாத குழப்பத்துடன் நாயக்கர் சொன்னார்.

"அந்த சிறிசுகளைப் பிரிக்கிறது நியாயமில்லேன்னு எனக்குப் படுது. நீ கிராமத்துத் தலைவன். உன் வார்த்தையை யாரும் மீற மாட்டார்கள். இலியாவைப்போல நல்ல யோக்கியமான பிள்ளையைப் பார்க்க முடியாது. மரியாதையும், பிரியமும் உள்ளவன். என் விண்ணப்பத்தை ஏத்துக்கிட்டு இந்தக் கல்யாணத்துக்குச் சம்மதிக்கணும், இலியாவை என் பேரனா நினைச்சு இதைக் கேட்கறேன்."

சற்றுநேரம் தலைகுனிந்த யோசனைக்குப் பிறகு தலைவன் நிமிர்ந்து சிரித்தான்.

"சம்மதிக்கிறேன், கவலையை விடுங்கள்" என்றான்.

"வினாக்கா!" என்றார் அவர் நன்றியுடன். "கல்யாணச் செலவில் என் பங்கும் உண்டு!"

வீட்டிற்குத் திரும்புகையில் காரியம் முடிந்தது என்று திருப்தி ஏற்பட்டாலும், தலைவனின் யோசனைக்கு என்ன காரணம் என்று குழப்பமாக இருந்தது.

"எதுவா இருந்தா என்ன, விஷயம் நினைச்சபடி முடிஞ்சிட்டதே - அதுவே பெரிசு!" என்றார் அவர் வாய்விட்டு.

தன்னிடம்தான் அவர் பேசுகிறார் என்று நினைத்து, "ஆமாங்க!" என்று டிரைவர் ஆமோதித்தார். "நீங்க பேசல்லேன்னா முடிஞ்சிருக்காது. இலியா ஒரு தகப்பன் பேரு தெரியாத பிள்ளை, பகிஷ்காரமான குடும்பம்."

"ஓ, அப்படியா விஷயம்?" என்றார் நாயக்கர் யோசனையுடன். "அப்ப, நாம செஞ்சது ரொம்ப நல்ல காரியம்..."

இலியாவின் மௌனத்திற்கும், சுபாவமான தயக்கத்துக்கும் இந்தப் பின்புலம்தான் காரணமாயிருக்கணும். யாரோ செஞ்ச தப்புக்கு...

"அது தப்புதான்னு எப்படிச் சொல்ல முடியும்." தன் பொறுப்பில்லாத ஒரு காரியத்துக்காக இந்தக் குழந்தை ஏன் தண்டனையை அனுபவிக்கணும்?

மீனாட்சியுடைய அப்பாவுக்கு ராமசாமியுடைய பாரம்பரியம் தெரிஞ்சிருந்தா பெண்ணைக் குடுத்திருப்பாரா? இந்தியாவுக்குப் போனபோது என் சொந்த ஊர் பக்கமே தலைகாட்டாமே கள்ளனைப்போல நா திரும்பி வந்ததுக்கு என்ன காரணம்?

'மனுஷனுக்குள்ளே எத்தனை மனுஷங்க!' என்று அவருக்குச் சிரிப்பு வந்தது.

'நானும், பார்வதியும் எந்தப் போலி வேஷமும் போடாததாலே என் சந்ததிகள் எந்த விஷயத்திலே குறைஞ்சுபோனாங்க...?'

இலியா ஓடிவந்து கதவைத் திறந்தான். முகத்தில் ஏகக் கவலை தெரிந்தது.

இவர் சந்தோஷத்துடன் அவன் முதுகைத் தட்டினார்.

"நீ இனிமே கல்யாண மாப்பிள்ளை. நிமிர்ந்து நில்லு! தலைவன் சம்மதிச்சுட்டான்."

இலியா பரவசத்துடன் அவருடைய கைகளைப் பற்றி முத்தமிட்டான்.

"வினாக்கா! வினாக்கா! வினாக்கா வக்கலேவு!"

அவருக்கு மனசு நிறைந்துபோயிற்று. மதியச் சாப்பாட்டுக்குப் பிறகு நிம்மதியாகத் தூக்கம் வந்தது. மீண்டும் கண் விழித்தபோது கூடத்தில் குரல்கள் கேட்டன.

மீனாட்சியைப் பார்க்க யாரோ வந்திருக்க வேண்டும் என்று அவர் முகம் கழுவி, அறையை ஒட்டியிருந்த வெளிரேழியில் தோட்டத்தைப் பார்த்தபடி நாற்காலியில் அமர்ந்தார்.

அவர் எழுந்ததை அறிந்த இலியா தயாராய் பழரசத்தைக் கொண்டுவந்து வைத்திருந்தான்.

"இந்தப் பிள்ளையுடைய பிரியத்துக்கு இணை உண்டா" என்று கேட்டார் வாய்விட்டு.

"நாயக்கர் தாத்தா, எப்படியிருக்கீங்க?" என்ற குரல் கேட்டு அவர் நிமிர்ந்து பார்த்தார்.

மோகினி நின்றிருந்தாள்.

'என்ன இப்படி இளைச்சிட்டது இந்தப் பொண்ணு!' என்று திடுக்கிட்டு, "வா, வா... உன்னைப் பார்த்து நாளாச்சு!" என்று உற்சாகமாக வரவேற்றார்.

"யாரோட பேசிக்கிட்டிருந்தீங்க நா வரும்போது" என்றாள் மோகினி சுற்றிலும் பார்த்தபடி.

நாயக்கர் சிரித்தார்.

"நானே மூணா மனுஷன் மாதிரி என்னோட பேசிக்குவேன். நீங்கள்ளாம் தனியா இருக்கும்போது, 'போர'டிக்குதுன்னு சொல்வீங்க. எனக்கு 'போர்' அடிக்காது... மாது வந்திருக்கானா?"

"இல்லே. இங்கே ஆஸ்பத்திரியிலே இருக்குற நர்ஸுகளுக்கு அம்மாவுடைய புடைவைகள் சிலது கொடுக்கலாம்னு வந்தேன்."

நாயக்கர் அவளை உற்றுப் பார்த்தார்.

"இதப்பார் மோகினி, இந்தக் கிழவன்கிட்ட ஒளிக்காம, சொல்லு! உதவ முடியுமான்னு பார்க்கறேன். உன் மனசை என்ன வாட்டுது?"

மோகினி தலையைக் குனிந்துகொண்டு, "ஒண்ணுமில்லை தாத்தா" என்றாள். அவளது விழியோரம் நீர் தளும்பிவிட்டதை அவர் கவனித்தார்.

"என்கிட்ட வா!" என்றார் அவர் சற்று அதட்டலாக.

அவள் அருகில் வந்ததும், அவளது கைகளைப் பற்றி,

"என்னவோ மனக்கஷ்டம் உனக்குள்ளே இருக்கு! எங்கிட்டச் சொல்லு!" என்றார் மிருதுவாக, "மாது சரியா நடந்துக்கலையா!"

அவள் சட்டென்று தன்னைக் கட்டுப்படுத்திக்கொள்ள முடியாதவள்போல் அவர் கையில் முகத்தைப் புதைத்து விசித்து விசித்து அழ ஆரம்பித்தாள்...

* * *

அத்தியாயம் 15

நாயக்கர் தாத்தாவின் பார்வை கூர்மையாக என்மேல் பதிந்திருப்பதை என்னால் உணர முடிந்தது. தலை நிமிர்ந்தால் எங்கே என் பலவீனம் கன்னத்தில் கோடிட்டு விடுமோ என்று பயமாக இருந்தது.

"என்னை அன்னியம்னு நினைக்காதே குழந்தே!"

தாத்தாவின் கரம் என் தோளில் அமர்ந்தது. அந்தப் பிடியில் பாய்ந்த நேசமும், பாசமும் ஒரு வினாடி என்னை நிலைகுலைய வைத்தது. உடம்பின் இரத்த நாளங்கள் எல்லாம் தளர்ந்து பலவீனப்பட்டுச் சரணாகதிக்குத் தயாராகி நின்றன.

நான் சட்டென்று சமாளித்துக்கொண்டேன்.

கண்களின் ஓரங்களை நாசூக்காகக் கைக்குட்டையால் துடைத்து நிமிர்ந்து புன்னகைத்தேன்.

"நிச்சயமா ஒண்ணுமில்லே தாத்தா... அம்மா இருந்த தெம்பிலே இத்தனை நாள் நான் எந்தப் பொறுப்பும் இல்லாம இருந்திட்டேன். இப்பத் தனியா நிற்கும்போது கொஞ்சம் திகைப்பா இருக்கு. ராத்திரி சரியாத் தூக்கம் வரதில்லே..."

தாத்தா தீர்க்கமாக என்னைப் பார்த்தார்.

"தூக்கம் கெட்டுப்போற அளவுக்கு என்ன ஆயிடுச்சு இப்ப..." என்றார் கடுமையாக.

"நாகலட்சுமியுடைய சாவு எல்லாரும் எதிர்பார்த்ததுதானே? தனியா எங்கே நிக்கறே... மாது இல்லையா துணைக்கு?"

நான் அவர் பார்வையைத் தவிர்த்துத் தோட்டத்தைப் பார்த்தேன். அடிவயிற்றில் சொல்லத் தெரியாத ஒரு கலக்கம் ஏற்பட்டது. என்னை ஈட்டியாகத் துளைக்கும் பயங்களை எப்படிச் சொல்வது? என்னைப் பொறுத்தவரை மாமியார் இன்னும் சாகவில்லை என்றால் இவர் நம்புவாரா? மாமியாரின் ஆதிக்கம் இன்னும் என்னைக் கட்டுப்படுத்துகிறது என்றால் இந்த யதார்த்தவாதி சிரிக்கமாட்டாரா!

"எனக்குச் சொல்லத் தெரியல்லே தாத்தா..." என்றேன் தடுமாற்றத்துடன். "மனசிலே நிம்மதி இல்லாம இருக்கு."

தாத்தாவின் கை இன்னும் என் தோளின் மேல் இருந்தது. அதன் அழுந்தலில் கவலையும், வாஞ்சையும் தெரிந்தன.

அவர் சற்று குனிந்து மிருதுவாக, "மாது உங்கிட்ட இன்னும் நெருக்கமா இல்லையா" என்றார்.

'இன்னும்' என்ற அந்த வார்த்தையில் அனந்தகோடி அர்த்தங்கள் தொனித்தன. இந்தக் கிழவரைவிடத் துல்லியமாக என் நிலையைப் புரிந்துகொண்டவர் இந்த ஃபீஜியில் எவருமில்லை என்று தோன்றிய அந்த நிலையிலும், நான் என் தற்போதைய பயங்களை இவரிடம் சொன்னால் இவர் அதை நம்பமாட்டார் என்று நினைத்துக்கொண்டேன்.

"எப்போதும் போலத்தான் இருக்கானா?" என்றார் அவர் தொடர்ந்து.

"இல்லே... பிரியமாத்தான் இருக்கார்" என்றேன். தாத்தாவின் முகதசைகள் சட்டென்று தளர்ந்தன.

"பின்னே என்ன கவலை?" என்று முதுகைக் தட்டிச் சிரித்தார். "தைரியமா இரு! சந்தோஷமா இரு... பழசைப் பத்தி நினைக்காதே." - பிறகு குரலைத் தாழ்த்திக் குறும்புச் சிரிப்புடன் சொன்னார்.

''நாகலட்சுமின்னு ஒருத்தி இருந்ததையே நீ மறந்துடணும்!''

''அது அத்தனை சுலபமில்லே!'' என்று நான் சிரித்தேன். ''அவங்க வாங்கி வெச்சிருக்கிற உப்பு - புளிகூட இன்னும் மூணு தலைமுறைக்கு இருக்கும்!''

''தூரக் கொட்டு! உட்கார்ந்து தின்னு அழிச்சாலும் மாதுவுடைய சொத்து இன்னும் நாலு தலைமுறைக்குக் காணும்!''

''இன்னிக்குப் புடவையிலேர்ந்து ஆரம்பிச்சிருக்கேன்!'' என்று நான் சிரித்தேன்.

தாத்தா விழித்தார்.

''அம்மாவுடைய பழைய புடைவையை எல்லாம் வினியோகிக்க வந்தேன்னு சொன்னேனே!''

''ஆ... அதுதான் நல்லது'' என்று நாயக்கர் புன்னகைத்தார். ''உன் மனசை எதிலேயாவது திருப்பப் பாரு. இப்ப உனக்கு நிறைய நேரம் இருக்குமே... ஏதாவது வேலையிலே சேரேன்!''

நான் பதில் சொல்ல வாயைத் திறந்து மூடிக்கொண்டேன். கதவருகில் ராமசாமி நாயக்கரும், மாதுவும் நின்றிருந்தார்கள்.

''என்னப்பா ரகசியம் பேசிக்கிட்டிருக்கீங்க இரண்டு பேரும்'' என்று சிரித்தபடி ராமசாமி முன்னால் நகர்ந்து வந்தார்.

''எனக்கென்ன ரகசியம் இந்த வயசிலே! மாமியார் போனபிறகு பொழுதே போவல்லே, ரொம்பத் தனிமையா இருக்குன்னா மோகினி. படிச்சப் பொண்ணு. ஏதாவது உத்தியோகம் பாரேன்னேன்'' என்றார் தாத்தா சாதாரணமாக.

யோசனையுடன் மாது என்னையே பார்ப்பதைக் கண்டு நான் தலையைக் குனிந்துகொண்டேன்.

ராமசாமி என்னைப் பார்த்துப் புன்னகைத்தார்.

''இங்கே உத்தியோகத்துக்கென்ன பஞ்சம்...? தாராளமாகப் பார்க்கலாமே? என்னுடைய தானுவா ஓட்டல்லே

செகரட்டரி வேலை காலியிருக்கு... என்ன மாது. உனக்கு சம்மதமிருக்குமா?''

கனவிலிருந்து விழித்துக்கொண்டது போல மாது மிக லேசாகப் புன்னகைத்தார்.

''எனக்கொண்ணும் ஆட்சேபம் இல்லே. ஆனா அந்த வேலைக்கு இவ லாயக்கான்னு நீ பார்க்கணும். செகரட்டரி கோர்ஸ் எதுவும் இவ படிக்கல்லே.''

''அவசியமில்லே. டைப்பிங், ஷார்ட்ஹேண்ட் தெரியுமில்லே...?''

''தெரியும்.''

''அது போதும் எனக்கு. நாளையிலேர்ந்து நீ வேலைக்கு வரலாம். காலை சரியா எட்டரை மணிக்கு!''

ராமசாமி புன்னகை மாறாமல் பேசினார். எனக்குப் பிரமிப்பாக இருந்தது. வேலைக்குப் போக வேண்டும் என்ற எண்ணம் முளைக்காமலே கையில் அது வந்து நின்றது வேடிக்கையாக இருந்தது. அதற்கு நான் தயாரா என்கிற கேள்விக்கு இடமே கொடுக்கக்கூடாது என்று நினைத்தவர்போல நாயக்கர் தாத்தா.

''ரொம்ப நல்லது மோகினி! நாளைக்குச் சேர்ந்துடு!'' என்றார். ''மாது, இவளுக்கு ஒரு மாறுதல் வேணும். சேர்ந்துடட்டும். தனிமை இவ உடம்பை எப்படி கெடுத்துட்டது பார்!''

பேண்ட் பாக்கெட்டுக்குள் செருகியிருந்த கைகளை வெளியே எடுத்து விரித்து,

''எனக்கொண்ணும் ஆட்சேபம் இல்லே - வெறும் ஆபீஸ் நேர வேலையாயிருந்தா'' என்றார் மாது.

''கவலையேபடாதே... நீ தினம் வீடு திறம்பறதுக்கு முன்னாடி மோகினி திரும்பிடுவா!''

''அப்ப சரி. ஆனா, அடுத்த மாசம் நானும், அவளும் இந்தியா போறதா யோசனைப் பண்ணிக்கிட்டிருக்கேன், பதினைந்து நாளைக்கு'' என்றார் மாது.

நான் திடுக்கிட்டு மாதுவைப் பார்த்தேன். எப்பொழுது முளைத்தது இந்த எண்ணம்? இதை எனக்கு அவர் தெரிவிக்கவேயில்லையே என்கிற நமைச்சல் நெருடுகையில், ராமசாமியின் எண்ணத்திற்கு முட்டுக்கட்டை போடவேண்டுமென்று அந்த நிமிஷத்து உந்துதலில் சொல்கிறாரோ என்று தோன்றிற்று. ஆனால், ராமசாமியிடம் இவருக்கு என்ன தாட்சண்யம்?

"இந்தியாவில் ஏதாவது விசேஷம் உண்டா?" என்றார் நாயக்கர் தாத்தா மெல்லிய குரலில்.

"வாரணாசிக்குப் போய் அம்மாவுக்கு முறையா அந்திமக்கிரியைகள் செய்யணும்னு விரும்பறேன்" என்றார் மாது. "அம்மாவுக்கு சாஸ்திரத்திலே ரொம்ப நம்பிக்கை, இங்கே செஞ்சது எனக்குத் திருப்தியில்லே!"

இவருக்குத் திருப்தியில்லையா? இவரது அம்மாவுக்கா என்று எனக்குத் திகைப்பேற்பட்டது.

"உம்!" என்றார் நாயக்கர் தாத்தா.

"நீ எந்தக் காரணத்துக்காகப் போக நினைச்சிருந்தாலும் இந்தியாவுக்குப் போறது நல்லதுதான்... மோகினி தன் பிறந்த வீட்டு மனுஷங்களைப் பார்த்துட்டு வரலாம்."

"அதான் நானும் நினைக்கறேன்..." என்று மாது சொன்னது எனக்கு வியப்பைத் தந்தது. மெலிதாக உடல் சிலிர்த்தது.

"அத்தனை தொலைவு போய் பதினைஞ்சு நாள்லே வரேங்கறியே?"

"எனக்கு அதுக்குமேலே நேரமில்லே. இன்னொருத்தர்கிட்ட என் பொறுப்பைக் கொடுத்திட்டு, அதிக நாள் லீவு போட முடியாது. அலுவலகத்திலே சரியான ஆள் இல்லே."

"ஒரு மாசம் நீ போறதானாலும் பரவாயில்லே. மோகினிக்கு லீவு தர நான் தயாராயிருக்கேன்!" என்றார் ராமசாமி.

''இவ்வளவு நல்ல 'பாஸ்' யாருக்குக் கிடைப்பான்?'' என்று மாது என்னைப் பார்த்துக் கண்சிமிட்டிச் சிரித்தார்.

நாயக்கர் தாத்தா என்னைப் பற்றி படும் கவலையைப் புரிந்துகொண்டு, எனக்கு உதவ வேண்டும் என்கிற ஒரே காரணத்துக்காக ராமசாமி இந்த வேலையைக் கொடுக்க முன் வந்திருக்கிறார் என்கிற பிரக்ஞை இனம்புரியாத ஒரு நெகிழ்ச்சியை ஏற்படுத்திற்று.

எனக்கும், இவர்களுக்கும் என்ன சம்பந்தம்! மாதுவுக்கில்லாத சூட்சுமப் பார்வை இவர்களுக்கு எங்கிருந்து வந்தது...?

''கிளம்பலாமா மோகினி'' என்றார் மாது. நான் சுய நினைவு வந்து, ''கிளம்பலாம்'' என்றேன். ராமசாமியையும் - நாயக்கர் தாத்தாவையும் பார்த்து, ''உங்க ரெண்டு பேருக்கும் ரொம்ப நன்றி!'' என்று புன்னகைத்தேன். ''நாளைக்கு எட்டரை மணிக்கு தானுவா ரிஷப்ஸன்லே ஆஜராயிடுவேன்!''

''குட்!'' என்று ராமசாமி சிரித்தார்.

நாண்டியை நோக்கி வண்டி செல்லும்போது நான் மெல்லிய குரலில் சொன்னேன்:

''எதிர்பாராம இப்படி ஒரு வேலை கிடைக்கும்னு நா நினைச்சே பார்க்கல்லே! உங்களுக்குப் பூரண சம்மதமில்லேன்னா நா சேரமாட்டேன்!''

''சம்மதமில்லேன்னு யார் சொன்னது...?'' என்று அவர் வெடுக்கென்று என்னைத் திரும்பிப் பார்த்தார். ''ஐ ஹேவ் நோ அப்ஜெக்ஷன் அட் ஆல், அம்மாவுடைய நிழல்லேயே இருந்து உனக்குப் பழக்கம் ஆயிடுத்துன்னு நானும் நினைக்கிறேன். நீ உத்தியோகம் பார்த்தா உனக்கு நல்லது. சுயமா உன் கால்லே நிக்க தெம்பு வரும். எதிர்காலம் எப்படியிருக்கும்னு யாருக்குத் தெரியும்?''

அவருடைய வார்த்தைகள் என்னைக் குழப்பின. காரணம் புரியாமல் அடிவயிற்றைக் கலக்கின.

நான் சிறிது மௌனத்திற்குப் பிறகு, ''இந்தியாவுக்குப் போக நீங்க பிளான் செய்திருக்கிறதா எங்கிட்ட சொல்லவேயில்லையே...?'' என்று பேச்சை மாற்றினேன்.

அவர் முகத்தில் ஓர் இறுக்கம் கண்டது. அத்தனை சுலபத்தில் என்னைத் தன் அந்தரங்கத்துக்குள் சேர்த்துக்கொள்ளமாட்டார் என்கிற நினைப்பு விசனத்தை ஏற்படுத்திற்று.

''இன்னிக்குக் காலையிலேதான் எனக்கு அந்த எண்ணம் ஏற்பட்டது'' என்றார் சுருக்கமாக.

நான் தயங்கிக்கொண்டே சொன்னேன்:

''பனாரஸ்லே போய் செய்யணும்னு நீங்க நினைக்கிறது விசேஷம்தான்... ஆனா, வருஷ திவசத்தின்போது சேர்ந்தாற்போல கயா சிரார்த்தம் செய்யறது வழக்கம்னு நா கேள்விப்பட்டிருக்கேன்.''

அவர் சற்றுநேரம் மௌனமாக வண்டியைச் செலுத்தினார். பிறகு ஒருவித தீர்மானத்துடன் சொன்னார்.

''இன்னும் ஒரு வருஷ காலத்திலே என்னவெல்லாம் நடக்கும்னு யாருக்குத் தெரியும்? நினைப்புத் தோணின உடனே செஞ்சுடறதுதான் நல்லது!''

''அதுவும் சரிதான்'' என்றேன் நான் சமாதானமில்லாமல்.

'திடீரென்று வாழ்வின் அநித்தியத்தைப் பற்றின கவலை இவருக்கு ஏன் ஏற்படுகிறது?'

நான் யோசனையுடன், பாதையையே பார்த்தபடி ஓட்டிக்கொண்டிருந்த அந்த முகத்தைப் பார்த்தேன். செதுக்கினாற்போல் இருந்த அந்தப் பக்கவாட்டுத் தோற்றம் வழக்கமான கிளர்ச்சியை என்னுள் ஏற்படுத்தியது. ஆரோக்கியமான சுந்தர வடிவம். ஊர், உலகமெல்லாம் போற்றும் கெட்டிக்காரத்தனம். பதினைந்து வருஷங்களாகக் கண்மூடித்தனமான பிரியத்தை நான் ரகசியமாகப் பாதுகாத்து வருவதற்கு இந்த வடிவமும், அவரது மேதா விலாசமும்தான்

காரணமாக இருக்க வேண்டும். திரை மறைவிலிருந்து நான் போற்றி வந்திருக்கும் நேசம்... திரை இப்பொழுது விலகிவிட்டது. பிரகாசமான எதிர்காலத்தை எதிர்நோக்கிப் படபடப்புடன் நிற்கிறேன். என்னுடைய ஆத்திரம் அவருக்குப் புரியாது... புரிந்திருந்தால் இப்படியெல்லாம் பேசமாட்டார்.

நாங்கள் இருவரும் ஆரோக்கியமானவர்கள். சின்ன வயசு; வாழ்வின் சௌகர்யத்தின் எல்லையில் இருக்கிறோம். எந்த சக்தி எங்கள் சந்தோஷத்தின் குறுக்கே நிற்க முடியும்?

'எனக்கு மாது வேணும்!'

இந்த அமானுஷ்யக் குரல் கேட்டு,

குப்பென்று உடல் வியர்த்துப்போயிற்று எனக்கு. மேனியில் ஒரு நடுக்கம் கண்டது. சொற்களிலும், உச்சரிக்கப்பட்ட த்வனியிலும் இந்தக் கடுமை மீண்டும் நினைவில் விசுவரூபமாக எழுந்து ராட்சசத்தனமாக ஆர்ப்பரித்தது. கண்கள் விரிந்து எனக்குப் புலப்படாத தொலைவைத் துழாவப் பார்த்தது.

இந்தக் கனவுகளுக்கு ஏதானும் அர்த்தம் உண்டா? உண்மையிலேயே என் மாமியாரின் ஆவிதானா அது? அல்லது எனக்கு பிரமையா?

என்னுடைய பிரமைகளே இப்படிப்பட்ட கற்பனைகளை உருவாக்குமா? மூளைப் பாதிப்பு ஏதேனும் ஆகியிருக்குமோ எனக்கு?

மாது என்னவோ சொல்லிக்கொண்டிருந்தார். நான் திடுக்கிட்டு யதார்த்தத்திற்குத் திரும்பினேன்.

"உன்னைப் பார்க்கணும்போல இருக்குன்னு எழுதியிருக்கார்" என்றார்.

"யாரு?"

"உங்கப்பாகிட்டேந்து லெட்டர் வந்திருக்குன்னேனே!"

"ஓ! ஸாரி, நா கவனிக்கல்லே!"

“கொஞ்ச நாளா அவருக்கு உடம்பும் சரியாயில்லையாம். அதனாலேதான் ஒரு நடை இந்தியாவுக்குப் போயிட்டு வரலாம்னு நினைச்சேன்.”

சட்டென்று மனசு குளிர்ந்துபோனதில், என்ன உடம்புக்கு என்று கேட்கக்கூட எனக்குத் தோன்றவில்லை மனசு குளிர்ந்தது. பிறந்தகத்தைப் பன்னிரண்டு வருஷங்கள் கழித்துப் பார்க்கப்போகிறோம் என்கிற சந்தோஷத்தினால் இல்லை... என்னைப் பற்றிக் கரிசனம் ஏற்படும் அளவுக்கு இவரது நினைப்பு மாறி வருவதை நினைத்து வந்த நிறைவு.

“இந்தா கடிதாசு” என்று சட்டைப் பையிலிருந்து கடிதத்தை எடுத்து நீட்டினார்.

தாளைப் பிரிக்கும்போது தொண்டையில் ஏதோ சிக்கிக்கொண்டது. அப்பாவைப் பார்த்து பன்னிரண்டு வருஷங்கள் ஆகிவிட்டன. நிச்சயம் அவரது உருவம் மாறியிருக்கும். ஆனால், அவரது எழுத்து அப்படியேதான் இருந்தது - சங்கிலி கோர்த்த மாதிரி சீராக, நூல் பிடித்தாற்போல.

முதல் இரண்டு பாராக்கள் துக்கம் விசாரிப்பு. என் மாமியாரின் சிறப்பான குணங்களைப் பற்றின சிலாகிப்பு. பிறகு சமாதானம். **“உன் தாயார் இனிமேல் தெய்வமாக இருந்து உங்கள் இருவரையும் ரட்சிப்பார்...”**

நான் அவசரமாக அடுத்த பாராவுக்குத் தாவினேன்.

‘நானும் என் கடைசி காலகட்டத்தில் இருக்கிறேன் என்று தோன்றுகிறது. கொஞ்ச நாட்களாக முழங்காலில் வலி இருந்து வருகிறது. பரிசோதனை செய்ததில் எலும்பில் புற்றுநோய் என்கிறார்கள்.

இப்போது எனக்கு ஒரே ஒரு ஆசைதான் சாவதற்கு முன் மோகினியை ஒருமுறை பார்த்துவிட வேண்டும்.’

வரிகள் கண்ணீரில் மிதந்தன. நான் அவசரமாக நீரை உள்ளுக்கிழுத்தேன். கடிதத்தை உறையில் போட்டு மௌனமாகத் தெருவைப் பார்த்தேன்.

மோகினியை அனுப்ப முடியுமா என்றுகூட அப்பா கேட்கவில்லை. எப்படிப்பட்ட நிலையில் இவர்கள் என் பெற்றோரை வைத்திருக்கிறார்கள் என்று எழும்பிய ஆத்திரம். கிளம்பிய வேகத்துடனே அமுங்கிப்போயிற்று. அப்பா கேட்காமலேயே மாதுவாக முடிவெடுத்திருக்கிறாரே என்று சமாதானமாயிற்று. நான் மனசார விட்டு வந்த பாதையை இனிமேல் நினைத்து வருத்தப்படுவதில் ஏதும் லாபமில்லை - என்னுடைய சொந்த வாழ்க்கையைப் பற்றிய நினைப்புதான் எனக்குத் தற்சமயத்துக்குப் பிரதானம்.

நான் எத்தனை சுயநலக்காரியாகப் போய்விட்டேன் என்று நினைத்துச் சிலசமயங்களில் குற்ற உணர்வு ஏற்படுகிறது. எல்லாப் பெண்களுக்கும் கிடைக்கும் சராசரி வாழ்க்கை எனக்கும் கிடைத்திருந்தால், நான் இப்படி ஆகியிருக்க மாட்டேன் என்று எனக்குள் வாதாடுகிறேன்.

நான் மாதுவின் கையை எடுத்து வாஞ்சையுடன் என் அதரங்களால் அழுத்தி முத்தமிட்டேன்.

"தாங்க்யூ!"

அவர் கையை மெல்ல விடுவித்து, "கார் ஓட்ட ரெண்டு கையும் வேணும்மா!" என்றார் உல்லாசமாக.

நான் ஏழாவது சுவர்க்கத்தில் மிதந்தேன். வீட்டிற்குப் போய் சேர்ந்ததும் மிக உற்சாகமாக அவருக்குப் பிடித்த சமையலைச் செய்தேன். குளித்து மேனி முழுவதும் டிரேயாடரன்டைத் தெளித்துக்கொண்டு, அதன் சுகந்தத்தில் நானே கிறங்கி நின்றேன்.

நாயக்கர் தாத்தாவின் உபதேசத்தைத் தேவவாக்காக நினைத்த, நாகலட்சுமி என்கிற பிரக்ருதி என் வாழ்வில்

செலுத்திய ஆதிக்கத்தை முழுசாக மறக்கும் உத்வேகத்துடன் பூஜையறையில் விளக்கேற்றும் போது, அந்தப் படத்தின் பக்கமே பார்வையைத் திருப்பாமல் வெளியில் வந்தேன்.

சாப்பிட்டு முடித்ததும், "சீக்கிரம் வேலையை முடி வீடியோவிலே படம் பார்க்கலாம்" என்றார் மாது.

நான் உற்சாகமாகப் புதுமணப் பெண்ணைப்போல அவரைப் பின்தொடர்ந்தேன். ஒருவரையொருவர் அணைத்தபடியே படம் பார்த்தோம்.

படுக்கைக்குச் சென்று விளக்கை அணைத்ததும், வயதில் பதினைந்து வருஷங்கள் சரசரவென்று நழுவி ஓடின. புதிய இரத்தம் பாய்ந்தாற்போல் இருவரின் நாடி நரம்பெல்லாம் முறுக்கேறி, உஷ்ணமாகி அதன் சூட்டில் கரைந்து சங்கமித்து...

"ஓ எத்தனை சுகம்! நீ எத்தனை சுகம்!" என்று மாதுவின் வெம்மையான அதரங்கள் செவியில் முணுமுணுக்கையில் எனக்குள் ஓர் எக்காளம் எழுந்தது.

'நீ தோற்றுப்போனாய்! நீ தோற்றுவிக்கும் கனவுகளுக்கு ஏதும் அர்த்தமில்லை. நான் ஜெயித்துவிட்டேன்!'

✲ ✲ ✲

அத்தியாயம் 16

நாயக்கருக்குக் சற்று ஆயாசமாக இருந்தாலும், மனசில் பூத்திருந்த நிறைவில் அதரங்களில் விரிந்த புன்னகையுடன் தன்னைச் சுற்றிப் பார்த்தார்.

மாது கொண்டுவந்திருந்த காஸெட் பிளேயரிலிருந்து நாதஸ்வர இசை ஒலித்தது. நாண்டியிலிருந்தும், லொட்டாகாவிலிருந்தும் அநேகமாக எல்லா இந்தியக் குடும்பங்களுமே வந்திருந்தன.

மணமகள் கமலாவின் அருகில் அமர்ந்திருந்த முதலியாரை நாயக்கர் வாஞ்சையுடன் பார்த்தார்.

இவனுடைய அப்பன் தமிழ்நாட்டைச் சேர்ந்தவன். நா இங்கு வந்து இறங்கின அடுத்த வருஷம் வந்தவன். சரியான துடை நடுங்கி, வெள்ளைக்காரன் குடுத்த அடியையெல்லாம் வாயை மூடிக்கிட்டுத் தின்னவன். படுபாவி பொண்ஜாதியை 'சர்தார்' உபயோகிச்சுக்கிட்டான்னு தெரிஞ்ச உடனே தூக்குப் போட்டுக்கிட்டு செத்துப்போனான்.

புகைமூட்டத்தில் கண்கள் சிவக்க உட்கார்ந்திருந்த முதலியாரை நாயக்கர் யோசனையுடன் பார்த்தார்.

இன்னிக்கு இவன் விரதமிருக்கான்னு பேரு, புகையினாலே கண் சிவந்திருக்கு. இல்லேன்னாலும் வேறு காரணத்தாலே எப்பவும் கண் சிவந்திருக்கும். இவனுக்கு இந்தக்

குடிப்பழக்கம் மட்டும் இல்லாதிருந்தா எவ்வளவோ முன்னுக்கு வந்திருக்கலாம்...

நாயக்கர் அரைக்கண்ணை மூடியபடி நாற்காலியில் சாய்ந்து உட்கார்ந்தார்.

அவன் பேரு குப்பன் - என்ன ஜாதி, எந்த ஊருன்னு கடைசி வரைக்கும் யாருக்கும் தெரியாது. தெரிஞ்சுக்கணும்னு எவனுக்கும் ஆர்வமும் இல்ல. இங்கு வந்து சேர்ந்த முக்கால்வாசிப் பயலுங்க, தன்னுடைய பிறப்பையும், வளர்ப்பையும் மறக்க வந்தவங்க, வவுத்தை நிரப்பிக்க மட்டுமே வந்தவனுக்கு இந்த அலங்கார வார்த்தைகள்ளாலே என்ன லாபம்! கொஞ்சம் வயிறு நிறைஞ்சு நாலு காசு கையிலே சேர்ந்ததும்தான், தன் பெயரோட ஒரு மதிப்பைச் சேர்த்துக்கணும்னு அவனவனுக்குத் தோணிப்போச்சு... பிறப்பாலே, தேசத்திலே கிடைக்காததைப் பெயரோட சேர்த்துக்கிட்டான் பிள்ளை, நாயுடு, ரெட்டி முதலியார், நாயக்கர்... நாயக்கர் தனக்குள் புன்னகைத்தபடி சொல்லிக்கொண்டார். 'நான் மெய்யாலுமே நாயக்கன் தான்! அதனாலேதான் கீழ்ஜாதிப் பெண்ணைக் கட்டிக்கிட்ட விஷயம் பெற்றவர்களுக்குத் தெரியக்கூடாதுன்னு பேடிக்கணக்கா தேசத்துக்குப் போனபோது ஊர் பக்கமே போகாம வந்துட்டேன்...'

அவருக்கு அதை நினைத்து இப்பொழுது சிரிப்பு வந்தது. குப்பன் பேடி மட்டுமில்லே; பயந்தாங்கொள்ளி. மனைவிங்கறவ நமக்கு மட்டுமே சொந்தம் என்கிற நம்பிக்கையெல்லாம் தேசத்தோட போச்சு என்கிற பிரக்ஞையை, அது ஏற்படுத்தின அதிர்ச்சியைத் தாங்கிக்க முடியல்லே. மூணு சின்னக் குழந்தைகளை வெச்சுக்கிட்டுப் பொண்ஜாதி தனியா எப்படி சமாளிப்பாங்கற கவலையில்லாம மரத்திலே தொங்கத் துணிஞ்சான். அன்னிக்கு 'லைன்' விக்கிச்சு நின்னுட்டது. குப்பனுடைய மனைவி போட்ட ஒப்பாரியைத் தவிர 'லைன்'லே சத்தமே இல்லே. இந்தப் பிள்ளை முருகப்பன்

(பிறகு வயசு வந்தப்புறம் அலங்காரமா முதலியார் என்கிற வார்த்தையைச் சேர்த்துக்கிட்டவன்.) கொட்டக்கொட்ட அம்மாவையே பார்த்துக்கிட்டு நின்னது இன்னும் நினைவிலே இருக்கு. ஒண்டியா மூனு சின்னப் பசங்க வயிற்றை நிரப்ப அந்தப் பெண்ணுடைய தோட்டக்கூலி எந்த மூலை? அவ அதுங்க பசியை அடக்க என்ன செய்யறாள்னு யாரும் கண்டுக்கவேயில்லே. ஏன்னா, அந்தக் கூலி நாட்கள்லே பசி ஒண்ணுக்குத்தான் நாங்க எல்லாரும் பயந்தோம். அதுக்காகப் பெண்டாட்டியை விக்க நேர்ந்தாலும் பெரிய விஷயமாப் படல்லே. இந்த விஷயத்தைப் பற்றின குழப்பம் இல்லாதவன்தான் பிழைச்சு முன்னேறினான். அப்படிப் பிழைக்கத் தெரியாதவன் குப்பனைப்போலத் தூக்கிலே தொங்கினான்...

நாயக்கர் மீண்டும் கண்ணைத் திறந்து மணமேடையைப் பார்த்தார். படிக்க வேண்டிய நாளிலேயே குடிப்பழக்கம் ஏற்பட்டுப்போச்சு பயலுக்கு! என்ன ஞாபகங்களை மறக்கப் பார்த்தானோ... யாரு கண்டாங்க.

"நாயக்கர் மாமா, கொஞ்சம் கேமராவைப் பார்த்துச் சிரியுங்க பார்க்கலாம்!"

நாயக்கர் திடுக்கிட்டுத் திரும்பிப் பார்த்தார்.

மாது வீடியோ கேமராவை அவரது திசையில் திருப்பி நின்று கொண்டிருந்தான்.

"சும்மா மோகினியையே எடுத்துக்கிட்டிருக்கான். வேற ஆட்களையும் எடுன்னேன்!" என்று சிரித்தான் அருகிலிருந்த கோபால் ரெட்டி.

மாது பதில் சொல்லாமல் புன்னகையுடன் லென்ஸ் வழியாகப் பார்த்து விசையை அமுக்க ஆரம்பித்தான்.

நாயக்கர் உற்சாகமாகத் தன் ஜரிகை அங்கவஸ்திரத்தை முன்னால் படரவிட்டார். தொலைவில் அமர்ந்து வேடிக்கை

பார்த்துக்கொண்டிருந்த மோகினியை, "இங்கே வந்து உட்காரு" என்றார்.

"நா வரல்லே" என்று அவள் சிரித்தபடியே தலையசைத்தாள். "எல்லாரும் கிண்டல் பண்றாங்க."

"பண்ணட்டும். இங்கே வா!" என்றார் நாயக்கர் கம்பீரமாக "ஒரு அழகான இளம் பொண்ணோட படம் எடுத்துக்க நா ஆசைப்படறேன்!"

மாது மோகினியின் பக்கம் திரும்பிச் சிரித்தபடி,

"உட்காரேன். ஆசையாக கூப்பிடறார்" என்றான். "ஜரிகை அங்கவஸ்திரத்திலே மாப்பிள்ளை மாதிரி ஜம்முனு இல்லே?"

கூச்சத்துடன் நின்ற மோகினியின் கையைப் பிடித்து அருகில் உட்கார வைத்தார் நாயக்கர்.

"எனக்கென்ன வயசாகுதுன்னு நினைச்சீங்க இன்னும் கொஞ்ச வருஷத்திலே நூறாகும். அது ஒரு வயசா" என்றார் மிடுக்காக.

மோகினி பகபகவென்று வாய்விட்டுச் சிரித்தாள்.

முதல் தடவையாக அவளது மலர்ந்த சிரிப்பைப் பார்த்து நாயக்கருக்கு மெய்மறந்து போயிற்று. எத்தனை அழகான சிரிப்பு இந்தப் பெண்ணிற்கு இந்தச் சிரிப்பைப் பதினைந்து வருஷங்கள் அபகரித்து வைத்திருக்க நாகலட்சுமிக்கு மனசு எப்படி வந்தது?

'ஓ, கடந்து போனதை நாம் திரும்பத் திரும்ப நினைத்துப் பார்க்கக் கூடாது' என்று அவர் தமக்குள் சொல்லிக்கொண்டார்.

போனவாரம் இருந்த முகவாட்டம் இப்ப மோகினி முகத்திலே இல்லே. மாதுவுடைய பார்வையிலேயும் நெருக்கம் தெரியுது. வேற என்ன வேணும்? இனிமே பழசெல்லாம் சொப்பனம் மாதிரிப் போயிரும்.

மாது மணமேடைப் பக்கம் கேமராவைத் திருப்பியதும் அவர் மோகினியிடம் கேட்டார்:

"இந்தியாவுக்குப் போகப்போறதா மாது சொன்னானே, தேதி முடிவு பண்ணிட்டீங்களா?"

"ஆமாம், பதினெட்டாம் தேதிக்கு டிக்கெட் வாங்கியிருக்கு."

"அட, இன்னும் பத்து நாள்தான்!" என்றார் நாயக்கர். "போயிட்டு வாங்க நல்லதுதான். உன் அப்பா அம்மா, அண்ணன்கள் எல்லாருக்கும் உன்னைப் பார்க்க ரொம்ப சந்தோஷமா இருக்கும்..."

சட்டென்று, கரம் இறங்கினாற்போல மோகினியின் சிரம் தாழ்ந்தது.

'பிறந்த வீட்டைப் பத்தின பேச்செடுத்தாலே இந்தப் பொண்ணுக்கு முகம் விட்டுப்போகுது' என்று அவர் பரிவுடன் நினைத்துக்கொண்டார்.

"என்ன யோசனை உனக்கு எப்பப் பார்த்தாலும்" என்றார் மெல்லிய குரலில்.

"இந்தியாவுக்குப் போறதை நினைச்சு எனக்கு ஒண்ணும் உற்சாகமா இல்லே தாத்தா..." என்றாள் அவள் தலையைக் குனிந்தபடி மெல்லிய குரலில்.

நாயக்கர் வியப்புடன் அவளைப் பார்த்தார்.

"ஏன், உன் ஜனங்களை பார்க்கணுங்கற ஆவல் உனக்கில்லையா?"

"இல்லே!" என்று தலையசைத்தாள் தலையை நிமிர்த்தாமல்.

"என் மனசை நினைச்சு, என் எண்ணங்களை நினைச்சு எனக்கே வெட்கமாயிருக்கு. அம்மா - அப்பாவைப் பத்தியோ, அண்ணன்களைப் பத்தியோ எனக்கு இப்ப நினைப்பே வரதில்லே. ரொம்ப சுயநலக்காரியாப் போயிட்டேன் தாத்தா."

மோகினியின் குரல் தழுதழுத்தது. சட்டென்று நிமிர்ந்த கண்களில் பனி படர்ந்திருந்தது.

"என்னுடைய வாழ்வைப் பத்தின கவலைதான் இப்ப எனக்கு. எந்த நேரமும், ஒரு ஓட்டப்பந்தயத்திலே நிக்கிற மாதிரி இருக்கு. பந்தயத்திலே ஜெயிக்கணும்னா நா யாரைப் பத்தியும் நினைக்காம ஒரே குறியா இருக்கணும்... இதிலே நா ஜெயிக்க வேண்டியது ரொம்ப முக்கியம் தாத்தா! ஜெயம் வரும் வரும் என்கிற எதிர்பார்ப்பிலே ரொம்ப நாளாக் காத்துக்கிட்டிருக்கேன்."

நாயக்கர் மெலிதான கவலையுடன் பார்த்தார். மோகினியின் உதடுகள் படபடத்தன. முகத்தில் உஷ்ணமேறி கன்னங்கள் சிவந்திருந்தன. கண்களின் விளிம்பில் நீர் கோர்த்திருந்தது.

அவர் வாஞ்சையுடன் அவளுடைய தோளின்மேல் கையை வைத்தார்.

"நீ படிச்சப் பொண்ணு... அதனாலே வக்கணையா ஏதேதோ வார்த்தையெல்லாம் சொல்றே! ஆனா, அதுக்கெல்லாம் ஏதும் அர்த்தமிருக்கறதா எனக்குத் தெரியல்லே. இன்னும் எதுக்கு நீ எதிர்பார்ப்பிலே உட்கார்ந்திருக்கணும்னு எனக்குப் புரியல்லே... இனிமே நீ கவலைப்பட வேண்டிய அவசியமேயில்லே. மாது உன்னை நல்லா வெச்சுப்பான். நா உத்தரவாதம் தரேன்."

அவள் பதில் சொல்லாமல் மணமேடையைத் தாண்டிய ஒரு தொலைவைப் பார்த்தாள்.

'என்ன கவலை இந்தப் பெண்ணை வாட்டுது!' என்று நாயக்கருக்குப் பரபரத்தது.

"இந்தாங்க. பூவும் அட்சதையும்" என்று ஒரு சிறுவன் கொண்டுவந்து கொடுத்தான்.

மாங்கல்யதாரணம் நடந்துகொண்டிருப்பதை நாயக்கர் அப்பொழுதுதான் கவனித்தார். சுறுசுறுப்புடன் எழுந்து சற்று

முன்னால் நகர்ந்து அட்சதையைத் தெளித்துவிட்டு வந்து உட்கார்ந்தார். மோகினி பெண்கள் இருந்த இடத்திற்குச் சென்று விட்டிருந்தாள்.

வேண்டாத பேச்சையெல்லாம் பேசி சந்தோஷமா இருந்த அந்த முகத்தைக் கெடுத்துட்டேன் என்று அவர் தனக்குள் அலுத்துக்கொண்டார். ''அவ உத்தியோகத்தைப் பற்றிக் கேட்க மறந்துபோனேனே'' என்று வாய்விட்டுச் சொன்னார்.

கூட்டத்தில் ஏதோ சலசலப்பு ஏற்படுவதைக் கண்டு அவர் திடுக்கிட்டு நிமிர்ந்தார்.

''முதலியாருக்கு சாமி வந்திட்டது...'' என்று கிசுகிசுத்தான் அருகில் இருந்தவன்.

'இவங்களுக்கெல்லாம், எப்படி சாமி வருது?' என்ற வழக்கமான வியப்புடன் நாயக்கர் பார்த்தார்.

விடியற்காலம் நீராடிய புசுபுசுத் தலையும், கரிய உருவமுமாய் நின்ற முதலியாரின் உடல் விறைத்திருந்தது. பளபளவென்ற முகத்தில் சிவந்த கண்கள் நிலைகுத்தி நின்றன.

என்னவோ வார்த்தைகள் வெளிப்பட்டது. என்னவென்று முதலில் புரியவில்லை. பிறகு புத்தகத் தமிழில் வார்த்தைகள் வந்தன.

''வெள்ளை மனத்தான் ஆறுமுகத்தின் மகள் கமலத்தைக் கைப்பிடித்தவனே! ஞாபகம் வைத்துக்கொள். அவளை நீ கண்கலங்க வைத்தால் மாரியம்மன் நான் உன்னை சும்மா விடமாட்டேன்...!''

முதலியாரின் உடம்பு சிலைபோல நின்றிருந்தது. உதடுகள் மட்டும் விசையைத் தட்டினாற்போல் அசைந்தன. பார்க்கவே பயங்கரமாகத் தோன்றிற்று. வயதான பெண்கள் அவசரமாக முன் நகர்ந்து சூடம் ஏற்றினார்கள், தமிழே பேசத்தெரியாத மணமகனின் கையைத் தரதரவென்று இழுத்து,

''நல்லா வெச்சுக்கரேன்னு சொல்லிக் கும்பிடு'' என்று ஹிந்தியில் உபதேசித்தார்கள். அவனும் ஏதோ முணுமுணுத்தபடி, மாமனார் காலில் விழுந்தான்.

முதலியாரின் மேல் இருந்த 'சாமி' மெல்ல மெல்ல இறங்கிற்று. விறைப்பு குறைந்து உடல் சோர்ந்து கீழே அமர்ந்தது.

''அடப்பாவி'' என்று நாயக்கர் தமக்குள் சிரித்துக்கொண்டார். 'என் மகளை நவ்லா வெச்சுக்கணும்'னு நேரடியாகச் சொல்லத் தெம்பில்லாம இப்படி ஒரு நாடகம் போடணுமா! இருந்தாலும் எங்கிருந்து நெட்டுரு போட்டான், சுத்தத் தமிழ் வார்த்தைகளை பக்கத்தில் அமர்ந்திருந்த ஒருத்தரிடம் அவர் சிரித்துக்கொண்டே சொன்னார்.

''சாமிக்கு என்னைக் கண்டா பயம். தொண்ணூறு வயசு எனக்கு இதுவரைக்கும் சாமி வந்ததில்லே! நா ஒரு கல்லுளிமங்கன்னு சாமிக்குத் தெரியும்!''

மற்றவர் சற்று மௌனத்திற்குப் பிறகு சொன்னார் புன்னகையுடன்:

''இன்னிக்கு விடியற்காலையிலே தீமிதியின் போது நீங்க பார்த்திருக்கணும்! முதலியார் குடும்பம் மொத்தத்துக்குமே சாமி வந்திடுச்சு. கனடாவிலேந்து வந்திருக்கிற தங்கச்சியைத் தவிர!''

''தீமிதி வேற நடந்ததா?'' என்றார் நாயக்கர் வியப்புடன்.

''ஆமாம், வேண்டுதலையாம். கல்யாணச் சடங்குக்கு முன்னாலே முடிச்சுடுவம்னு செஞ்சாங்க, தணலெல்லாம் செவசெவன்னு இருந்தது. நாங்கூடக் கொஞ்சம் கவலைப்பட்டுக்கிட்டிருந்தேன். பன்னிரண்டு பேர் - முதலியாருடைய அம்மா உள்பட நடந்தாங்க, ஈரமண்ணிலே நடக்கிற மாதிரி வெளியிலே வந்த பிறகு அந்த அம்மாவும், முதலியாருடைய மனைவியும் வெகுநேரம் சாமி வந்து

ஆடிக்கிட்டிருந்தாங்க, கால் கன்னிச் சிவக்கல்லே, சின்னப்புண் இல்லே!''

''உம்...'' என்றார் நாயக்கர் தலையை மட்டும் அசைத்து.

''ஒண்ணு மட்டும் நிச்சயம் நாயக்கரே! இந்த நம்பிக்கைகளும், கடவுள் பக்தியும்தான் நம்ப ஜனங்களை இன்னிக்கு நல்ல நிலைமையிலே வெச்சிருக்கு. என்ன சொல்றீங்க.''

''ஆமாம்! அதிலே சந்தேகமென்ன'' என்று நாயக்கர் புன்னகைத்தார்.

அரைக்கண் மூடிய நிலையில் தன்னைச் சுற்றிப் பார்த்தார். பந்தல் நிறைந்திருந்தது. கிட்டத்தட்ட முந்நூறு இந்தியர்கள் இருப்பார்கள், மாது - மோகினியைத் தவிர. அனேகமாய் அனைவருமே கூலிவேலைக்காரர்களின் சந்ததிகள். இவர்களுக்கு இந்து மதத்தைப் பற்றியோ, அதன் கடவுள்களைப் பற்றியோ எதுவும் தெரியாது. இங்கு வந்த கூலிக்காரர்கள், தேசத்தின் மண்ணை விட்டுவிட்டு வந்த ஏக்கத்தில், குற்ற உணர்வில், ஒரு வேட்கையில் தங்களது ஞாபகத்தில் லேசாகப் படிந்திருந்த கடவுளின் உருவத்தையும், அதன் இரண்டு மூன்று நாமங்களையும் அங்கங்கே தங்கள் பக்கத் துணைக்காக ஸ்தாபித்ததில் தனக்கும் பங்கு உண்டு என்று நாயக்கர் இப்பொழுது நினைத்துக்கொண்டார்.

அப்பல்லாம் உண்மையிலே நடுக்கடல்லே தத்தளிக்கிற மாதிரி இருக்கும்... ஊரை விட்டு - தேசத்தை விட்டு கண்காணாத இந்த மிலேச்ச நாட்டுக்கு வந்து சேர்ந்தோமே என்கிற நினைப்பு அடிநெஞ்சிலே பகபகன்னு எரியும். எவ்வளவு ஆம்பளைங்க சொல்லத் தெரியாம பொட்டைப் புள்ளைகளைப் போல திடீர்னு ராவேளையிலே அழுவாங்க! எத்தனை பேர் மனசுக்குள்ளே ஏற்பட்ட உளைச்சல் பொறுக்காம, தூக்குப் போட்டுக்கிட்டாங்க! ஒரு சமாதானத்துக்காகத்தான், கூலிக்காரன்லேயே கொஞ்சம் விஷயம் தெரிஞ்சவன் ராத்திரியிலே ராமாயணம், மகாபாரதம்னு கதை சொல்ற

வழக்கம் ஏற்பட்டது. ராமாயணக்கதை கேட்டபோதெல்லாம் என் கண்ணிலேயும் இல்லே தண்ணி வரும்!

கோபாலரெட்டியுடைய அப்பன் கல்லிலே ஏதோ செதுக்கப்போறேன்னு ஆரம்பிச்சான். என்னை ஒருநாள் கடலோரம் அழைச்சிட்டுப் போய், 'இதப்பாரு வெங்கடாசலபதி'ன்னு. மூக்கும், முழியும் திருத்தமாவே இல்லாத ஒரு சிலையைக் காண்பிச்சான். நா ஊரிலே பார்த்திருக்கிற சிலை மாதிரி அது இல்லாம போனாலும், நான் பயபக்தியோடு அதைப் பார்த்ததும், தடால்னு விழுந்து நமஸ்காரம் பண்ணதும் இப்பவும் நல்லா நினைவு இருக்கு. அந்தக் கல்லை ரெண்டு பேருமா தூக்கிக்கிட்டு வந்து 'லைனு'க்குச் சித்த ஒதுக்குப்புறமா ஒரு மேடான பகுதியிலே வெச்சு, ஒரு கூரையை போட்டு, 'இது நம்ம கோவில்' என்றதும், கூலிக்காரங்க முகமே ஒட்டுமொத்தமா பிரகாசமாப்போச்சு. ஒவ்வொருத்தன், 'கோவிந்தா, கோவிந்தா'ன்னு வெறிபிடிச்ச மாதிரி உருண்டது அன்னிக்கு அதிசயமாத் தோணல்லே...

இப்பொழுது அதைப்பற்றி நினைக்க நினைக்க நாயக்கருக்கு வியப்பாக இருந்தது.

அந்தச் சிலை, பதினைஞ்சு நாள் முன்வரை வெறும் கல்லாத்தான் இருந்ததுன்னு ஒருத்தனுக்கும் தோணல்லே. அதுக்குள்ளே கடவுள் இருந்ததா எவனும் நம்பியிருக்கல்லே. அதுக்கு ஒரு உருவம் கொடுத்து சாமியாக்கினதும் அதுக்கு சக்தி வந்ததோ, இல்லையோ - கூலிக்காரங்களுக்கு சக்தி வந்திட்டது! பார்வையே மாறிப்போச்சு. இது செஞ்சா பாவம், அது செஞ்சா தப்பு - சாமி கோபிச்சுக்கும்னு பயம் வந்திட்டது. தற்கொலை செய்துக்கறதுகூடக் குறைஞ்சுபோச்சு - ஏதோ இத்தனை நாள் கிடைக்காத, இல்லாத ஆதாரம் கிடைச்சுட்டாப்பலே...

தேசத்திலே, கோவில்லே ஐயர் பூஜை செய்வார். இந்தியச் சமூகத்திலே தாழ்த்தப்பட்ட ஜனங்களா பிறந்து இங்கு வந்து

சேர்ந்த கூலிக்காரங்களுக்கு பூஜையும், புனஸ்காரமும் என்ன தெரியும்? தனக்குத் தெரிஞ்ச பாஷையிலே அவனவன் சாமியைக் கும்பிடுவான். அப்படித்தான் வந்தது இந்தத் தீமிதிப் பிரார்த்தனையும். கிரமமா இவன்களுக்குப் பூஜை செய்ய வரல்லியேன்னு சாமி கோபிச்சுக்கிட்டதா தெரியல்லே! மாறாக, கொஞ்சம் அதிகமாவே சந்தோஷப்பட்டதா தெரியுது. எவனுக்கும் இப்ப இங்கே குறையில்லே...

நாயக்கர் நன்றாகக் கண்மலர்ந்து தன்னைச் சுற்றிப் பார்த்தார். அலை அலையாகப் பெருமிதம் பெருகிற்று. ஜாதி – மத பேதமில்லாத சமூகம் இது... உயர்ந்தவன், தாழ்ந்தவன் என்கிற எண்ணம் எவனுக்கும் இல்லை. கிர்மிட் காலத்தில்கூட இந்து, முஸ்லீம் என்கிற பேதமிருக்கவில்லை. முஸ்லிம்களும் தீபாவளியை இந்துக்களுடன் கொண்டாடுவார்கள், கதாகாலட்சேபத்திற்கு வந்து உட்காருவார்கள். இந்துக்களும் ஈது, முகரம் கொண்டாடுவார்கள். புனித குரானின் விளக்கம் கேட்பார்கள். மனிதனை மனிதன் வேற்றுமைப்படுத்தும் சுவர்களில்லாத சமூகம் இது...

எத்தனை பெரிய சாதனை இது என்று யாரும் இங்கு உணரவில்லை. அதுதான் மிகப்பெரிய வேடிக்கை. உணர்ந்திருந்தால் இப்பொழுது ஆரம்பித்திருக்கும் வித்தியாசங்களும், வேற்றுமைகளும் முளைக்காது.

"சாப்பிட வர்றீங்களா...?" என்ற குரல் கேட்டு, அவர் தற்காலத்திற்கு இறங்கினார். மீனாட்சி எதிரில் நின்றிருந்தாள்.

"சாப்பாடு போடறாங்க, சாப்பிட்டுட்டு நாம் உடனே கிளம்பினால் நல்லது மாமா... மழை வரும்போல இருக்கு. ராத்திரி புயல் வந்தாலும் வரலாம்னு ரேடியோவிலே இப்பச் செய்தி சொன்னாங்க."

"அடக்கடவுளே" என்று அவர் பதைப்புடன் எழுந்தார். "அப்ப சீக்கிரம் கிளம்ப வேண்டியதுதான்!" என்றார்.

“என்னவெல்லாமோ கண்டுபிடிக்கிறாங்க. இந்தப் புயலை அடக்க வழி தெரியல்லையே மனுஷனுக்கு!” என்று அலுத்தபடி அவர் சாப்பிட அமர்ந்தார்.

இந்தத் தீவுகளுக்கு வந்து இந்த ஐம்பது வருஷங்களாக வருஷத்துக்கு இருமுறை புயல் நிச்சயமாக வந்து அலைக்கழிப்பதைக் கண்டிருந்தும், ‘புயல்’ என்கிற வார்த்தை நடுக்கத்தை ஏற்படுத்திற்று.

✵ ✵ ✵

அத்தியாயம் 17

நேற்று கவிந்த மூட்டம் இன்னும் விலகவில்லை. எல்லாரும் பயந்திருந்தாற்போல் புயல் நேற்று ஆரம்பிக்கவில்லை. நல்லவேளை இல்லையென்றால் மாலை வரவேற்புக்காக முதலியார் போட்டிருந்த பந்தல் பிய்த்துக்கொண்டு போயிருக்கும் புயலில்.

இங்கு வரும் புயலைப்போல நான் இந்தியாவில் கண்டதில்லை. சூறாவளிச் சுழல்காற்றுடன் வரும் பயங்கரப் புயல் இங்கு வருஷா வருஷம் ஒரு முக்கிய அங்கமாகிப்போன புயல். அநேகமாய் எல்லார் வீட்டுக் கூரைகளையும் பிய்த்துக்கொண்டு போய்விடும். புயல் அடங்கிய பின் அதைச் செப்பனிட அரசு எல்லாருக்கும் பணம் தருவதால், இங்கு யாரும் அதிகமாகக் கவலைப்படுவதில்லை என்கிற விஷயம் எனக்கு வெகு நாட்களுக்கு வேடிக்கையாக இருந்தது. வீட்டைக் கட்டியதும் அதை 'இன்ஷ்யூர்' செய்வதும், புயலுக்குப் பின் அதைவிட அதிகத்தொகை நஷ்ட ஈடாகக் கிடைத்து விடுவதும் ஒரு தகராறில்லாத விஷயம்.

''இன்னிக்கு வேலைக்குப் போகப்போறியா?'' என்ற மாதுவின் குரல் கேட்டு, நான் உள்பக்கம் திரும்பினேன். 'ஃபீஜி டைம்'ஸில் அவர் முகம் மறைந்திருந்தது.

''மூட்டமா இருக்கே தவிர, புயல் வர்ற மாதிரி தெரியல்லியே? அதனாலே வேலைக்குப் போகலாம்னுதான் நினைக்கிறேன்...''

"உம்... ஆனா இன்னிக்குக் கொஞ்சம் சீக்கிரமா வீட்டுக்கு வந்துரு. சாயங்காலத்துக்குள்ளே நிச்சயமா புயல் வந்துடும்னு பேப்பர்லே போட்டிருக்கு. ரேடியோவிலே வேற ஹிந்தியிலும், இங்கிலீஷ்லேயும் மாத்தி மாத்தி எச்சரிச்சிண்டிருக்கான்."

"சரி; சீக்கிரமா வந்துடறேன்."

"புயல் ஆரம்பிச்சுதானா எனக்கு ஏர்போர்ட்லே வேலை அதிகமா இருக்கும். எப்போ வீடு திரும்ப முடியும்னு சொல்லமுடியாது. தனியா இருப்பியா நீ!"

"வேற வழி இருக்கா?" என்றேன் நான் புன்னகையுடன். "யாரைத் துணைக்குக் கூப்பிட முடியும்!"

அவர் சில வினாடிகள் என்னை யோசனையுடன் பார்த்தார்.

"புன்னூஸ் வீட்டிலேயே போய் நீ படுத்துக்கலாமே!" என்றார்.

"வேண்டாம், கூர்க்காவை இன்னிக்கு வாசல் பக்கத்து ரூம்லே படுத்துக்கச் சொல்றேன். ஏதாவது ஜன்னல் உடையும்; தண்ணி உள்ளே வரும். வீட்டிலே இருந்தாத்தான் உடனடியாகக் கவனிக்க முடியும்."

"அதுவும் சரிதான். எப்படியோ சமாளி... உன்னோடு நான் தொடர்புகொள்றது சிரமம். டெலிபோன் கம்பியெல்லாம் அறுந்துபோகும். ஏதாவது உதவி வேணும்னா புன்னூஸைக் கேட்கலாம்."

"சரி."

நான் தாம்புவாவைக் கூப்பிட்டு மாடி ஜன்னல்களையும், கதவுகளையும் இழுத்து மூடித் தாழ்ப்பாள் போடச் சொன்னேன். கார்பெட்டுகளைச் சுருட்டிப் பாதுகாப்பாக வைத்து, என்னைத் தயார் செய்துகொள்ள விரைந்தேன்.

காலை ஆகாரத்தைச் சாப்பிட உட்கார்ந்தபோது மாது என்னைப் பார்த்துப் புன்னகைத்தார்.

“வேலைக்குச் சேர்ந்தது ஒரு விதத்திலே நல்ல மாறுதலை உங்கிட்ட ஏற்படுத்தியிருக்கு. இப்ப ட்ரிம்மா டிரெஸ் பண்ணிக்கிறே...!”

“தாங்க்யூ” என்று நான் கூச்சத்துடன் புன்னகைத்தேன்.

‘வேலைக்குச் சேராவிட்டாலும் நான் ட்ரிம்மா இருப்பேன்’ என்று எனக்குள் நினைத்துக்கொண்டேன். ‘முன்பு நன்றாக டிரஸ் செய்துகொள்ளாததற்குக் காரணம் உங்களுடைய அம்மாவின் ஆங்காரம்...’

‘புருஷனை எப்பக் கைக்குள்ளே போட்டுக்கலாம்னு காத்திண்டிருக்கே.’

எந்த மூலையிலிருந்தோ என் மாமியார் என்னைக் கண்காணிக்கிறார் என்று எனக்கு பிரமையேற்பட்டது. லேசாக உடல் பூராவும் ஓடிய சிலிர்ப்பை நான் சரேலென்று சமாளித்துக்கொண்டேன். இந்தப் பலவீனத்தை நான் வெற்றிகொள்ளத்தான் வேண்டும். செத்துப்போய் விட்ட ஒரு நபரை, இப்பொழுது வெறும் ஞாபகமாக இருக்கும் மனுஷியை நினைத்து நான் பயப்படும் பைத்தியக்காரத்தனத்தை நானாகத் தெளிய வைத்துக் கொள்ளாவிட்டால் எனக்கு உதவ கடவுள்கூட வரமாட்டார்.

மாது சாப்பிட்டு எழுந்ததும் நான் அவசரமாக மேஜையைச் சுத்தம் செய்யும்போது, மாது பூஜையறையில் நுழைந்து அம்மாவின் படத்திற்கு முன் ஒரு வினாடி கண்ணை மூடி நின்று கைகூப்பி வணங்கிவிட்டு வருவதைக் கவனித்தேன்.

‘அவருக்கிருக்கும் பிரமையை மாற்ற எனக்கு அதிகாரமுமில்லை; அது நியாயமுமில்லை’ என்று எனக்குள் அடிக்கடி சொல்லிக்கொள்ளும் அறிவுரையை மறுபடி ஞாபகப்படுத்திக்கொண்டு, கார் சாவியை ஆணியிலிருந்து எடுத்தபடி...

“அப்போ நா கிளம்பறேன்” என்றேன்.

“சரி சீக்கிரம் வந்துடு” என்றார் மாது. “ராத்திரி நா வரமுடியாமப் போனாலும் கவலைப்படாதே, கூர்க்காகிட்ட சொல்லிட்டுப் போறேன். ஜாக்கிரதையா இரு.”

“சரி!”

நான் காரைப் கிளப்பி வெளியே செல்லும் வரை மாது பார்த்துக்கொண்டிருந்து விட்டு உள்ளே சென்றார். ‘இந்தக் கரிசனம் என்மேல் அவருக்கு ஏற்பட்டுப்போனது பெரிய விஷயம். அவருக்குள் இருக்கும் பிரமைகளைப் பற்றி எனக்கு அக்கறையில்லை இப்போது’ என்று நினைக்கையில் என் அதரங்களில் புன்னகை மலர்ந்தது. மனசு மெதப்பாக நிமிர்ந்தது. மாது கோவிலே கட்டட்டும் அம்மாவுக்கு. என்னை அது எந்த விதத்திலும் பாதிக்காது. அவருடைய பிரியத்தின் கணிசமான சதவிகிதம் என் பங்குக்கு வந்துவிட்ட திருப்தியில், அந்தக் கோவிலின் பூசாரியாக இருக்கவும் நான் தயார்!’

ஆனால் அந்தக் கனவுகள்...?

அவை அர்த்தமற்றவை. என் உள்மனம் கற்பிக்கும் பயங்கர பிரமைகள் அவை. அந்த மாதிரி ஒரு விளக்கம்தான் மனோதத்துவ நிபுணர்கள் சொல்வார்கள்.

செத்துப்போன அந்த உடம்பு சாம்பலாகிப்போனதை நான் என் கண்ணால் பார்த்தேன். அந்தச் சாம்பலுக்கு நான் முக்கியத்துவம் கொடுத்துக் கொண்டேவிருந்தேனானால் அதற்கு சக்தி ஏற்பட்டுவிடலாம் - கல்லைக் குடைந்து உருக்கொடுத்து, கடவுள் என்று நம்ப ஆரம்பித்ததும் அதற்கு சக்தி வந்துவிடுவது போல.

என் மாமியார் கடவுள் இல்லை. அவருடைய சாம்பலுக்கு சக்தி வந்தால் அது கடவுளாக அருள் பாலிக்காது. ‘செத்துப்போனவா எல்லாம் தெய்வமாயிருந்து...’ என்ற என் அம்மாவின் வேண்டுதல் இங்கு பலிக்காது.

இந்த அவரது குணாதிசயத்தை உணர்ந்த நான் என்ன செய்ய வேண்டும்?

ஸ்டியரிங் வீலைப் பிடித்திருந்த என் கைகள் இறுகின...

'ஜஸ்ட் இக்னோர் ஹர், நாகலட்சுமின்னு ஒரு பிரக்ருதியிருந்ததயே நீ மறந்துடணும்!'

'எப்படி?'

நான் என்னையே பலப்படுத்திக்கொள்ள வேண்டும். அது சாத்தியமில்லாத காரியமில்லை வேலைக்குச் சேர்ந்த பிறகு என்னுள் நிறையவே மாறுதல் ஏற்பட்டிருப்பதை நான் உணருகிறேன். மாமியாரின் நினைவு இப்பொழுது வீட்டிற்குள் நுழைந்த பிறகுதான் ஏற்படுகிறது. ஓட்டல் வேலை ஒரு பொழுதுபோக்காகத்தான் இருக்கிறது. அங்கு கூட வேலை செய்யும் ஃபீஜியரும், இந்தியரும் இளைஞர்கள். மிகப் பிரியமாகவும், உல்லாசமாகவும் இருப்பவர்கள். வெகுகாலத்துக்குப் பிறகு நான் இப்பொழுது வாய்விட்டுச் சிரிக்கிறேன். 'வெளியில் இருக்கும் உலகம் எத்தனை வித்தியாசமானது, எவ்வளவு மகிழ்ச்சி நிறைந்தது' என்கிற ஆச்சரியம் தினமும் ஏற்படுகிறது.

தண்ணென்ற பசுமையான எழில்மிக்க தானுவா ஓட்டலுக்குள் நுழைந்து வண்டியை நிறுத்தி நான் நடந்தேன்.

"பூலா!" என்ற உற்சாக வரவேற்புக் குரல்களுக்குப் புன்னகையுடன், "பூலா!" என்றபடி நான் என் அறைக்குள் நுழைந்தேன்.

டைப் அடிக்க வேண்டிய விஷயங்களை உடனடியாக டைப் அடிக்க உட்கார்ந்தேன். ராமசாமி நாயக்கர் ஊரில் இல்லை. நியூஸிலாந்துக்குப் போயிருந்தார். சீக்கிரமே வேலை முடிந்துவிடும் என்று தோன்றிற்று.

"ஏய் சாப்பாடு வேண்டாமா உனக்கு இன்னிக்கு?" என்ற குரல் கேட்ட பிறகுதான் தலை நிமிர்ந்தேன்.

ஃபீஜி நண்பன் ஜான் புன்னகையுடன் நின்றிருந்தான்.

நான் திடுக்கிட்டு மணியைப் பார்த்தேன். இரண்டு மணி ஆகியிருந்தது.

"ஓ... நான் நேரத்தையே கவனிக்கல்லே" என்றபடி எழுந்தேன்.

"நீ இன்னும் சாப்பிடல்லே?"

"இல்லே, கொஞ்சம் வேலையிருந்தது. முடித்துவிட்டு சாப்பாட்டுக் கூடத்துக்குப் போனதும், 'ஏன் இவ்வளவு லேட். அந்த மோகினியும் சாப்பிட வரல்லே?' என்றார்கள். அதனால் உன்னையும் அழைத்துப்போகலாம்னு வந்தேன்."

"வினாக்கா!" என்று நான் சிரித்தேன்.

சாப்பாட்டுக்கூடம் காலியாக இருந்தது. நாங்கள் கௌண்டருக்குச் சென்று சீட்டைக் காண்பித்து தட்டுகளில் சாப்பாட்டு வகைகளை நிரப்பிக்கொண்டு வந்தோம்.

அசைவ உணவு வகைகளை சுவைத்தபடி ஜான் மன்னிப்புக்கோரும் தவனியில் சொன்னான்.

"இதையெல்லாம் உன் எதிரில் சாப்பிடுவதற்குத் என்னை மன்னிக்கணும்!"

"நீ என்ன சாப்பிடுகிறாய் என்று நான் கவனிக்கப் போவதில்லை" என்றேன்.

சாப்பிட மேஜையில் அமர்ந்ததும் அவன் சிரித்துக்கொண்டே சொன்னான்.

"என்னுடைய மூதாதையர்கள் நரமாம்ஸ பட்சிகள் என்று உனக்குத் தெரியுமா?"

"தெரியும்..." என்றேன் நான் தயக்கத்துடன்.

அவன் சிரிப்பு மாறாமல் சொன்னான். "கூடிய சீக்கிரம் நான் இதையெல்லாம் கூட விட்டுவிடுவேன்."

“ஏன்?”

“நான் கல்யாணம் செய்துகொள்ளப்போகும் பெண் ஒரு வெஜிடேரியன்.”

“அடேயப்பா... எத்தனைப் பெரிய தியாகம் செய்கிறாய்!”

“காதலிக்காகச் செய்யும் எந்தத் தியாகமும் பெரிசில்லை மோகினி.”

“ப்ராவோ!” என்று நான் பிளேட்டில் ஸ்பூனால் தட்டிச் சிரித்தேன்.

மென்மையான அவனுடைய கண்களையும் - வெள்ளைச் சிரிப்பையும் பார்க்கும் போது, இவனுடைய காதலி எத்தனை அதிர்ஷ்டம் செய்தவள் என்று என்னுள் ஒரு தாபம் எழுந்தது.

என் எண்ணங்களை மறைக்க நான் புன்னகைத்தேன்.

“நீங்கள் எல்லாரும் மிகமிக மென்மையானவர்கள். உங்கள் முன்னோர்கள் நரமாமிசம் சாப்பிட்டார்கள் என்றால் நம்பவே முடியவில்லை.”

“வேடிக்கைதான்” என்று ஜான் சிரித்தான். “அவர்களுக்கு வேறு ஒன்றும் சாப்பிடக் கிடைக்கவில்லை என்று நினைக்கிறேன். இந்தத் தீவுகளில் மிருகங்கள் கிடையாது. காய்கறி சாகுபடி செய்யவும் அவர்களுக்குத் தெரியாது.”

ஜான் சிரித்துக்கொண்டே தனது ‘வைன்’ கிளாஸை மேலே தூக்கினான்.

“கிறிஸ்தவப் பாதிரிகளுக்கு நன்றி - எங்களை நரகத்திலிருந்து மீட்டதற்கு.”

“ஹலோ! எவ்வளவு நேரம் சாப்பிடுவீர்கள்?” என்ற குரல் கேட்டு நாங்கள் நிமிர்ந்தோம்.

சமையலறை சூப்பர்வைஸர் நின்றிருந்தார்.

"சீக்கிரம் முடித்துக்கொண்டு வீட்டிற்குக் கிளம்புங்கள். இன்னும் ஒருமணி நேரத்தில் புயல் நாண்டியைத் தாக்கப்போவதாக இப்பொழுது ரேடியோவில் அறிவித்தார்கள்."

நான் பரபரப்புடன் எழுந்தேன். "ஓ... குட்!" என்றான் ஜான் உற்சாகத்துடன்.

"புயல் வருவதை நினைத்து சந்தோஷப்படும் ஆசாமி நீ ஒருத்தனாகத்தான் இங்கு இருக்க வேண்டும்" என்றேன் நான்.

"ஓ, இட் இஸ் எ டெர்ரிஃபில் சேலஞ்ச்! வருஷா வருஷம் வருகிற இந்தப் பயங்கர சோதனையைத் தாங்கிக்கொண்டிருக்கிற ஃபீஜியனுடைய திண்ணக்கம்தான் எனக்குச் சந்தோஷத்தைக் கொடுக்கிறது."

"சந்தோஷத்தை நீ அனுபவி. உன் சந்தோஷத்தைக் கெடுக்காமல் நான் கிளம்புகிறேன்" என்று நான் விரைந்தேன்.

அன்றைய வேலை நல்லவேளையாக முடியும் தருவாயில் இருந்தது. மிகுதி இரண்டு தாள்களை டைப் அடித்து ஃபைலில் கட்டி வைத்துவிட்டு நான் கிளம்பினேன்.

காற்றின் வேகம் அப்பொழுது அதிகரித்திருந்தது. இன்றைக்கு சாப்பிட இங்கு உட்கார்ந்திருக்கக் கூடாது என்று அலுத்துக்கொண்டே நான் வண்டியைக் கிளப்பினேன். நிறைய வண்டிகள் வீடு திரும்பிக் கொண்டிருந்தன. புழுதி சுழன்று சுழன்று எழும்பி வழியை மறைத்தது.

குத்துமதிப்பான ஊகத்தில் வண்டியை ஓட்டுகையில் எனக்கு அனாவசியமாக மாமியாரின் நினைவு வந்தது.

'உங்களை கவனிச்சுக்க நான் இங்கிருந்து கிளம்பிடுவேன் போலிருக்கு' என்று நடுக்கத்துடன் சொல்லிக்கொண்டேன்.

நிச்சயமாக எங்கோ மோதப்போகிறேன் என்று நான் நினைத்துக்கொண்டிருக்கையில், என் வீட்டு கம்பிக் கதவின் முன் நான் வந்து நின்றிருப்பது வேடிக்கையாக இருந்தது.

ஒரு விநாடி என் அம்மாவின் வினோதமான பிரார்த்தனை மனத்தில் பளிச்சிட்டது.

'செத்துப்போனவா எல்லாம் தெய்வமா இருந்து...'

'என் மாமியாரே என்னைத் துணை நின்று இங்கு கொண்டு விட்டாராம்.'

மேற்கொண்டு குழம்பி நிற்க நேரமில்லாமல் நான் காம்பவுண்டுக்குள் வண்டியைச் செலுத்தினேன். வாசல் வராந்தாவில் தாம்புவாவும், கூர்க்காவும் நின்றிருந்தார்கள். காரேஜ் கதவைத் திறந்து உதவினார்கள்.

"மேடம் இவ்வளவு நேரம் நீங்கள் வரவில்லையே என்று நான் கவலைப்பட்டுப் போனேன்" என்றான் தாம்புவா.

"இவ்வளவு சீக்கிரம் புயல் ஆரம்பிக்கும் என்று நான் நினைத்திருக்கவில்லை" என்றபடி நான் உள்ளே விரைந்தேன்.

டெலிபோன் அலறிக்கொண்டிருந்தது. மறுமுனையில் மாதுவின் பதட்டமான குரல் கேட்டது.

"என்னது, இப்பத்தான் வர்றியா?"

"ஆமாம்; கொஞ்சம் லேட்டாயிடுத்து" என்றேன்.

"இடியட்! முன்னாடியே கிளம்புன்னு நா சொல்லியிருந்தேன்லே? புயல் ஆரம்பிச்சு பதினைஞ்சு நிமிஷம் ஆறது - ஆக்ஸிடெண்ட் ஆகாம எப்படி வந்து சேர்ந்தே!"

"வந்து சேர்ந்துட்டேன்!" என்று நான் புன்னகைத்தேன். "கவலைப்படாதீங்கோ..." என்றேன் கொஞ்சலாக, அவருடைய கரிசனம் கோபம் ஒரு நூதனமான சமாதானத்தை ஏற்படுத்திற்று.

"அங்கே நிலைமை எப்படியிருக்கு. ராத்திரி வருவேளா?"

"மாட்டேன். நா இங்கே இருந்தாகணும், நிலைமை மோசமாப் போகலாம். என்னைப்பத்தி வொர்ரி பண்ணாதே,

என்னைச் சுத்தி இருபதுபேர் இருக்கா நீதான் தனியா இருக்கே.''

"கூர்க்கா இருக்கான். கவலைப்படாதீங்கோ!'' என்றேன் மிருதுவாக.

போனைக் கீழே வைத்தபோது என் அதரங்களில் புன்னகை மலர்ந்திருப்பதை நான் உணர்ந்தேன்.

ரேடியோவில் புயலைப் பற்றின எச்சரிக்கை விடாமல் வந்து கொண்டிருக்கையிலும், என்னுள் ஓர் உற்சாகம் அசம்பாவிதமாகப் பொங்கிற்று. நேசம் என்பதும், நேசிக்கப்படுகிறோம் என்பதும் எப்படிப்பட்ட சக்தி வாய்ந்த உணர்வுகள் என்று ஆச்சரியமேற்பட்டது. என் உள் மனத்துப் பிரமைகளையும், பயங்களையும் இந்த சக்தி நிச்சயமாகப் போக்கும் என்கிற உறுதி என்னுள் புதிய கற்பனைகளை உருவாக்கின.

எல்லா ஜன்னல்களையும் மறுபடி ஒருமுறை பரீட்சித்துவிட்டு, தோட்டத்து மூலையில் இருந்த தனது குவார்ட்டர்ஸுக்குத் தாம்புவா போய்விட்டான்.

பெரிய ஆரவாரத்துடன் மழை ஆரம்பித்தது. அத்துடன் சுழல்காற்றின் ஓசை ராட்சச ஓசையாகக் கண்ணாடி ஜன்னல்களையும், கதவுகளையும் தாக்கின. நான் ஒரு குழந்தைத்தனமான ஆர்வத்துடன் மாடியில் இருந்த படுக்கையறையின் கண்ணாடி ஜன்னல் வழியாக வெளியுலகத்தைப் பார்த்தேன். படுதா விரித்தாற்போல் நீர் மறைத்தது. அசுரவெறியுடன் பெய்யும் மழையும், குண்டு வெடித்தாற்போல் சப்திக்கும் இடியும் ஒரு சுவாரஸ்யமான அனுபவமாகத் தோன்றின. இத்தனை வருடங்களாக நான் இப்படிப்பட்ட மனநிலையில் புயலை அனுபவித்ததில்லை. 'புயல் வந்து விட்டது' என்றதும், 'குட்' என்ற ஜானின் மனோபக்குவம் அல்லது திண்ணக்கம் எனக்கு வந்துவிட்டாற்போல் தோன்றிற்று.

மாது இரவு வரமாட்டார் என்ற காரணத்தால் நான் சீக்கிரமாக சாப்பாட்டை முடித்துக்கொண்டு கையில் ஒரு புத்தகத்துடன் படுக்கச் சென்றேன். மாதுவுக்கு ஒருமுறை டெலிபோன் செய்யலாம் என்று பார்த்தபோது லைன் செத்துக்கிடந்தது.

அதிகநேரம் படிக்க முடியாமல் தூக்கம் கண்ணை அழுத்திற்று. விளக்கை அணைத்துவிட்டுப் படுத்து உறங்கிப்போனேன். உறக்கத்தின் அந்தகாரக் குகைகளில் நான் எதையோ தேடிக்கொண்டு செல்கிறேன். கதவு தட்டப்படும் ஓசைபோல் இருக்கிறது; விடாமல் அவசரத்துடன் ஒலிக்கிறது. நான் இருளில் தடுமாறியபடி கதவைத் திறக்கிறேன். என் மாமியார் நிற்கிறார் வெளியே!

வழக்கமான பயம் என் அடிவயிற்றைக் கவ்வுகிறது.

'என்னம்மா வேணும்?' என்று நான் கேட்பதற்கு முன் அவர் சொல்கிறார்:

'நா மாதுவை அழைச்சிண்டு போக வந்திருக்கேன்.'

பீதியில் என் காலும் - கையும் வெடவெடக்கின்றன. கண்களில் நீர் பெருகுகிறது.

'ஐய்யய்யோ! வேண்டாம்மா!' என்று நான் இறைஞ்சுறேன். 'அவரை அழைச்சிண்டு போயிட்டங்கன்னா நா என்ன பண்ணுவேன்?'

மாமியாரின் முகத்தில் ஒரு விசித்திரமான பாவம் படருகிறது.

'நீ தனியா இருப்பே! நீ தனியா இருக்கிறதை நா பார்க்கணும்!'

பெருத்த இடியோசை கேட்டது, தலையில் விழுந்தாற்போல. நான் அலறி அடித்துக்கொண்டு எழுந்தேன். உடம்பு பூராவும் வியர்த்திருந்தது. நடுங்கிற்று. நான் தடுமாற்றத்துடன் படுக்கை அருகில் இருந்த மேஜை விளக்கின் ஸ்விட்சைத்

தட்டினேன். மின்சாரம் இல்லை திடீரென்று உலுக்கிய பயத்தில் தலையணையில் முகத்தைப் புதைத்துக்கொண்டு விசித்து விசித்து அழுதேன்.

அடுத்த நாளும் மாது வரவில்லை. புயல் இரண்டு நாட்களுக்குப் பயங்கரமாக ஆட்டிற்று. புன்னூஸ் வீட்டுக் கூரை இடிந்து விழுந்தது. மூன்றாம் நாள் இரவு மாது வந்தார். மிகவும் சோர்ந்து களைத்த முகம் - பார்க்கப் பயங்கரமாக இருந்தது.

"சூடா குடிக்க ஏதாவது கொண்டு வரட்டுமா?" என்று கேட்க வாயைத் திறந்த நான் திடுக்கிட்டேன்.

'ஷூ'வைக் கூடக் கழற்றாமல் மாது வயிற்றை அழுத்திப் பிடித்துக்கொண்டு அங்கிருந்த திவானில் படுத்துவிட்டிருந்தார்.

"மாது! என்ன, என்ன உடம்புக்கு" என்றேன் பதட்டத்துடன்.

"வயிற்றை வலிக்கிறது மோகினி, என்னாலே தாங்க முடியல்லே..." என்றார் அவர் பலவீனமாக.

நான் பீதியின் எல்லையில் நின்றேன்.

✲ ✲ ✲

அத்தியாயம் 18

புயலின் பேயாட்டம் அடங்கிவிட்டது. அதன் பயங்கரம், தோட்டத்துப்பக்கம் பார்த்த கண்ணாடிச் சுவர் வழியாக நாயக்கருக்கு நன்றாகத் தெரிந்தது. யாரோ வதம் செய்ததுபோல, மீனாட்சி போற்றிப்போற்றிப் பாதுகாத்த தோட்டம் சர்வநாசமாகிப் போயிருந்தது. இரண்டாவது மாடியின் கூரைப் பெயர்ந்துவிட்டது. அங்கிருந்த விலையுயர்ந்த சாமான்களை நல்ல வேளையாக மீனாட்சி முன்னெச்சரிக்கையுடன் அப்புறப்படுத்தியிருந்தாள். தோட்டத்தைத்தான் பாதுகாக்க முடியவில்லை. பழையபடிக்குத் தோட்டத்தை நிமிர்த்த இன்னும் ஆறு மாதங்கள் ஆகும்.

'கஷ்டப்பட்ட உடம்பு இது. எந்தப் பொருள் விரயமானாலும் மனசு கேட்கல்லே' என்று வருத்தத்துடன் நாயக்கர் தலையசைத்துக்கொண்டார்.

"ஸாப்! இந்தாருங்கள் பால்..."

அவர் நிதானமாகத் திரும்பினார்.

இலியாவின் இடத்தில் அமர்த்தப்பட்டிருந்த சிறுவன் மோஸஸ் நின்றிருந்தான். ராமசாமியின் ஒரு தொழிற்சாலையில் பயிற்சிக்காக இலியா சென்று ஒரு வாரமாகிவிட்டது. இந்தச் சிறுவனை இலியாவே அழைத்து வந்து, 'என்னை விட வேலை நன்றாகச் செய்வான்' என்று உறுதிமொழி அளித்து அமர்த்தியிருந்தான்.

மோஸஸ் மிக மரியாதையாகத்தான் நடந்துகொண்டான். சிரித்த முகத்துடன் வேலையைப் பழகிக்கொண்டான். இருந்தாலும் இலியா போனது கையொடிந்த மாதிரி இருந்தது நாயக்கருக்கு.

'நான் நினைக்கிறதைப் புரிஞ்சுக்கிற சாமர்த்தியம் உண்டு அந்தப் பயலுக்கு!' என்று தமக்குள் வாஞ்சையுடன் சொல்லிக்கொண்டார்.

மோஸஸ் நீட்டிய பாலை, "வினாக்கா" என்று புன்னகைத்து வாங்கிக்கொண்டார்.

"தோட்டம் எப்படி வீணாயிட்டது பார் மோஸஸ்!" என்றார்.

மோஸஸ் கையைக் கட்டிக்கொண்டு கண்ணாடிக் கதவிற்கப்பால் பார்வையைப் பதித்தான்.

பிறகு மெல்லிய குரலில் சொன்னான்: "தோட்டம் தானே! ஒரே மாதத்திலே சரிசெய்துடலாம். இதைவிடப் பெரிய நஷ்டம் இந்தத் தோட்டத்திற்கு வெளியே, உங்க கண்ணுக்குத் தெரியாத தொலைவிலே நடந்திருக்கு."

கிழவர் வியப்புடன் தலைநிமிர்ந்து மோஸஸைப் பார்த்தார். மீசை இன்னும் முளைக்கவில்லை. அதற்காக கரியரேகை ஆரம்பித்திருந்தது. இலியாவின் பார்வையில் இல்லாத ஓர் ஆழம் இவனது பார்வையில் தென்பட்டது.

சட்டென்று அவருக்கு அவனிடம் அனுதாபமேற்பட்டது. புயல் ஆரம்பித்ததிலிருந்து இவன் வீட்டை விட்டு வெளியில் போகவில்லை. இவனுக்கு இருக்கக்கூடிய கவலைகளைப் பற்றி நான் நினைத்துப் பார்க்காதது அவருள் ஒரு கூச்சத்தை ஏற்படுத்திற்று.

"உன் வீடு எங்கே இருக்கு மோஸஸ்" என்றார் அவர் மிருதுவாக.

அவன் அவரைப் பார்க்காமல் தோட்டத்தைப் பார்த்தபடி பதில் சொன்னான். "இங்கிருந்து இரண்டு மைல் தொலைவிலே."

ஒரு வினாடி மௌனத்திற்கு பிறகு அவன் அவர் பக்கம் திரும்பி புன்னகைத்தபடி சொன்னான்: "இருந்தது போன வாரம்! இப்பொழுது தரைமட்டமாகியிருக்கலாம்!"

"கூரை வீடா? கூரை வீடுகளே இப்பக் கிடையாதே!" என்றார் நாயக்கர்.

"கூரை வீடில்லே. அரசாங்கம் கட்டிக்கொடுத்திருக்கிற மர வீடுதான். கூரை இன்னுமா பத்திரமா இருக்கும். புயல் வரும்போதெல்லாம், ஒவ்வொரு வருஷமும் பயம்தான் இந்த வீட்டில்... இடிஞ்சு விழுந்தா சாமான்கள் பாழாகும். செப்பனிடுகிறவரை எல்லாரும் குளிரில் நடுங்க வேண்டியிருக்கும். எங்கள் வீடு ஒரே ஒரு அறை கொண்டது."

'எங்கள் வீட்டுத் தரித்திரத்துக்கு நீதான் காரணம்' என்று அவன் குற்றம்சாட்டுவதாக அவருள் பிரமையேற்பட்டது. அவர் தம்முள் மூழ்கிய சிந்தனையுடன் பேசாமல் அமர்ந்திருந்தார்.

புயல் தாக்கப்போகிறது என்கிற செய்தி வந்ததிலிருந்து இந்த வீடு அமர்க்களப்பட்டுக் கொண்டிருப்பதை இவன் பார்த்து வருகிறான். அறைக்கு அறை விரிக்கப்பட்டிருந்த விலையுயர்ந்த பாரசீகக் கம்பளங்களைச் சுருட்டி பிளாஸ்டிக் உறைகளில் கட்டி வைக்க மூன்று ஆட்களின் உதவி தேவைப்பட்டது. சாப்பாட்டுக் கூடத்தில் வைக்கப்பட்டிருந்த வெள்ளிப் பாத்திரங்களையும், விலையுயர்ந்த பீங்கான்களையும் மோஸஸும், தோட்டக்காரனுமாக ஒரு நாள் முழுவதும் அமர்ந்து 'ஸ்டீல்' பெட்டிகளில் துணியில் சுற்றிவைத்தார்கள்.

இந்த வீட்டின் சுபிட்சத்தைக் கண்டு இந்தப் பிள்ளை அசந்து போயிருக்க வேண்டும். இவனது பார்வையில் ஏழை - பணக்காரன் என்கிற பேதம் மட்டும் இல்லை. பூமி புத்திரனுக்கும், பிழைக்கவந்த அன்னியனுக்கும் உள்ள பேதம்தான் அதில் அதிகபட்சமாக இருக்க வேண்டும். இந்தப் பேதத்தை மிகைப்படுத்தும் பொருளாதார வித்தியாசத்துக்கான

பின்னணிக் காரணங்களை ஆராயும் பக்குவம் வயதானவர்களுக்கே இல்லாதபோது, மீசை முளைக்காத இந்தப் பொடியனுக்கு எப்படி இருக்கும்? "எத்தனை பேர் கொண்டது உன் குடும்பம்?" என்றார் அவர் மென்மையாக.

"ஐந்து பேர். எனக்கு ஒரு தம்பியும், தங்கையும் உண்டு."

"பள்ளிக்கூடம் போறாங்களா?"

"ஆமாம்."

"நீ போகல்லியா? இலவசப் பள்ளிக்கூடம் இருக்கே..."

"போனேனே ஆறாம் கிளாஸ்வரை படித்தேன். மேலே படிக்கணும்னு ஆசைதான் எனக்கு. ஆனால் என் அப்பாவின் சம்பாத்தியம் போதவில்லை. அதனால் நான் வேலைக்கு வரவேண்டியதாகிவிட்டது."

கொள்ளை ஆதங்கம் தொனித்தது குரலில்.

நாயக்கருக்கு மெல்லிய சங்கடம் ஏற்பட்டது. இலியாவுக்கும் இவனைப்போல் பிரச்சினைகள் இருந்திருக்கும். அவனுக்குத் தகப்பன்கூட இல்லை. ஆனால் அவன் வாயைத் திறந்து தன் குறைகளைச் சொன்னதில்லை. அவனைப் போலத்தான் எல்லா ஃபீஜி இளைஞர்களும் இருப்பாங்கன்னு சமாதானமாகியிருந்தேனானா, நா ஒரு முட்டாள் என்று தமக்குள் சொல்லிக்கொண்டார்.

'இவன் சாதாரணமாவே சொல்லியிருந்தாலும் நமக்கேன் குற்ற உணர்வு ஏற்படுது' என்று அவருக்குள் நமைச்சலெடுத்தது.

இவனுடைய நாட்டிலே பிழைக்க வந்து காலூன்னிக்கிட்டு, இவனையே என் வேலைக்காரனா வெச்சுக்கிட்டிருக்கிற எனக்கும், வெள்ளையனுக்கும் அதிக வித்தியாசமில்லைங்கிற பயம் இவனுக்கு ஏற்படாதா?

தங்களுடைய பின்தங்கலுக்குத் தாங்களேதான் காரணம் என்கிறது இவனுக்குப் புரியாது... உழைப்பவனை இந்த மண் ஏமாத்தாது என்கிறது உழைச்சவனுக்குத்தான் தெரியும்?

வெள்ளைக்காரனுடைய சுரண்டல் குணம் எனக்குக் கிடையாது. என்னுடைய சொந்த முன்னேற்றத்துக்காகத்தான் நா உழைச்சேன்னாலும், நா உசந்ததினாலே இந்த நாடும் உயரல்லியா? இந்தப் பிள்ளைக்கு இதையெல்லாம் யார் புரியவைக்கிறது?

'மெள்ள மெள்ளப் புரிஞ்சுக்கிடுவான்' என்று அவர் தம்மைச் சமாதானப்படுத்திக் கொண்டார்.

"நா உன்னைப் படிக்க வைக்கிறேன் மோஸஸ், கவலைப்படாதே!" என்றார் வாய்விட்டு.

"எப்படி முடியும்?" என்றான் மோஸஸ் நிராசையுடன்.

"சாயங்காலப் பள்ளிக்கு அனுப்பறேன். எந்நேரமும் நீ என்னைப் பார்த்துக்கிட்டிருக்கணும்கற அவசியமில்லை."

அவன் லேசான புன்னகையுடன் சிரம் தாழ்த்தி, "வினாக்கா" என்றான். "ஆனால் இப்ப வேண்டாம். இலியா உங்களைக் கவனித்துக்கொண்ட மாதிரியே உங்களை நான் கவனிப்பேன்னு அவன்கிட்ட உறுதியா சொல்லியிருக்கேன்."

'பயல் கெட்டிக்காரன்' என்று அவர் தமக்குள் சிரித்துக்கொண்டார்.

"என்னைச் சிரமப்படுத்திக்காம உனக்கு உதவப் பார்க்கிறேன். கவலைப்படாதே!" என்றார் அவர் புன்னகையுடன். "இலியாவுக்குப் படிப்பிலே நாட்டமிருக்கல்லே. இருந்திருந்தா அவனையும் பள்ளிக்கு அனுப்பியிருப்பேன். முன்னுக்கு வரணும்னா படிப்பும், உழைப்பும் ரொம்ப முக்கியம், உழைச்சா பலன் இல்லாம இருக்காது. ஞாபகம் வெச்சுக்கோ மோஸஸ்!"

மோஸஸ் பதில் சொல்லவில்லை. வானத்தில் தெரிந்த கரிய மேகங்களைத் தீவிரமாகப் பார்த்துக் கொண்டிருந்தான்.

"இவன் மனசு சமாதானமடையல்லே" என்று அவர் வருத்தத்துடன் நினைத்துக்கொண்டார்.

"மோஸஸ்!" என்றார் அவர் மெல்லிய குரலில்.

"ஜி ஸாப்!" என்று சட்டென்று அவர் அருகில் அவன் வந்து நின்றான்.

"இங்கே உட்கார்" என்று தரையைக் காண்பித்தார்.

அவரது சாய்வுநாற்காலியை ஒட்டினாற்போல் இருந்த இடத்தில் அவன் உட்கார்ந்துகொண்டான்.

அவன் முதுகை அவர் அனுதாபத்துடன் தட்டினார்.

"உன் வயசிலேதான் நா இந்த தேசத்துக்கு வந்து சேர்ந்தேன். கிட்டத்தட்ட இரண்டு மாசம் கடல்லே பிரயாணம் செஞ்சு இங்க வந்து சேர்ந்தபோது, இப்படித்தான் இருந்தது வானம் கன்னங்கரேல்னு. உன்னைப் போலத்தான் நா அன்னிக்கு ஆகாசத்தை வெறிச்சுப் பார்த்துக்கிட்டு நின்னேன். சொந்த ஜனங்களையெல்லாம் விட்டு இத்தனை தொலைவு அந்நிய மண்ணிலே என்ன செய்யப்போறோம் என்கிற பயத்திலே. இங்க வந்தவங்க எல்லாருக்கும் அதே பயம்தான். முக்கால்வாசிப்பேர் தாங்களா இங்கே வரல்லே. அழைச்சு வரப்பட்டவங்க. அதனாலேயே அதிக பயம். ஆனா, இந்தப் பயத்தைவிட பசிங்கிற உணர்வுக்கு அதிக சக்தியிருக்கிறதனாலே சமாளிச்சுக்கிட்டோம். இத்தனை தொலைவு வந்து பட்டினி கிடக்கக்கூடாது என்கிற உறுதியினாலே உழைக்க முற்பட்டோம். இதுக்காக நாங்கள்ளாம் எவ்வளவு கஷ்டப்பட்டோம். எப்படி நாயைவிடக் கேவலமான வாழ்க்கை வாழ்ந்தோம்னு உனக்குத் தெரியாது. ஒரு நாளைக்குச் சொல்றேன். வெள்ளைக்காரன் இந்த நாட்டை ஆள வந்தவன். இந்தியர்கள் அவனாலே இங்கே அழைச்சு வரப்பட்டவன்க என்கிற காரணத்தாலே அவங்களுக்கு இப்பப் போக்கிடம் இல்ல. வெள்ளைக்காரன் தன் காரியம் முடிஞ்சதுன்னு போயிட்டான். நமக்கு இனிமேதான்

காரியம் இருக்கு. 'இந்தியர்கள் இப்ப இங்கே அன்னியமில்லே மோஸஸ்' அவங்களும் இந்த நாட்டைச் சேர்ந்தவங்க."

எதற்காக இந்தப் பிள்ளையிடம் வேலைமெனக்கட்டு இதையெல்லாம் சொல்லுகிறோம் என்று அவருக்கு திடீரென்று களைப்பேற்பட்டது. தன்னைச் சமாளித்துக்கொண்டு அவர் புன்னகைத்தார்.

"கையைக் கொடு மோஸஸ்!"

அவன் குழப்பத்துடன் கையை நீட்டினான்.

அவர் தனது தளர்ந்த மெல்லிய கரங்களால் அவனது கரத்தைப் பிடித்தார்.

"நீயும், நானும் சேர்ந்து உழைச்சாத்தான் ஃபீஜிக்கு நல்லது!"

அவரது செய்கையைச் சற்றும் எதிர்பாராதவன் போல் அவன் முகத்தில் கூச்சம் தெரிந்தது.

அவருடைய கவனம் கலைந்தது. கண்ணாடி கதவிற்கப்பால் வெளியே கட்டடத்தின் முகப்பில் ஒரு கார் வந்து நின்றது. அதிலிருந்து மோகினி இறங்குவதைக் கவனித்து மோஸஸ் கையை விடுவித்து நாயக்கர் நிமிர்ந்து உட்கார்ந்தார். மீனாட்சி கடைப்பக்கம் போயிருப்பது ஞாபகத்திற்கு வந்தது.

"ஒரு அம்மாள் வந்திருக்கிறாள். அவளை இங்கே அழைத்து வா!" என்றார் மோஸஸிடம்.

மோகினியின் நடையில் இன்று ஒரு பதட்டம் தெரிந்தது. முகத்தின் களையெல்லாம் போய் ஒரு பீதி குடியிருந்தது.

அவர் திடுக்கிட்டு எழுந்தார். முன்னால் கரங்களை நீட்டி நடந்து, "என்னம்மா மோகினி?" என்று அவளது மெல்லிய தோள்களைப் பற்றினார்.

அவள் சட்டென்று உடைந்து போனவளாய் அவருடைய மார்பில் முகத்தைப் புதைத்துக்கொண்டு விசித்து விசித்து அழ ஆரம்பித்தாள்.

நாயக்கருக்குப் பதறிப்போயிற்று. என்னவெல்லாமோ கேள்விகள் மனத்தில் எழுந்தன. இந்தப் பெண்ணுடைய துக்கம், ஏதோ சமாதானப்படுத்த முடியாத துக்கம் என்று தோன்றிற்று. 'போனவாரம் தெம்பாகத் தெரிஞ்சாளே... என்ன ஆயிட்டது இப்ப' என்று குழம்பியபடி அவள் முதுகைத் தட்டினார்.

"என்ன விஷயம் சொல்லு குழந்தே... நெஞ்சு விண்டு போற மாதிரி ஏன் அழுவறே?" என்றார் மிருதுவாக.

மெல்ல மெல்ல மோகினியின் விசும்பல் அடங்கிப்போயிற்று. அடக்கி வைத்திருந்த துக்கத்தைக் கொட்டிவிட்ட சமாதானத்தில்.

"குடிக்க ஏதாவது சூடாகக் கொண்டுவா மோஸஸ்!" என்று சொன்னதும் மோஸஸ் குறிப்பறிந்து நகர்ந்தான். மோகினி தன்னை விடுவித்துக்கொண்டு அங்கிருந்த சோபாவில் உட்கார்ந்து முகத்தை அழுத்தத் துடைத்துக்கொண்டாள்.

நாயக்கரைப் பார்த்து, "மாதுவுக்கு உடம்பு சரியில்லே தாத்தா..." என்றாள் நடுங்கும் குரலில்.

அவருக்குத் தூக்கிவாரிப் போட்டது.

"மாதுவுக்கா... என்ன உடம்பு. போனவாரம் நல்லா திடகாத்திரமாத் தெரிஞ்சானே!"

"ஆமாம். திடீர்னு வயிற்று வலின்னு துடிச்சுப்போயிட்டார் நேத்து."

"டாக்டரைப் பார்த்தானா?"

"நேத்து எல்லா டெலிபோன் லைனும் வேலை செய்யாததாலே டாக்டரே கிடைக்கல்லே. நேரே ஆஸ்பத்திரிக்கே வந்து காட்டிடலாம்னு இங்கே அழைச்சிட்டு வந்தேன். என்னென்னமோ டெஸ்ட் செய்யணும் - ஒரு மணி நேரமாகும்னு சொன்னதாலே இடையிலே உங்களைப் பார்க்கலாம்னு வந்தேன்."

நாயக்கர் சற்று யோசனையுடன் அவளைப் பார்த்தார். மறுபடியும் அவளுடைய கண்களில் நீர் நிறைந்தது.

"இதப்பார் மோகினி" என்றார் அவர் லேசான கண்டிப்புடன். மனுஷன்னா உடம்புக்கு வராதா? ஒரு நாளைக்கு வயிற்று வலின்னு புருஷன் சொல்லிட்டான் என்கிறதுக்காக இப்படி யாராவது இடிஞ்சு போவாங்களா? நெஞ்சுவலின்னா கொஞ்சம் பயம் ஏற்படும் தான். வெறும் வயிற்றுவலிக்கு ஏன் இப்படிப் பதறிப்போறே? வேலைப் பளுவிலே சரியா சாப்பிட்டிருக்க மாட்டான். வாயு கோளாறா இருக்கும்."

"அப்படித்தான் இருக்கணும்னு நானும் வேண்டிக்கிறேன் தாத்தா!" என்றாள் மோகினி. "சாதாரணமா நா இதுக்கெல்லாம் பயப்படமாட்டேன். ஆனா இப்ப..." அவளால் மேலே பேச முடியவில்லை. கண்களிலிருந்து மளமளவென்று நீர் பெருகிற்று.

"இப்ப, என்ன?" என்றார் நாயக்கர். மோகினி கண்களைத் துடைத்துக்கொண்டு அவரை நிமிர்ந்து பார்த்தாள்.

"இறந்துபோன நாள்லேந்து அம்மா என் கனவிலே வந்துகிட்டிருக்காங்க..."

கிழவர் நிமிர்ந்து உட்கார்ந்தார். ஆ... நாகலட்சுமியின் விஷயம், மோகினி மன்னிப்புக்கோரும் தயக்கத்துடன் தொடர்ந்தாள்: "எனக்கு இதெல்லாம் நம்பிக்கையே கிடையாது தாத்தா! வேற யாராவது சொல்லியிருந்தா நா சிரிச்சிருப்பேன். ஆனா எனக்கே மறுபடி மறுபடி கனவு நல்லத் தெளிவா வரும்போது, எது கனவு, எது நிஜம்னு கூட எனக்குக் குழப்பமாப்போறது. என்னுடைய மாமியார் சாகல்லே தாத்தா... இங்கேதான் எங்கேயோ அருவமா இருக்காங்க."

அவருக்கு அடிவயிறு ஜில்லிட்டது. நாகலட்சுமியின் சடலத்தின் பரிகாசச் சிரிப்பு கண்முன் நின்றது. தன்னைத் துரிதமாகச் சமாளித்துக்கொண்டு அவர் சொன்னார்,

“நீ விளக்கமாச் சொல்லல்லேன்னா எனக்குப் புரியாது.”

மோகினி தலையைக் குனிந்தபடி மெல்லிய குரலில் சொன்னாள். “என்னுடைய மாமியாரே வரார் கனவிலே. அவருக்குத் தாகமா இருக்காம். அதைத் தணிக்க அவர் பக்கத்திலே யாரும் இல்லையாம். அவருக்கு மாது வேணுமாம். மாதுவை அழைச்சிட்டுப் போயிடுவாராம்.”

சட்டென்று தனது உள்ளங்கையில் முகத்தைப் புதைத்துக்கொண்டு அவள் மறுபடி அழ ஆரம்பித்தாள்.

நாயக்கருக்குத் திகைப்பாக இருந்தது. இந்தக் கனவுகளை நிஜமென்று நினைத்து இவள் கலங்கிப் போயிருப்பதைக் கண்டு பாவமாக இருந்தது.

“மோகினி, நீ இத்தனை அசட்டுப் பெண்ணாயிருப்பேன்னு நான் நினைக்கல்லே. நீ படிச்சவ. வெறும் கனவைக் கண்டு பயப்படலாமா? நான் படிக்காதவன் எனக்கே இதிலெல்லாம் நம்பிக்கையில்லே.”

“எனக்குப் நம்பிக்கையில்லே தாத்தா! ஆனா திரும்பத் திரும்ப இந்த மாதிரி நான் நினைச்சே பார்க்காத கனவுகள் வரும்போது, ரொம்பக் கலக்கமாயிருக்கு தாத்தா. அதுக்கேத்த மாதிரி, தலைவலின்னு கூட சொல்லாத மாது நேத்து துடிச்சுப்போனதைக் கண்டு ரொம்பப் பயந்து போனேன்.”

“நீ ஒரு சரியான பயந்தாங்கொள்ளிப் பொண்ணு. பயந்து பயந்தே உனக்கு வழக்கம்... இந்த மாமியார் நம்மை வாழ விடுவாங்களான்னு உனக்கு எப்பவும் உள்ளார சந்தேகம். அந்த பயம்தான் உன்னுடைய இந்தக் கனவுகளுக்குக் காரணம்.”

மோகினியின் முகத்தில் மெலிதாக ஒளியேற்பட்டது.

“இந்தக் கனவுகளுக்கெல்லாம் ஏதும் அர்த்தமில்லேங்கிறீங்களா?”

“கண்டிப்பா இல்லே!”

“பின்னே ஏன் இப்படித் தொடர்ந்து வருது?”

''அது உன்னுடைய தொடர்ந்த பயத்தினாலே...!''

மோகினியின் முகம் சற்றுத் தெளிந்தாலும், பார்வையில் இன்னும் சந்தேகம் இருந்தது.

அவர் அவளருகில் வந்து அவளது தோளில் கை வைத்தார்.

''இத்தனை அசட்டுப் பெண்ணா நீ இருக்கக்கூடாது. மாது நல்ல ஆரோக்கியமானவன். அவன் உடம்புக்கு ஒண்ணும் இருக்காது. ஒருநாள் வயிறு வலிச்சா பரலோகம் போயிடுவான்னு பயந்துடறதா? உனக்கு நிச்சயமா மாறுதல் தேவை. நீ இந்தியா போறது நல்லது தான்.''

போன் ஒலித்தது... மோஸஸ் அவரிடம் குழாயைக் கொண்டுவந்து கொடுத்தான். மறுமுனையில் மாதுவின் குரல் கேட்டது.

''என்னப்பா உடம்புக்கு மோகினி ரொம்பக் கவலைப்படறாளே!'' என்றார்.

''அவளுக்கு வேற வேலை இல்லை'' என்றான் மாது. ''நேத்திலேந்து கொஞ்சம் வயிற்றுவலி, இங்கே செக் அப்புக்கு வந்தேன். கவலைப்படும்படியா ஒரு கோளாறும் இல்லேன்னு டாக்டர் சொல்லிட்டார். கேஸ் கோளாறுக்கு மருந்து கொடுத்திருக்கார்.''

''ரொம்ப நிம்மதியாச்சு மாது! மோகினி சொன்னதைக் கேட்டு எனக்கும் கவலையாயிட்டது.''

''அவளுக்குப் பொழுது போகல்லே!'' என்ற மாதுவின் குரலில் சற்று எரிச்சல் வெளிப்பட்டது. ''எல்லாரையும் கலவரப்படுத்திண்டு, அவளை இங்க வரச் சொல்லுங்க. நா காத்திண்டிருக்கேன்.''

'சரி' என்று நாயக்கர் டெலிபோனைக் கீழே வைத்தார். மோகினியைப் பார்த்துப் புன்னகையுடன், ''உன்னை

ஆஸ்பத்திரிக்கு வரச் சொன்னான் மாது'' என்றார். அவனுக்கு ஒரு கோளாறும் இல்லேன்னுட்டாராம் டாக்டர்... பயம் தெளிஞ்சதா இப்ப?''

மோகினி சிரித்தபோது மீண்டும் கண்களில் நீர் நிறைந்திருந்தது.

''தெளிஞ்சது இப்போதைக்கு'' என்றாள்.

✵ ✵ ✵

அத்தியாயம் 19

காருக்குள் வந்து அமர்ந்த மாதுவை நான் சிநேகிதத்துடன் பார்த்தேன்.

''நல்லவேளை, கவலைப்படும்படியா ஒண்ணும் இல்லேன்னு டாக்டர் சொல்லிட்டார் இல்லையா?'' என்று புன்னகைத்தேன்.

''உம்...'' என்றார். எங்கோ பார்த்தபடி, ''விஷயம் என்னன்னு தெரியறத்துகுள்ளே நீயேன் ஊரைக்கூட்டி அமர்க்களப்படுத்தறே?''

அவருடைய குரலிலிருந்த கோபம் பழைய நாட்களை ஞாபகப்படுத்திற்று.

நான் சற்று பொறுத்து மெல்லிய குரலில் சொன்னேன்:

''நாயக்கர் தாத்தா நமக்கு ரொம்ப வேண்டியவா. என் கவலையை அவருக்குச் சொன்னா எனக்குச் சமாதானம் ஏற்படும்னு நினைச்சேன். அம்மா இருந்திருந்தா அம்மாகிட்ட சொல்லியிருப்பேன்!''

இந்தக் கடைசி வாக்கியத்தில் மாது சமாதானமாகிப் போனார்.

''நீ அனாவசியமா கவலைப்படறே!'' என்றார் தணிந்த குரலில்.

''அவசியமும், அனாவசியமும் டாக்டருடைய வார்த்தைக்குப் பிறகுதான் தெரியும். அதுவரை கவலை தான்.''

''கவலைப்பட வேண்டிய அவசியம் ஏற்பட்டாலும் கவலைப்பட்டு ஒண்ணும் பிரயோஜனமில்லே மோகினி!''

நான் மௌனமாக வண்டியைச் செலுத்தினேன்... 'அப்படிப்பட்ட பிரயோஜனமில்லாக் கவலையில் நான் மாட்டிக் கொள்ளக்கூடாது' என்று எனக்குள் அளித்திருந்த தைரியத்தில் மனசு சற்று நிமிர்ந்திருந்தது. இப்பொழுது டாக்டர் தெரிவித்த கருத்துக்குப் பிறகு என் முட்டாள்தனம் என்னை உறுத்திற்று.

'என் அசட்டுத்தனத்துக்குக் காரணம் அந்தக் கனவுகள், அந்தக் கனவுகளுக்குக் காரணம் எனது பயங்கள்' என்று நாயக்கர் நான் நினைத்தாற்போலவே சொல்கிறார்.

'அப்படியானால் சிகிச்சை எனக்குத்தான் தேவை. நாயக்கர் நினைப்பதுபோல இந்த இந்தியப் பயணம் என்னைச் சரிப்படுத்திவிடுமானால், பிறகு எனக்கு எந்தக் குறையும் இல்லை.'

''நாம இந்தியாவுக்குப் போகிற விஷயம் என்ன ஆச்சு'' என்றேன்.

''நான் போட்ட திட்டப்படி உடனடியாகக் கிளம்பமுடியாது. ஏர்போர்ட் ரொம்ப பழுதடைஞ்சுபோச்சு. ஒரு வாரத்துக்கு ஒத்திப் போட்டிருக்கேன் பயணத்தை. கிளம்பறதுக்கு இரண்டு நாள் முன்னாடி நீ ராமசாமிக்குத் தெரிவிச்சாக்கூடப் போதும். வந்துட்டானா நியூஸிலாந்திலேர்ந்து.''

''இன்னிக்கு வரார்.''

தெருவைப் பார்த்தபடி அவர் யோசனையுடன் சொன்னார்.

''கிளம்புறதுக்குள்ளே பார்க்க வேண்டிய காரியங்கள் நிறைய இருக்கு. பட், தி டைம் இஸ் ஸோ ஷார்ட்?''

''ஆபீஸ் வேலையா?''

''ஆ... ஆபீஸ் வேலை, சொந்த வேலை... எல்லாம் தான்.''

"பதினைஞ்சு நாளைக்குத்தானே நாம போகப்போறதாகச் சொன்னேள்?"

"பதினைஞ்சு நாள்னுதான் நா திட்டம் போட்டிருக்கேன். கடைசி நிமிஷத்திலே எல்லா திட்டமும் மாறினாலும் மாறலாம்."

அவருடைய பேச்சு எனக்கு வினோதமாக இருந்தது. இவர் திட்டம் போட்டு, அதை மாற்றினார் என்கிற விஷயமே இதுவரை இல்லை.

"எல்லாவிதமான சாத்தியக்கூறுகளைப் பத்தியும் யோசிச்சுப் பாத்து நாம் செயல்படறது நல்லதுதானே" என்றார் அவர் தொடர்ந்து.

"நல்லதுதான்" என்றேன் நான் குழப்பத்துடன்.

"போற வழியிலே என்னை இறக்கிடு - என் ஆபிஸ் முன்னாலே... நீ இன்னிக்கு வேலைக்குப் போகப்போறியா?"

"ஆமாம்" என்றேன். "மத்தியானம் சாப்பிட நீங்க வீட்டுக்கு வரதாயிருந்தா நா அந்தச் சமயத்திலே வரேன்."

"எனக்கு நேரமிருக்காது. ஆபீஸ்லேயே சாப்பிட்டுக்கறேன் ஸாண்ட்விச் கிடைக்கும் - நோ பிராப்ளம்!" என்று அவர் இறங்கிக்கொண்டார்.

"உங்களுக்கு இன்னிக்குத் தயிர் சாதம் சாப்பிடறது நல்லதுன்னா, நா தாம்புவாகிட்டக் கொடுத்தனுப்பறேன்" என்றேன். சற்று யோசித்துவிட்டு, "சரி, அனுப்பு" என்றார். "இதுக்காக நீ வீட்டிற்குப் போகணுமே?"

"மை ப்ளெஷர்!" என்று நான் சிரித்தேன்.

"தாங்க்யூ!" என்று அவரும் சிரித்துவிட்டு நகர்ந்தார்.

அந்தச் சிரிப்பே எனக்குப் போதுமானதாக இருந்தது. மனசு இனம்புரியாத உல்லாசத்தில் மிதந்தது.

ஒருமணி நேரத்துக்கு முன்னால் நான் நாயக்கரிடம் நெஞ்சு வெடிச்சு அழுததும், இப்பொழுது சிரிப்பதும் எத்தனை

பெரிய வேடிக்கையென்று எனக்குள் வெட்கமேற்பட்டது. இன்றோடு என் பயங்களும், பிரமைகளும் போகவேண்டும். என் பிரமையைப் போக்கவே மாதுவுக்கு வயிற்றுவலி வந்தாற்போல் என் மனசு இப்பொழுது தெளிந்துவிட்டது.

தானுவா ஓட்டலை அடைந்ததும் நான் என் அலுவலக அறைக்குச் சென்று சுறுசுறுப்பாக வேலையில் ஆழ்ந்தேன். மதியச் சாப்பாட்டுக்கு மாதுவுக்குத் தயிர்சாதம் அனுப்ப வேண்டும் என்று நினைவாகப் பன்னிரண்டே முக்காலுக்கு வீட்டிற்குச் கிளம்பிச் சென்றேன். டிஃபன் டப்பாவில் போடும் சமயத்தில் மாதுவிடமிருந்து டெலிபோன் வந்தது.

"சாப்பாட்டை அனுப்பிச்சுண்டேயிருக்கேன்" என்றேன் அவர் பேசுவதற்கு முன்.

"அதுக்காக நான் போன் பண்ணல்லே" என்றார் அவர். "அம்மாவுடைய நகையெல்லாம் பேங்க் லாக்கர்லேந்து எடுத்திருக்கேன். அதையெல்லாம் விமலாவுக்குக் கொடுத்துடலாம்னு நினைக்கிறேன். உனக்கு அதிலே ஏதாவது வேணுமா?"

மகாப் புதிராக இருந்தது எனக்கு அவரது பேச்சு. விமலா இங்கிலாந்தில் இருக்கிறாள். அவளுக்காக இப்பொழுது எதற்கு வைக்க வேண்டும்? அதுவும் இதைப்பற்றி ஆபிஸிருந்து போனில் ஏன் பேச வேண்டும்?

"விமலா ஒருத்திக்கு மட்டும் ஏன் எல்லாத்தையும் கொடுக்கணும்? அம்மாவுக்குப் பிறந்த எல்லாருக்கும் சமமாப் பிரிச்சுக்கொடுக்கலாமே?" என்றேன் என்னைக் கட்டுப்படுத்திக்கொள்ள இயலாமல்.

"எனக்கு உன்னுடைய அட்வைஸ் தேவையில்லை!" என்றார் அவர் வெடுக்கென்று. "உனக்கு நகையிலே ஏதாவது வேணுமான்னு சொல்லு - போதும்!"

சாட்டையடிப்பட்டாற்போல் இருந்தது எனக்கு. அவமானத்தில் கண்ணில் நீர் நிறைந்து கன்னங்களில்

சூடேறிற்று. ஒரே ஒரு வினாடி 'சீ' என்று எல்லாம் வெறுத்துப்போயிற்று.

"எனக்கு எதுவும் வேண்டாம்!" என்றேன் ரோசத்துடன்.

"அப்ப சரி" என்றார் அவர் சாதாரணமாக. "நான்தான் அம்மாவைக் கவனிச்சுண்டவன். இதைப்பத்தியெல்லாம் முடிவெடுக்க எனக்குத்தான் அதிகாரம், புரியறதா? இந்த நகையையெல்லாம் விமலாவுக்கு என்னாலே சேர்ப்பிக்க முடியல்லேன்னா அவகிட்ட சேர்ப்பிக்க வேண்டியது உன் பொறுப்பு!"

எனக்குச் 'சொரேல்' என்றது. இவர் ஏன் இப்படிப் பேசுகிறார். இவருக்கு என்ன ஆகிவிட்டது. காலையில் சில வினாடிகள் பளிச்சிட்ட உல்லாசம் எங்கே மறைந்தது? இதையெல்லாம் இன்று போனில் பேசவேண்டிய அவசியம் என்ன?

"இதைப்பத்தியெல்லாம் இப்பவே போனிலே பேசியாகணுமா?" என்றேன் மெல்லிய குரலில்.

"எனக்கு நினைவு இருக்கும்போது சொல்லிடணும். அப்புறம் சொல்ல நேரம் கிடைக்காமப் போகலாம். அல்லது நா மறந்துடுவேன்."

எனக்கு மேற்கொண்டு இதைப்பற்றிப் பேசப் பிடிக்காமல் பேசாமல் இருந்தேன். சுத்தமாகப் புரியவில்லை இவருடைய போக்கு, மனசைக் கலக்கிற்று. கூடவே ஒரு ஆயாசம் ஏற்பட்டது - என்னை இவர் இன்னும் அன்னியமாகவே நினைக்கிறார் என்கிற நினைப்பில்.

"சாப்பாட்டை அனுப்பறேன்" என்றபடி போனைக் கீழே வைத்தேன்.

✲ ✲ ✲

அத்தியாயம் 20

தாம்புவிடம் சாப்பாட்டுக் கூடையை அனுப்பிவிட்டு, நான் சாப்பிடப் பிடிக்காமல் குளிர்ந்த நீரை மட்டும் பருகிவிட்டு மறுபடி வேலைக்குக் கிளம்பினேன்.

எத்தனை சீக்கிரம் என் மனசு சோர்ந்துவிடுகிறது என்று எனக்கு வியப்பு ஏற்பட்டது. ஆனால் இப்போதைய என் சோர்வு நியாயமானது. இந்த நிராசைக்கும், துக்கத்துக்குமான காரணகாரியங்களை ஆராயும் மனநிலை எனக்குப் போய்விட்டது. சாண் ஏறினால் முழம் சறுக்குகிறது. மாது இன்னும் ஏதோ ஒருவகையான மனச்சுழலில் இருக்கிறார். எனக்கும், அவருக்கும் இடையே இருக்கும் அந்தச் சுழலை ஜெயிக்கப் பலகோடி ஜென்மங்கள் எடுத்தாக வேண்டும். எனக்கு இந்த ஒரு ஜென்மமே அலுத்துவிட்டது.

சற்றுமுன் மாது டெலிபோனில் பேசிய தோரணையையும், வார்த்தைகளையும் மீண்டும் நினைத்துப் பார்த்துக்கொண்டேன். ஒரு விஷயம் பளிச்சென்று புலப்பட்டது. அவருடைய அம்மா உயிருடன் இருக்கும்போது என்னிடம் பேசிய அதே தோரணை - 'நீ எனக்கு மிகவும் நெருங்கியவள் என்று நினைக்காதே என்று வெளிப்படையாகக் காண்பிக்கும் குரூரத்தனம்...'

இன்றைக்கு அந்தக் குரூரத்தனம் என்னை அதிகமாகப் புண்படுத்தியது. முன்பு அவருடைய அம்மாவுக்காக வேஷம்

போடுகிறார் என்கிற சமாதானத்தை ஏற்படுத்திக்கொள்ள முடிந்தது.

'நமக்குன்னு காலம் வரும், பொறுமையாயிரு!' என்ற அவரது அந்தரங்க வாக்குறுதியை நம்பிய எதிர்பார்ப்பில் இருக்க முடிந்தது.

இப்பொழுது எந்தவிதமான சமாதானமும் புலப்படவில்லை.

இதைத்தவிர அவரது வார்த்தைகளில் இழையோடிய ஏதோ ஒன்று என்னுள் ஒரு மெல்லிய கலவரத்தைப் பரவவிட்டது.

'என்னாலே சேர்ப்பிக்க முடியல்லேன்னா...' ஏன் தன்னால் சேர்ப்பிக்க முடியாது என்று இவருக்கு சந்தேகம்?

என் தன்மானத்துக்கு ஏற்பட்ட வருத்தம் எனக்குச் சட்டென்று மறந்துபோயிற்று. புதிதாக மனசில் ஒரு பதைப்பு ஏற்பட்டது. டாக்டர் ஏதாவது விபரீதமாகச் சொன்னாரோ? என்னிடம் இவர் மறைக்கிறாரோ? நான் படபடப்பு அடங்காமலே ஓட்டலைச் சென்றடைந்தேன். என் அலுவலக அறையை அடைந்ததும், முதல் வேலையாக லொட்டாகா ஆஸ்பத்திரிக்கு டெலிபோன் செய்து மாதுவைப் பரிசோதித்த டாக்டருடன் தொடர்பு கொண்டேன்.

"தயவுசெய்து என்னிடம் சொல்லுங்கள்... அவருக்கு ஏதானும் கோளாறா?"

"அப்ஸொல்யூட்லீ நத்திங்?" என்று டாக்டர் சிரித்தார். "நான் ஏன் உன்னிடமிருந்து மறைக்கணும். அவனுக்கு ஏதோ அஸிடிட்டி ப்ராப்ளம் இருந்திருக்கணும் - மூணு நாள் தூக்கம் முழிச்சு சரியாச் சாப்பிடாததாலே மற்றபடி எந்தக் கோளாறும் இல்லே. எல்லா டெஸ்டும் பண்ணிப் பார்த்தாச்சு."

"எனக்குக் கவலையாயிருக்கு டாக்டர்!"

"நீ கவலைப்படு. அது உன் முட்டாள் தனம்!" - பல வருஷத்துப் பழக்கத்தில் டாக்டர் பரிகாசமாகச் சிரித்தார்.

''மாதுவுக்கு ஒரு கோளாறும் இல்லை. கவலைப்படாதே!'' என்றார் சற்று மென்மையாக.

''தாங்க்யூ டாக்டர்!'' என்று நான் டெலிபோனைக் கீழே வைத்தேன். மாதுவின் விபரீதப் போக்குக்கும், பேச்சுக்கும் அர்த்தம் தேடுவது பைத்தியக்காரத்தனம் என்று நான் என் வேலையில் கவனம் செலுத்தினேன்.

அடுத்த எட்டு நாட்களில் இந்தியாவுக்குக் கிளம்ப வேண்டும் என்கிற காரணத்தினால் பயணத்துக்கான ஏற்பாடுகளில் சுறுசுறுப்பானேன். என்னுடைய இரண்டு அண்ணன்களுக்கும் கல்யாணம் ஆகியிருந்தது. அவர்களுடைய மனைவிகளை நான் பார்த்ததேயில்லை. அவர்களுக்கும், கல்லூரியில் படிக்கும் என் தம்பிக்கும் பரிசுகள் வாங்கக் கடை கண்ணிகளுக்குச் சென்றதில் பொழுது வேகமாக நகர்ந்தது.

மாது எப்போதும்போல் இருந்தார். ஊருக்குப் கிளம்ப வேண்டும் என்ற காரணத்தால் அதிகநேரம் அலுவலகத்தில் வேலை செய்தார். உடம்புக்கு எந்த உபாதையும் இல்லாமல் தெம்பாக வளைய வந்தார். அன்றைய தினம் ஏடாகூடமாகப் பேசியதற்கும், தனக்கும் சம்பந்தமில்லையென்பதுபோல், சமீபகாலமாய்த் தோன்ற ஆரம்பித்திருந்த சகஜபாவத்துடன் என்னிடம் நடந்துகொண்டார். நானும் மறுபடி நகையைப் பற்றின பேச்சை எடுக்கவேயில்லை. எடுத்தால் நிச்சயம் அபிப்பிராய பேதம் வரும்...

இவருடைய தங்கை விமலாவிடம் - என் மாமியாரின் செல்லப்பெண்ணிடம் எனக்கு உண்மையில் எந்தவிதப் பிடிமானமும் இல்லை. இரண்டுமுறை அவள் ஃபீஜிக்கு வந்து தங்கியிருக்கிறாள். மாமியாரின் மறுபதிப்பு அவள். இந்தக் குடும்பத்தில் நான் ஒரு அனாவசிய இடைச் செருகல் என்று நினைப்பவள், ஒருமுறை - கிட்டத்தட்ட ஒரு வருஷம் நரம்புத் தளர்ச்சி என்கிற சாக்கில் இங்கு இருந்தாள். இரண்டாவது வெள்ளைக்காரக் கணவனை விவாகரத்து செய்துவிட்டு

வந்திருந்தாள். அவளுடைய சொந்தத் தோல்வியெல்லாம் என்மேல் ஆங்காரமாகப் பரிணமித்தது. அவள் கிளம்பிச் செல்வதற்குள் எனக்கு நரம்புத்தளர்ச்சி ஏற்பட்டு, நான் தற்கொலை செய்துகொள்ளும் எல்லைக்குச் சென்றிருந்ததை என்னால் மறக்க முடியாது. மாதுவுக்கு அடுத்தபடியாக என் மாமியாருக்கு விமலாவின் மேல்தான் பிரமை. அவளுக்கு வாழ்க்கை நன்றாக அமையவில்லை என்கிற அனுதாபம், நன்றாக அமையாததற்குப் பெண்ணின் சுபாவம்தான் காரணம் என்று மாமியாருக்கோ, மாதுவுக்கோ தோன்றவே தோன்றாது. விமலாவின் சுயநல மனசில் அவளுடைய அம்மாவுக்குக்கூட இடமில்லை என்பது எனக்குத் தெரியும். காரியம் ஆகிறவரைதான் அவளுக்கு அம்மாவும், அண்ணனும். இல்லாவிட்டால் இவர்கள் இருவரும் அவளுக்குச் செய்திருப்பதற்கு அம்மா செத்துப்போனதும் ஓடி வந்திருக்க மாட்டாளா?

அவள் வராததும் நல்லதுதான். வந்திருந்தால் எனக்கும், மாதுவுக்கும் இடையே ஒரு நிலையான குறுக்குச் சுவரை எழுப்பியிருப்பாள்.

இப்பொழுதும் அவளைப் பற்றிய பேச்செடுத்தாலே சுவர் எழும்பிவிடும் என்கிற பயத்தில் நான் வாயே திறக்கவில்லை. நகையெல்லாம் அவளுக்கே போகட்டும், அதில் பங்கு வேண்டும் என்கிற நாட்டம் கொஞ்சமும் எனக்கில்லை. மாதுவின் அண்ணாக்களும், அவர்களுடைய மனைவிகளும் என்னிடம் சிநேகமாக இருப்பவர்கள். எனக்குத் தெரிந்தவரை நல்ல மனிதர்கள். அவர்களுக்கும் பங்கு இருக்க வேண்டும் என்ற என் எண்ணத்தை அடித்துச் சொல்ல இப்பொழுது சமயமில்லை என்று நான் மௌனமானேன்.

லீவுக்கான விண்ணப்பத்தை டைப் அடித்து ராமசாமி நாயக்கரிடம் கொண்டுபோனேன்.

''இந்தியாவுக்குக் கிளம்பறியா?'' என்றார் ராமசாமி உற்சாகமாக. ''டேக் யுவர் டைம், அண்ட் என்ஜாய் யுவர் ஸெல்ஃப்.''

“தாங்க்யூ!” என்றேன் நான் புன்னகையுடன்.

“லீவைப் பற்றி கவலைப்படாதே! நீ எப்பத் திரும்பி வந்தாலும் உனக்கு இங்கே வேலை இருக்கும். எந்தவித யோசனையும் உனக்கிருக்கக் கூடாது. நான் டாக்டரை விசாரிச்சுட்டேன் மாதுவுடைய உடம்புக்கு ஒண்ணுமில்லே. ஜஸ்ட் ரிலாக்ஸ்!”

ராமசாமியின் பார்வையிலும் பாணியிலும் ஒரு தோரணை இருந்தாலும், பேச்சிலும் வார்த்தைகளிலும் கனிவும், சிநேகிதமும் தெரிந்தன. நாயக்கர் தாத்தாவுக்கு சரியான வாரிசு இவர் என்று என்னுள் நெகிழ்ச்சி ஏற்பட்டது.

நான் மீண்டும் நன்றி தெரிவித்துவிட்டு வெளியே வந்தேன்.

‘ஜஸ்ட் ரிலாக்ஸ் ரிலாக்ஸ்!’

இந்த வார்த்தையின் தாத்பரியத்தை நான் என் வாழ்வில் உணர்ந்ததே இல்லை என்கிற பிரக்ஞை எனக்கு இன்று புதிதாக உறைத்தது. இறுக்க பிணைக்கப்பட்ட தந்திகளின் பிடிப்பில் இருப்பதுபோல் - அறுந்துபோகும் இறுக்கத்தில் இருப்பது போலத்தான் நான் பல வருஷங்களாக இருந்து வருகிறேன். இந்த நிலை எத்தனை அசாதாரணமானது. என்னைச் சுற்றிப் பார்க்கும்போது மற்றவர்கள் எல்லாம் எத்தனை ஜாலியாக, தளர்ந்த நிலையில் ‘ரிலாக்ஸாக’ இருக்கிறார்கள் என்று வியப்பேற்படுகிறது. ஃபீஜியர்கள் முக்கியமாக, நாளைய பற்றிய, யோசனையில்லாமல், நேற்றைய பற்றிய பயமில்லாமல் - இப்படிப்பட்ட மனோநிலையை வளர்த்துக்கொள்ள ஒரு பிரத்தியேக சமூக அமைப்பின் பின்னணி இருக்க வேண்டும். நான் வளர்ந்த வளர்ப்பும், அதன் சமூக - சரித்திர நிர்ப்பந்தங்களும்தான் என்னை ரிலாக்ஸ்டாக இருக்கவிடாமல் தடுக்கிறதா? இந்தச் சரித்திரப் பிணைப்பிலிருந்து என்னை விடுவித்துக்கொள்ளும் தைரியம் எனக்கு என்றைக்கு வரும்!

“பூலா!”

நான் திடுக்கிட்டுத் திரும்பினேன். ஓட்டல் சாப்பாட்டுக் கூடத்தில் பணிப்பெண்ணாக வேலை பார்க்கும் இங்கிலி பளிச்சென்ற புன்னகையுடன் நின்றிருந்தாள். அவள் பக்கத்தில் ஒரு இளைஞன் நின்றிருந்தான்.

அவனும் என்னைப் பார்த்து,

"பூலா!" என்றான்.

ஓ... இவன் நாயக்கரின் பழைய ஆள் இலியா!

"பூலா!" என்று நான் சிரித்தேன். "நீ இப்ப நாயக்கர் வீட்டிலே இல்லையா?" என்றேன்.

"இல்லை. இப்பொழுது அவர்களுடைய ஃபேக்டரியிலே வேலை பார்க்கிறேன். எனக்கும், இங்கிலிக்கும் அடுத்த மாதம் கல்யாணம். 'படாஸாப்'புடைய உதவியாலேதான் அதுவும் நிச்சயமாச்சு. வேலை பண்ணி வெச்சதும் அவர்தான்" என்றான்.

நாயக்கர் தாத்தாவிடம் அவனுக்கிருக்கும் அபிமானம் கண்களில் பளிச்சிட்டது.

"குட்" என்று நான் புன்னகைத்தேன். "உன் கல்யாணத்தின் போது நான் இங்கு இருக்கமாட்டேன். இப்பவே என் வாழ்த்தை எடுத்துக் கொள்ளுங்கள்!"

"வினாக்கா!" என்று இருவரும் சிரித்தார்கள்.

அவர்களுடைய மகிழ்ச்சியைப் பார்க்க எனக்கு சந்தோஷமாக இருந்தது. உலகமே சந்தோஷமாக இருக்கும்போது, நான் இல்லாத கவலைகளில் மூழ்கிப்போவது அபத்தம் என்று திரும்பத் திரும்ப எனக்குள் சொல்லிக்கொண்டேன். ஒரு வாரமாக கனவுகளும் வராதது சற்று நிம்மதியாக இருந்தது.

ஊருக்குக் கிளம்பும் நாள் வந்துவிட்டது. ஏதோ மிக நீண்ட நாள் பயணத்துக்கு ஏற்பாடு செய்வதுபோல் மாது நுணுக்கமாக ஏற்பாடுகள் செய்திருந்தார்.

விமானப் பயணமே மிக அலுப்பூட்டும் நீண்ட பயணம். ஸிட்னியிலும், சிங்கப்பூரிலும் விமானம் மாற்றி கல்கத்தாவை நோக்கிப் பயணமாவதற்குள் நான் சோர்ந்துபோனேன். மாது பயணத்தின்போது அதிகம் பேசவேயில்லை. அநேகமாகத் தூங்கிக்கொண்டிருந்தார். கிளம்புகிறவரை அவருக்கிருந்த ஓய்ச்சல் ஒழிவில்லாத வேலையின் அசதி இது என்கிற பச்சாதாபத்தில் நான் அவரைத் தொந்தரவு செய்யாமல் மௌனமாகியிருந்தேன். கல்கத்தா விமான நிலையத்தில் விமானம் இறங்கியதும் நான் மாதுவை எழுப்பினேன். மேலேயிருந்த கைச்சாமானை எடுத்தேன். மாதுவிடம் வழக்கமான சுறுசுறுப்பைக் காணோம்.

முகத்தில் மிதமிஞ்சிய சோர்வு தெரிந்தது.

"என்ன மாது, உடம்பு சரியில்லையா?" என்றேன் கவலையுடன்.

"தெரியல்லே" என்றார் அவர் பலஹீனமாக. "ரொம்ப வீக்கா இருக்கு. என்னாலே எழுந்திருக்க முடியல்லே மோகினி!" என்றார்.

அவருடைய நெற்றியைத் தொட்டுப் பார்த்தேன், அனலாகக் கொதித்தது.

✵✵✵

அத்தியாயம் 21

"கங்கா மயிக்கி ஜே!"

"மாதா கங்காதேவிக்கி ஜே!"

என்னுடைய வேர்களில் ஒரு மெல்லிய ஆட்டம் கண்டது. கண்கள் காரணம் புரியாமல் பனித்தன. எத்தனையோ கல்ப கோடி காலங்களுக்குப் பின்னால் போய்விட்ட மாதிரி பிரமையேற்பட்டது.

எப்படிப்பட்ட சாகரம் இது... எத்தனைக் குரல்கள் இதில்! அழுகையும், சிரிப்பும், துக்கமும், குதூகலமும், ஆசையும், வைராக்கியமும் சங்கமிக்கும் அதிசய சாகரம்!

நிச்சல மோனத்துடன் விரிந்த கங்கையில் கட்டுக்குள் நான் திகைப்புடன் நின்றேன். சற்று எட்டி, லக்ஷ்மண காட்டில் சிதைகள் எரிந்து கொண்டிருந்தன. கரையில் தங்கள் முறைக்காகக் காத்து நிற்கும் பிணங்கள்... அவற்றுக்குக் காவலாக வற்றிய கண்களுடன் அமர்ந்திருக்கும் உறவினர்கள், பண்டாக்கள்... பிணங்களின் எண்ணிக்கை அதிகரித்தால் பண்டாக்களுக்குக் கொண்டாட்டம் - மற்றவரின் சாவில்தான் இவர்களது வாழ்வு.

நான் சட்டென்று பார்வையைத் திருப்பி, என் கலவரத்தை மறைக்க நீரில் மூழ்கி நிமிர்ந்தேன். சற்று எட்டத்தில் சிறுவர்கள் பெரிய ஆரவாரமும், சிரிப்புமாக ஒருவர் மேல் ஒருவர் நீரை வாரி இறைத்து விளையாடிக் கொண்டிருந்தார்கள்.

"கங்கா மயிக்கி ஜெய்!"

அவர்களையும், அந்த ஜலசாகரத்தையும், எரியும் சிதைகளையும், சிரிக்கும் சிறுவர்களையும் பார்க்கும்போது என் உடல் விதிர்விதிர்த்து நின்றது.

இவர்கள் எல்லாம் என்ன வேண்டிக்கொள்வார்கள்.

பிறப்புக்கும், இறப்புக்கும் வித்தியாசமில்லை என்று எக்காளமிடும் இந்தப் பின்புலத்தில் எதை வேண்டுவார்கள்?

மோனநிலையையா...? மோட்சத்தையா...?

வாழ்வை ஓர் அசுரத் தீவிரத்துடன் வேண்டி நிற்கும் நான், இங்கே வந்து சேர்ந்திருப்பது எப்படிப்பட்ட அபத்தம். என்னுடைய ஆதங்கத்தை கங்காமயி புரிந்து கொள்வாளா? வாழ்வளிப்பாளா?

எனக்கு மீண்டும் கண்களிலிருந்து சரம் சரமாய் நீர் வழிந்தது.

'ஆண்டவனே! என்னைச் சோதிக்காதே. நான் பலவீனமானவள், சுமக்க முடியாத பாரத்தை என்மேல் அழுத்தாதே, என் தோள்கள் சக்தியற்றவை. எனக்கு அதிக ஆசைகள் இல்லை. மாதுவின் துணை ஒன்றை மட்டும்தான் வேண்டி நிற்கிறேன். என் வாழ்க்கை இன்னும் ஆரம்பிக்கவேயில்லை. அதற்குள் ஏன் இப்படிப்பட்ட சோதனைகள்...?'

"கிளம்பலாமா மோகினி?"

அம்மாவின் குரல் கேட்டு நான் சுயநினைவுக்கு வந்தேன்.

"இதோ வரேன்" என்று நான் பரபரப்புடன் அவசரமாக முங்கி எழுந்து கரையை அடைந்தேன். சம்பிரதாயப்படி மாப்பிள்ளையைத் துக்கம் விசாரிக்க அம்மாவும், அண்ணா ராமுவும் காசிக்கு வந்திருந்தார்கள்.

என் கலங்கிய கண்களைக் கவனித்துக் கவனியாத மாதிரி அம்மா மௌனமாகதான் புடைவையை மாற்ற உதவினாள். நாங்கள் பேசாமலேயே மேடேறி ஒரு ரிக்ஷாவைப் பிடித்து ஓட்டலை நோக்கிச் சென்றோம்.

ஒரு திக்கற்ற பார்வையுடன் நான் அந்தக் குறுகலான வீதிகளையும், கோலாகலமான கடைத் தெருக்களையும், ஜனக்கும்பலையும் வெறித்துப் பார்த்தேன். என் அயல்நாட்டுக் கண்களுக்குப் புலப்பட்ட அந்த ஏழ்மைக்கிடையில் ஏதோ ஒரு காரணமற்ற சந்தோஷ லாகிரியில் எல்லாரும் மிதப்பதாகப் பட்டது. எரிச்சல் ஏற்பட்டது.

"விசுவநாதர் கோவிலுக்குப் போகலாமா?" என்றாள் அம்மா மெல்ல.

"வேண்டாம்" என்றேன் நான் வெடுக்கென்று. "இத்தனை அசுத்தத்துக்கு நடுவிலேதான் சுவாமி உட்கார்ந்திருக்கார் என்கிறதை நான் நம்பமாட்டேன்!" சற்றுநேரம் அம்மா பேசவில்லை. பிறகு மெல்லிய குரலில் லேசாகக் சிரித்தபடி சொன்னாள்.

"நம்ம சுவாமியெல்லாம் ஃபாரின் ரிடர்ன்ட் இல்லே மோகினி! அசுத்தத்திலேயும் இருக்கத் தயங்கமாட்டார்."

"இது ஜோக்கடிக்கிற விஷயமில்லே" என்றேன் நான் கடுகடுப்புடன். "கோவிலைக்கூட சுத்தமா வெச்சுக்கத் தோணாத எத்தனை விவஸ்தை கெட்ட ஜனங்கள்! அங்கே காலை வைக்கவே எனக்குப் பிடிக்கல்லே பிரார்த்தனை பண்ண நிச்சயமாத் தோணல்லே..."

அம்மா தெருவைப் பார்த்தபடி முணுமுணுத்தாள்.

"சுத்தமோ, அசுத்தமோ ரொம்ப சக்தி வாய்ந்த கோவில்னு பேரு - அடுத்தடுத்து மனசு உனக்கு சஞ்சலமாவே இருந்து வர்றதைக் கண்டுதான் எனக்குக் கவலை...!"

நான் ஆயாசத்துடன் தொலைவைப் பார்த்தேன்.

“அத்தனை சக்தி இருந்தா நா வேண்டிக்கிற வேண்டலுக்கு சாமி தானா ரட்சிப்பார்!”

தொண்டையை ஏதோ கப்பென்று பிடித்துக்கொண்டது.

“சுவாமி என்ன ஒரு மூலைக்குத் தள்ளியிருக்கார் அம்மா! அவர் காலைப் பிடிக்கிறதைத் தவிர எனக்கு வேற வழியில்லே!”

வறண்ட கேவல்களுக்கிடையில் வார்த்தைகள் வெகு சிரமப்பட்டு வந்தன.

அம்மா என் கையைப் பற்றினாள். “நீ இத்தனைக் கவலைப்படறது அனாவசியம் மோகினி! மாப்பிள்ளைக்கு இப்ப ஜுரம் இறங்கிப்போச்சு. கொஞ்சம் பலகீனமா இருக்கார் என்கிறதைத் தவிர அவருக்கு எந்தக் கோளாறும் இல்லே. என்னை நம்பு!”

அம்மாவின் பிடியும், வார்த்தைகளின் அழுத்தமும் மெல்லிய தெம்பை ஏற்படுத்தின.

அம்மாவின் பேச்சை நம்ப முடிந்தால் எத்தனை நன்றாக இருக்கும் என்று கூடவே கேள்வி எட்டிப் பார்த்தது.

“நானும் அப்படித்தான் என்னை சமாதானப்படுத்திக்கப் பார்க்கறேம்மா... ஆனா சொல்லத் தெரியாத பயம் அடி வயித்திலே இருந்திண்டே இருக்கு...”

அம்மா மீண்டும் என் கையை அழுத்திப் பிடித்தாள். “இதப்பார் மோகினி... அந்தக் கனாக்களுக்கும், இதுக்கும் சம்பந்தமில்லே. இரண்டுக்கும் நீ முடிச்சுப்போட்டுண்டே இருக்கிறதனாலேதான் இப்படி பயப்படறே. மனுஷன்னா நோய் நொடின்னு வரத்தான் செய்யும், வந்தாதான் என்ன? சிகிச்சை கொடுத்தா சரியாப்போறது. நேத்திலேந்து மாதுவுக்கு ஜுரமில்லே. தன்னாலே பழைய நிலைமை வந்துடும்...!”

நான் சற்றுநேரம் பேசாமல் தெருவைப் பார்த்தபடி உட்கார்ந்திருந்தேன்.

நேற்றிலிருந்து மாதுவுக்கு ஜுரமில்லைதான்... அம்மாவும், ராமுவும் அடிக்கடி என்னை சமாதானப்படுத்துகிற மாதிரி இது சாதாரண ஃப்ளூ ஜுரமாக இருந்தால் சரிதான். மாதுவின் அசாதாரண பலவீனத்துக்கும் அம்மா காரணம் வைத்திருந்தாள். ஆளை உருக்கிவிடுமாம் இந்தக் காய்ச்சல். "போனவருஷம் இதே மாதிரி ஜுரம் வந்திருந்தது எனக்கு. ஜுரம் நின்னப்பறம் கூட ஒரு மாசத்துக்கு உடம்பிலே பலவீனம் இருந்தது" என்றார்.

அம்மாவும், ராமுவும் எல்லாவற்றையும் மிகவும் லேசாக்குகிறார்போல் எனக்குச் சிலசமயங்களில் எரிச்சல் ஏற்படுகிறது. இந்த மண்ணின் குணமாக இருக்க வேண்டும் அது. மாதுவைக் கவனிக்கும் அந்த வங்காள டாக்டர்கூட வெகு அலட்சியமாக நடந்துகொள்வதாக எனக்குப் படுகிறது. என்னுடைய சந்தேகங்களை விளக்குவதில்லை. வெற்றிலையை குதப்பிக்கொண்டே மௌனமாய் மருந்தை எழுதிக் கொடுத்துவிட்டுப் போகிறார். ஜுரம் குறைந்திருக்கிறது. ஆனால் மாதுவால் எழுந்திருக்க முடியவில்லை. குரல் விட்டுப் பேசமுடியவில்லை. இப்படி ஒரு ஜுரம்! அல்லது மருந்தின் கோளாறா?

நேற்று டாக்டரிடம் இந்த பலவீனத்தைப் பற்றிக் கேட்டபோது, 'இது என்ன அசட்டுக்கேள்வி' என்கிற மாதிரி வெற்றிலைக் காவிச் சிரிப்புச் சிரித்து, பதில் சொல்லாமல் அகன்றபோது, அவரது தோளைப் பிடித்து உலுக்க வேண்டும்போல் எனக்கு ஆத்திரம் வந்தது.

எங்களைக் கல்கத்தா விமான நிலையத்தில் சந்திக்க வந்திருந்த மாதுவின் பிஸினஸ் நண்பர் முகர்ஜி, மாதுவின் நிலையைக் கண்டு, எங்களை ஓட்டலில் இறக்கிய கையுடன் டாக்டரை அழைத்து வந்தார். அன்று இரவே ஜுரம் இறங்கிவிட்டதால், மாது ஒரே பிடிவாதமாக வாரணாசிப் பயணத்தை ஒத்திப் போடக்கூடாது என்று திட்டமிட்டபடியே

கிளம்பிவிட்டார். ஆனால், வாரணாசியை அடைந்ததும் ஜுரம் மறுபடி பிடித்துக்கொண்டது. மூன்று நாட்கள் மாது கண்விழிக்கவில்லை. அம்மாவும், ராமுவும் முதல் நாளே வந்து சேர்ந்திருக்காவிட்டால் எனக்குப் பைத்தியமே பிடித்திருக்கும். தாயாருக்குச் சிரமமாக அந்திமக்கிரியைகள் செய்யவேண்டும் என்று மாது ஆசைப்பட்டது, கங்கைக் கரையை அடைந்ததும் முடியாமற்போனது எத்தனைப் பெரிய அசம்பாவிதம்...

மாதுவுக்கும் அதில் இப்பொழுது ஆர்வம் குறைந்து போய்விட்டது. நேற்று இரவு ஜுரம் இறங்கியதும், "மெட்ராசுக்குப் போயிடலாம்!" என்றார் சோர்ந்த குரலில். "நாலு ப்ளேன் டிக்கெட்டுக்குப் பணத்தைக் கொடு ராமுகிட்ட" என்றார் என்னிடம்.

'நானும், அம்மாவும் ரயில்லே வரோமே' என்று முணுமுணுத்த ராமுவிடம், 'வேண்டாம்' என்றார் கண்டிப்புடன்.

நாளைக்கு மெட்ராஸை நோக்கிப் பயணம். மீண்டும் காய்ச்சல் வராமல் இருக்க வேண்டுமே என்று எனக்குப் பதைத்தது. கிட்டத்தட்ட ஒரு வாரம் இங்கேயே கழிந்துவிட்டது. இன்னும் ஒரே வாரம்தான் பாக்கி. அதை முடித்துக்கொண்டு, ஃபீஜிக்குப் புறப்பட்டுப்போனால் போதும் என்றாகிவிட்டது எனக்கு. பதினைந்து வருஷத் தொடர்பு விட்டுப்போனதில் - இந்தியாவில் கால் வைத்ததிலிருந்து - இங்கிருக்கும் ஜனநெருக்கடியும், அசுத்தமும், இரைச்சலும், மனிதர்களின் அலட்சியப்போக்கும் என்னுள் ஒரு கலக்கத்தை ஏற்படுத்தியிருந்தது.

இங்கு எதற்கும் மதிப்பில்லை... மனித உயிருக்கே மதிப்பில்லை. பழுதுபார்க்கப்படாத அழுது வடியும் கட்டடங்களுக்கும், குப்பையும் கூளமும் நிறைந்த தெருக்களுக்கும், சேறும் சக்தியுமாக இருக்கும் விசுவநாதர் ஆலயத்துக்கும் இதுதான் காரணம்... எப்படியோ வாழ்க்கை ஓடுகிறது. கங்கையின் இழுப்புக்குக் கட்டுப்பட்டு நகரும் கட்டைகள் மாதிரி - பிணத்தை

எண்ணிக் காசை முடிந்துகொள்ளும் பண்டாக்கள் மாதிரி ஒரு கழுகுத்தனம் எல்லாருக்குள்ளும் புகுந்திருந்தாற்போல் எனக்கு சலிப்பேற்பட்டது. இங்கிருந்து சென்ற இந்தியர்கள்தான் ஃபீஜியில் ஐம்பது சதவீதத்திற்கு மேல் இருக்கிறார்கள். ஆனால் இங்கிருக்கும் அலட்சியமும், கழுகுத்தனமும் அவர்களிடம் இல்லை. ஆளைக் கவிழ்க்கும் சாமர்த்தியம் இல்லை. கூலி வேலைக்காரர்களின் சந்ததிகளுக்கு இருக்கும் நாகரிகம் இங்கே உயர் ஜாதிக்காரர்களுக்கும் இல்லை என்று தோன்றிற்று.

'சுவாமி ஃபாரின் ரிடர்ன்ட் இல்லே' என்று அம்மா மறைமுகமாக நையாண்டி செய்கிறாள். ஆனால், கடந்த ஒரு வாரமாக எனக்குள் ஏற்பட்டிருக்கும் கலாச்சார அதிர்ச்சி எனக்கே விளங்கவில்லை. பிறந்த மண்ணில் நிற்கிறோம் என்கிற எழுச்சிக்கு இடையே, நாபியிலிருந்து ஒரு ஏமாற்றமா, கலவரமா என்று புரியாத ஒரு கவலை என் மூளையை ஸ்தம்பிக்கச் செய்கிறது. மாதுவின் உடல்நிலை அதற்குப் பாதி காரணம் வாரணாசி டாக்டரின் அலட்சிய வெற்றிலைச் சிரிப்பு இன்னொரு காரணம்.

ஓட்டலுக்கு முன்னால் ரிக்ஷா நின்றதை உணர்ந்து நான் இறங்கினேன். அறையை நோக்கிப் படிக்கட்டுக்களைக் கடக்கும்போது, என் மனத்தின் படபடப்பு முகத்தில் தெரிந்திருக்க வேண்டும்.

''உனக்குக் கொஞ்சம்கூட தைரியம் இல்லே மோகினி'' என்றாள் அம்மா மெல்லிய குரலில். ''என் வயித்திலே பிறந்த பெண்ணாவே இல்லே நீ... எத்தனை விஷயங்களைத் தாங்கிண்டு நா கல்லுளிமங்கனாட்டம் இருக்கேன் பாரு!''

நான் நின்று அம்மாவை தீர்க்கமாகப் பார்த்தேன்.

''அம்மா உனக்கு வயசு அறுபது! எனக்கு முப்பத்தி ரெண்டு - அதிலே பதினைஞ்சு வயசைக் கழிச்சுடு! ஏன்னா பதினைஞ்சு வருஷம் நான் நானா வாழவேயில்லை!''

நான் என் நடையைத் தொடர்ந்தபடி எனக்குள் பேசிக்கொள்பவளைப் போல் சொன்னேன்.

"என் பலவீனங்களுக்கும், பயங்களுக்கும் காரணங்களை நா உனக்கு விளக்கணும்னா, அது ஸோஷியல் ஸயன்ஸாப் போயிடும்!"

"அதெல்லாம் எனக்குத் தெரியாது" என்றாள் அம்மா அலுப்புடன். "ஒரு சாதாரண ஜுரத்துக்கு நீ இப்படி அரண்டுபோறது அனாவசியம்னு எனக்குப் படறது, சொப்பனத்தை நினைச்சு நீ பயப்படறதும் பைத்தியக்காரத்தனம்..."

எனக்குப் பதில் சொல்லக் களைப்பாக இருந்தது. அறையும் நெருங்கிவிட்டது. நான் சத்தம் செய்யாமல் சர்வஜாக்கிரதையாக உள்ளே நுழைந்தேன். இன்றைக்கு கங்கையில் ஸ்தானம் செய்துவிட்டு வர மாதுதான் கட்டாயப்படுத்தி அனுப்பினார், ராமு துணைக்கிருந்தான்.

மாது விழித்துக்கொண்டு படுத்திருந்தார். நான் விரைந்து கட்டிலருகில் சென்றதும் என்னைப் பார்த்து மிக லேசாகப் புன்னகைத்தார்.

"எப்படியிருக்கு உடம்பு இப்ப" என்றேன் நான் விபரீதத்தை எதிர்நோக்கி.

"ஐயாம் ஆல்ரைட்" என்றார் மாது விறைப்பாக. "மெட்ராஸ் போய் சேர்றதுக்குள்ளே உடம்பு நிமிர்ந்துடும். கவலைப்படாதே... ராமு டிக்கெட் வாங்கிண்டு வந்துட்டான்."

குரல் இன்னும் பலஹீனமாகத்தான் இருந்தது. வரவழைத்துக்கொண்ட உற்சாகம்போல் வார்த்தைகள் படபடத்தன. நான் யோசனையுடன் அவரைப் பார்த்தேன். கிரேக்க சிற்பம்போல இருக்கும் அந்த அழகிய முகம் களையிழந்து வாடிப்போயிருந்தது. பாதி எடை குறைந்து போனாற்போல் கழுத்து எலும்பு துருத்திக்கொண்டு நின்றது. என் கவலையை நான் அவசரமாக விழுங்கிக்கொண்டேன்.

"குட்!" என்று புன்னகைத்தேன், "உங்களுக்குத் தெம்பு வந்துட்டதானா எனக்கென்ன கவலை...? கார்த்தாலே ப்ரேக்ஃபாஸ்ட் சாப்பிட்டேளா?"

"ஓ சாப்பிட்டேனே! கார்ன் ஃப்ளேக்ஸும், ஒரு டோஸ்டும்" என்றார் அவர் உற்சாகமாக.

"ஓ குட்!" என்றேன் நான் திருப்தியுடன். நேற்று வரை அவருக்கு எதுவும் வேண்டியிருக்கவில்லை.

"சாப்பாட்டுக்கு சூப்பும் - டோஸ்டும் கொண்டு வரச் சொல்றேன்..."

"ரைட்டோ!"

ரூம் சர்வீஸ்க்கு போன் செய்யச் செல்லும் போது, "எங்க ரூமுக்குப் போறேன்" என்று ராமு கிளம்பினான். அம்மாவும் குறிப்பறிந்து அவனைப் பின்தொடர்ந்தாள்.

நான் டெலிபோனில் பேச்சை முடித்துவிட்டு, அறைக்கதவைத் தாழிட்டுவிட்டு வந்து அவரது கட்டிலில் ஓர் ஓரமாக அமர்ந்தேன்.

"கங்கா ஸ்நானம் எப்படியிருந்தது?" என்றார் மாது மெல்லிய புன்னகையுடன்.

"எனக்குச் சொல்லத் தெரியல்லே..." என்றேன் நான் உண்மையான குழப்பத்துடன். "அது ஒரு விநோதமான - பயங்கரமான அனுபவமா இருந்தது."

"பயங்கரமென்ன அதிலே?"

"என்னவோ புரியல்லே. சமுத்திரம் மாதிரி நதி ஓடறது. ஒரு பக்கம் பிணங்கள் எரிஞ்சிண்டிருக்கு. அதைக் கண்டுக்கவே கண்டுக்காம ஒருபக்கம் ஜனங்க ஸ்நானம் பண்றதும், பூஜை பண்றதும், குழந்தைகள் கொம்மாளம் போடறதும்... எதுவுமே நிஜமில்லாததுபோல, ஏதோ ஒரு மறைஞ்சு போகப்போற அலையிலே மிதக்கிறார் போல..."

மேற்கொண்டு வார்த்தைகள் கிடைக்காமல் நான் நிறுத்தினேன்.

"அடேயப்பா, ஒரே நாளிலே ஏதோ தத்துவம் பேசறியே!" என்று மாது சிரித்தார்.

"இதுக்குப் பெயர் குழப்பம், தத்துவம் இல்லே. எனக்கு அதிலே சிரத்தையும் இல்லே..."

நான் சற்று மௌனத்திற்குப் பிறகு மெல்லிய குரலில் சொன்னேன்.

"உண்மையில் என்னாலே எதையுமே ரசிக்க முடியல்லே மாது! உங்களைப்பத்தின கவலையிலே ஏன் இந்தியாவுக்கு வந்தோம்னு இருக்கு."

அவர் கையைச் செல்லமாகத் தட்டினார்.

"நீ ஒரு முட்டாள் பெண்! ஒரு சின்ன ஜுரத்துக்கு இப்படிப் பயப்படுவாளா?"

"சின்னதோ பெரிசோ, கவலைப்படாம இருக்க முடியல்லே."

"உனக்குப் பொழுது நிறைய இருக்கு கவலைப்படு!"

அவர் புன்னகையுடன் கண்களை மூடிக்கொண்டார். களைப்பு மேலீட்டில் சிறிது நேரத்தில் உறங்கிப்போனார்.

சற்று லேசாகிப்போன மனசுடன் நானும் அடுத்த கட்டிலில் படுத்துக்கொண்டேன். நான்கு நாட்களாக ஒரு நிமிஷம் நான் கண் அயர்ந்திருக்கவில்லை.

என் மாமியார் வேகமாக மூச்சிறைக்க ஓடி வந்தார்.

நான் திடுக்கிட்டுச் சரேலென்று நிமிர்ந்து உட்கார்ந்தேன்.

"வராதீங்கோ, போயிடுங்கோ!" என்று அடிக்குரலில் அலறினேன். உங்க காரியத்தை செய்யணும்னுதான் உங்க பிள்ளை இங்கே வந்தார். "உங்க தாகம் அதிலே அடங்கிடும்னு நானும் நினைச்சேன். ஜுரம் வந்து எல்லா திட்டமும் பாழாச்சு!"

"எனக்கு இதிலெல்லாம் தாகம் அடங்காது முட்டாள் பெண்ணே! மாது எங்கிட்ட வந்து சேர்ற வரைக்கும் அடங்காது!"

"நான் தரமாட்டேன் அவரை! போயிடுங்கோ போயிடுங்கோ!"

நான் திடுக்கிட்டு எழுந்து உட்கார்ந்தேன். மாது இன்னும் தூங்கிக்கொண்டிருந்தார். நான் எழுந்து ஒரு தம்ளர் நீர் எடுத்துப் பருகினேன். இந்தக் கனவுகளுக்கு எந்த விதமான முக்கியத்துவமும் கொடுப்பது முட்டாள்தனம் என்று தோன்றிற்று. மேஜைமேல் ராமு வாங்கி வந்திருந்த ப்ளேன் டிக்கெட்டுகள் இருந்தன. மாதுவின் கைப்பெட்டியில் வைக்கலாம் என்று சாவியை எடுத்துத் திறந்தேன். டிக்கெட்டை பக்கவாட்டு அறையில் வைக்கும்போது நகைப்பெட்டி தென்பட்டது. இது என்ன பெட்டி என்று லேசாகத் திறந்தேன். என் மாமியாரின் நகைகள் - அவற்றின்மேல் ஒரு சீட்டு இருந்தது.

'எனக்கு ஏதாவது ஆகிவிட்டால் நகைகளை விமலாவிடம் சேர்த்து விடவும்' என்றிருந்தது மாதுவின் கையெழுத்தில்.

✲ ✲ ✲

அத்தியாயம் 22

"வண்டி தயாராயிட்டதா பாரு மோஸஸ்?'' என்றார் நாயக்கர் பரபரப்புடன்.

பாலிஷ் போட்டுப் பளபளத்த அவரது கைத்தடியை அவரிடம் புன்னகையுடன் நீட்டியபடி, "இதோ பார்க்கிறேன் ஸாப்!'' என்று மோஸஸ் ஓடினான்.

ஆளுயர கண்ணாடியில் நாயக்கர் தம்மைப் பெருமையுடன் பார்த்துக்கொண்டார். சலவை செய்த ஜரிகை வேஷ்டியும் - வெண்பட்டு முழுக்கை சட்டையும், ஜரிகை அங்கவஸ்திரமுமாக உடம்பு நிமிர்ந்து நின்றது. நரைத்த மீசையையும், தலைமயிரையும் செல்லமாக நீவிவிட்டுக் கொண்டார்.

"பார்வதி இப்ப இருந்திருந்தாள்னா மயங்கி இருப்பா'' என்று வாய்விட்டுச் சொல்லிக்கொண்டார்.

"அங்கே கல்யாணத்துக்கு வந்திருக்கிற ஃபீஜி பெண்ணுங்க நிச்சயம் மயங்கப்போறாங்க!''

கண்ணாடியில் மீனாட்சியின் முகம் தெரிந்தது. அவருக்கு வழக்கமில்லாத கூச்சம் ஏற்பட்டது. 'வாய்விட்டுப் பேசறதை இனிமே நிறுத்தணும்' என்று தமக்குள் சொல்லிக்கொண்டார்.

"ஃபீஜி பெண்கள் மட்டும்தான் மயங்குவாங்கங்கறே?''

மீனாட்சி கலகலவென்று சிரித்தாள். "நா அப்படிச் சொல்லல்லியே...! நீங்க போற கல்யாணம் ஃபீஜி கல்யாணமாச்சேன்னு சொன்னேன்."

"நீ வரல்லியா கல்யாணத்துக்கு?"

"இல்லே மாமா! நீங்க போயிட்டு வாங்க. உங்க பிள்ளை திடீர்னு ஸிட்னிக்குக் கிளம்பறாங்க. ஒரு வாரத்துக்கு அவருக்கு தேவையான உடுப்பையெல்லாம் எடுத்துத் தயார்படுத்தணும். இலியாவுக்குக் கொடுக்க வேண்டிய பரிசையெல்லாம் அட்டைப் பெட்டியிலே வெச்சுப் 'பாக்' செய்திருக்கேன். காரிலே வெக்கச் சொல்லியிருக்கிறேன்."

"ரொம்ப சரி, கொடுத்திடறேன். என்ன பரிசு வாங்கினே?"

"அவங்க குடித்தனத்துக்கு வேணுங்கற ஸ்டீல் பாத்திரங்கள்."

"ரொம்ப நல்ல காரியம் பண்ணே! அப்ப நா வரேன்" என்று அவர் கிளம்பினார். "வீட்டிற்கு வந்துதான் சாப்பிடணும் நீங்க, அங்கே எதுவும் சாப்பிட முடியாது உங்களாலே."

"கசாவாக்கிழங்கை (மரவள்ளிகிழங்கு) வேக வெச்சிருப்பாங்க. அதைச் சாப்பிடுவேன். அது போதும் இன்னிக்கு."

அவர் பின்சீட்டில் உட்கார உதவி செய்துவிட்டு, மோஸஸ் முன்சீட்டில் அமர்ந்துகொண்டதும் வண்டி புறப்பட்டது.

நாயக்கர் சீட்டில் தலையைச் சாய்ந்து அமர்ந்துகொண்டார்.

இன்றைக்கு இலியாவுக்கும் - இங்கிலிக்கும் திருமணம். அவர்கள் இருவரும் நேரடியாக வந்து அழைத்தது போக, அவர்களது கிராமத் தலைவனும் வந்து அழைத்திருந்தான். "கல்யாண விருந்தில் நீங்களும் கலந்துகொள்ள வேண்டும்" என்றான்.

"இலியா என் பேரன் மாதிரி. எனக்கு நீ இத்தனை உபச்சாரம் செய்ய வேண்டியதில்லே" என்றார் நாயக்கர்.

தலைவன், ராமசாமிக்கும் - மீனாட்சிக்கும் தனிப்பட்ட முறையில் அழைப்பிதழைக் கொடுத்திருந்தான். மீனாட்சி வருவதாக நேற்று மாலை வரை சொல்லிக் கொண்டிருந்தாள்.

'திடீர்னு ஏன் மாத்திக்கிட்டா?' என்று அவருக்கு யோசனையாக இருந்தது. ராமசாமி போக வேண்டாம்னு சொல்லியிருப்பானோ, கௌரவத்தைப் பார்க்கிறாங்களோ? பணம் காசு சேர்ந்தப்பறம் பெரிய மனுஷத்தனம் வந்திடுச்சா?

இலியாவைவிட மோசமான நிலையிலிருந்த ஒரு கூலிக்காரனுடைய மகன்தான்ங்கறதை ராமசாமி மறந்திருப்பானா?

அதைப்பற்றி சிந்திக்க சிந்திக்க அவருக்குச் சங்கடமாக இருந்தது. ராமசாமி நல்ல சுபாவம் கொண்டவன். கோடீஸ்வரன்னு ஊர் உலகம் சொன்னாலும், எங்கிட்ட மரியாதை குறையாம, கூலிக்கார தகப்பன்தானேன்னு நினைக்காம, அடக்கமா நடந்துக்கறான். மந்தவங்க எதிரே மெதப்பா நடந்து நாம் பாக்கல்லே. அப்படிப்பட்டவன் வேணுமின்னே ஒரு ஃபீஜி தலைவனை அவமதிப்பானா? "நிச்சயமா மாட்டான்!" என்று நாயக்கர் வாய்விட்டுச் சொன்னார்.

"என்ன சொன்னீங்க?" என்றார் டிரைவர் லேசாகக் கழுத்தைத் திருப்பி.

"ஒண்ணுமில்லே" என்றார் நாயக்கர் சாதாரணமாக. "என் பிள்ளைக்கு திடீர்னு ஆஸ்திரேலியாவுக்குப் போக வேண்டிய வேலை வந்திடுச்சாம். அதனாலே மருமகளுக்குக்கூடக் கல்யாணத்துக்கு வரமுடியல்லே."

மோஸஸ் மௌனமாக உட்கார்ந்திருந்தான்.

"அவங்க வேலையே அப்படித்தாங்க" என்றார் டிரைவர் சமாதானமாக. "தலைவர் தப்பா நினைக்க மாட்டார்."

"நினைக்காம இருந்தா சரிதான்" என்றார் நாயக்கர் மெல்லிய குரலில்.

ஃபீஜி - இந்திய உறவு விஷயம் மிக மென்மையானது என்று தனக்குள் அவர் சொல்லிக்கொண்டார். தன்னுடைய பொருளாதார முன்னேற்றத்தினாலே இந்தியர்கள் மெதப்பா நடந்துக்க ஆரம்பிச்சுட்டாங்கன்னா ஆபத்து. அது நியாயமுமில்லே. ஃபீஜிக்காரன் இந்த பூமிபுத்திரன், அவனுக்கு ஒரு தாழ்வுமனப்பான்மையை ஏற்படுத்தினோமனா அவன் அதை ரசிக்கமாட்டான். பூமிதேவி பார்க்காத வித்தியாசத்தை அவன் பார்க்க ஆரம்பிப்பான்... இப்பவே தலைமுழுகிப் போனாப்பலே பட்டேல் கவலைப்படறான். ஃபீஜியனுடைய மனசுலே உறுத்தல் ஏற்படாம பார்த்துக்க வேண்டியதும் ரொம்ப முக்கியம்னு நம்ப ஜனங்க நினைக்க வேண்டாமா? ஒரு தனிப்பட்ட நம்ம மனுஷனுடைய போக்கு - ஒரு கூட்டத்தையே பாதிக்கும். இங்கே... ஃபீஜியன் தனி மனுஷனா வாழறதில்லே. தலைவனுக்கு அவமானமேற்பட்டா, அவனுடைய கிராமம் முழுசுக்கும் அவமானமேற்பட்டாப்பலே.

ஒரு அரைமணி நேரம் இந்தக் கல்யாணத்துக்கு வரமுடியாதபடி ராமசாமிக்கும் - மீனாட்சிக்கும் என்ன நெருக்கடி இருக்கும்? எத்தனைப் பெரிய மனுஷனானாலும் சின்ன விஷயங்கள்லே கவனமில்லேன்னா அவன் பெரிய மனுஷன் இல்லே.

"வந்துட்டம் ஸாப்!" என்றார் டிரைவர். கார் நிதானமாக நின்றது.

வண்ணத் தோரணங்களும், வாத்திய இசையுமாக கிராமம் கோலாகலமாக இருந்தது. ஃபீஜி ஆண்களும் பெண்களும் கண்ணைப் பறிக்கும் வண்ண உடைகளில் இருந்தார்கள்.

நாயக்கர் வந்திருப்பதை அறிந்து, கிராமத் தலைவன் விரைந்து வந்தான்.

நாயக்கர், "பூலா!" என்றபடி அவனது கரங்களைப் பற்றினார்.

"உங்களுக்காகக் காத்திருக்கிறோம். வாருங்கள்... சடங்குக்கு!" என்றான் தலைவன். கிறிஸ்துவ வழக்கப்படி,

இங்கிலி வெள்ளை கவுனும், முகத்தை மறைக்க வெள்ளை சல்லாத் துணியையும் அணிந்திருந்தாள். இலியாவும், அவளுமாக நாயக்கர் முன் மண்டியிட்டு வணங்கியதும், எல்லாரும் கிராமத்துக்குள்ளேயே இருந்த சர்ச்சுக்குச் சென்றார்கள்.

"உங்கள் மகனும், மருமகளும் வரவில்லையா?" என்று தலைவன் கேட்டபோது, நாயக்கருக்குப் பதில் சொல்லவே கூச்சமாக இருந்தது.

"வரமுடியல்லே அவங்களுக்கு..." என்றார் தயக்கத்துடன். "அவனுக்கு திடீர்னு இன்னிக்கு ஸிட்னிக்குக் கிளம்பியாகணுமாம்! அவனுக்குப் பேக்கிங் செய்யற வேலை மருமகளுக்கு. நேரம் கிடைச்சா வரதா சொன்னாள்... பரிசைக் கொடுத்தனுப்பிச்சிருக்காங்க" என்று சமாளித்தார்.

"வினாக்கா!" என்று தலைவன் தலையசைத்தான்.

'இவனுக்கு சமாதானமில்லே...' என்று நாயக்கருக்குப்பட்டது. வழக்கமில்லாத வழக்கமாக பிள்ளை, மருமகள் மீது எரிச்சல் ஏற்பட்டது.

"ஃபீஜி கிராமத்திலே ஒரு கல்யாணம் என்றால், அது ஒரு வீட்டை மட்டும் சேர்ந்த கல்யாணம் இல்லே. கிராமத்திலே இருக்கிற அத்தனை வீடுகளும் தங்கள் வீட்டுக் கல்யாணம்போல செலவிலே பங்குபோட்டுக் கலந்துகொள்ளும். பிள்ளை வீட்டுக்காரன் பெண்வீட்டுக்காரன் என்கிற பேதமும் கிடையாது!" என்றான் தலைவன்.

"ரொம்ப நல்ல பழக்கம் உங்களுடையது!" என்று சிலாகித்து, தலைவனின் தோளைப் பற்றியபடி நாயக்கர் சர்ச்சுக்குள் நுழைந்தார். கிறிஸ்துவ முறைப்படி கல்யாணச் சடங்கு முடிந்ததும், தம்பதிகளை எல்லாரும் முத்தமிட்டு ஆலிங்கனம் செய்து வாழ்த்துவதைப் பார்க்கப் பார்க்க நாயக்கருக்கு நெஞ்சுகொள்ளாத பூரிப்பாக இருந்தது. தகப்பனார்

பேர் தெரியாத பிள்ளை என்று இலியாவிடம் பாராமுகமாக இருந்த கிராமவாசிகள், தலைவன் ஒப்புதல் கொடுத்துவிட்டான் என்றதுமே தங்கள் வித்தியாசத்தையெல்லாம் ஒதுக்கி வைத்துத் தங்கள் வீட்டுப் பிள்ளையைப் போல அவனை நடத்த வேண்டுமென்றால், எத்தனை எளிமையானவர்கள் இவர்கள். தலைவனிடம் அவர்கள் காட்டும் மரியாதையும், தனது பலத்தை பகிஷ்காரம் செய்யாமல் வளைய வரும் தலைவனின் கம்பீரமும் நெஞ்சை அள்ளிக்கொண்டு போயிற்று.

'இவங்ககிட்ட கத்துக்க வேண்டிய விஷயம் எவ்வளவு இருக்கு' என்று நாயக்கர் மாய்ந்துபோனார். 'இவங்க உருவத்தைக் கண்டு, கூலிக்கார நாட்கள்லே நானும் இவங்களை ராட்சசங்க - மிலேச்சன்கள்னு பேசியிருக்கேன். மிலேச்சன் யாருன்னு புரியாம!'

''விருந்துக்குப் போகலாம் வாருங்கள்'' என்று அவரிடம் மிக்க மரியாதையாக வந்து தலைவன் அழைத்தான்.

விருந்துக்குமுன் அவரை சிறப்பு விருந்தாளியாக அமர்த்தி யங்கோனா பானத்தை வழங்கினார்கள். பானம் அருந்தும்போது பல யுவதிகளும் பழங்குடி நடனமாடிப் பாடினார்கள்.

நாயக்கருக்கு ஐம்பது வயது குறைந்தாற்போல் உற்சாகமேற்பட்டது. 'கவலையில்லாத ஜனங்க' என்று தனக்குள் சொல்லிக்கொண்டார். வயிறு நிறைஞ்சா போதும் இவன்களுக்கு. சம்பாரிச்சு சேக்கணுங்கிற ஆசையில்லாததாலே குழப்பமில்லாத வாழ்க்கை, சுயநலமில்லாத காரணத்தாலே போட்டி பொறாமை இல்லே. குதர்க்கமும், தப்பு சொல்ற வழக்கமும் இல்லே. இவங்க ஆட்டத்திலேயும், பாட்டுலேயும் இருக்கிற உற்சாகத்துக்கு இந்தக் கள்ளமில்லாத்தனம்தான் காரணம்.

இதற்குமுன் அவர் சென்றிருந்த முதலியார் வீட்டுக் கல்யாணம் அவருக்கு நினைவுக்கு வந்தது.

அன்னிக்கும் சந்தோஷமாகத்தான் இருந்தது. ஆனா, நம்ம ஜனங்களுக்கெல்லாம் ஏதோ பாரம் மனசை அழுத்துது... ஏதோ பாவச்சுமை மாதிரி. அது அவங்க முகத்திலேயும், பாட்டிலேயும், 'சாமி' வரதிலேயும் தெரியுது! பாரத்தை இறக்கத் தெரியாதப்போ சாமி வரும், கனா வரும்.

உலுக்கப்பட்டாற்போல அவருக்கு மோகினியின் நினைவு வந்தது.

அவளும், மாதுவும் இந்தியாவுக்குக் கிளம்பிச் சென்று பத்து நாளைப்போல ஆகல்லே...? போய் சேர்ந்து கடிதம் வர நாளாகல்லே. கடிதம் போடவும் அவங்களுக்கு எங்கே நேரம் இருக்கும்?

'செத்துப்போனன்னிலேந்து என் மாமியார் கனவிலே வராங்க.'

'என் மாமியார் சாகல்லே தாத்தா! இங்கேதான் எங்கேயோ இருக்காங்க!'

உடம்பு சிலிர்த்து ரோமம் லேசாகக் குத்திட்டு நின்றது.

'அவங்களுக்கு தாகமா இருக்காம்!'

அவருக்கு மீண்டும் மனசு குலுங்கிற்று.

தாகம்!

நாகலட்சுமிக்கு எப்பவும் ஒரு தாகம் இருந்தது உண்மைதான்... ஆனா செத்தப்புறமும் அது தொடருமா? விபத்திலே செத்தவங்களும், தற்கொலை செஞ்சுகிட்டவங்களும்தான் ஆவியா வருவாங்க, பேயாய் அலைவாங்கம்பாங்க... அதைக்கூட நா என்னிக்கும் நம்பினதில்லே.

கடமையெல்லாம் முடிச்சு முழுசா வாழ்ந்து, வயசு காலத்திலே வந்த வியாதியிலே செத்துப்போன நாகலட்சுமிக்கு என்ன குறை? இன்னும் எதுக்கு தாகம்?

'அவங்களுக்கு மாது வேணுமாம்!'

'முருகா! நிச்சயம் அந்தப் பெண்ணுக்குத்தான் ஏதோ மூளைக்கோளாறு - மனசிலே வியாதிம்பாங்களே, அதுதான் வந்திருக்கணும். வெறும் கற்பனை, தானே கற்பனை பண்ணிக்கிட்டு நிஜம்னு நம்பி உடம்பை வேற கெடுத்துக்கிது. வாயு உபத்திரவத்தினாலே மாதுவுக்கு வந்த ஒரு சாதாரண வயிற்றுவலிக்கு என்ன பயம் பயந்துபோச்சு! அதுக்குத்தான் உடம்புக்கு ஏதாவது வந்துடப்போவுது. துக்கிரிப் பொண்ணு சந்தோஷமா இருக்க சந்தர்ப்பம் கிடைச்சும் அனுபவிக்கத் தெரியாத அசட்டுப் பெண். இந்தியாவுக்குப் போய் பெத்தவங்களைப் பார்த்து கொஞ்சம் மனசு தெளிஞ்சு வரணும்... கடவுளே! எப்படியெல்லாம் வாழ்க்கையைக் குழப்பிக்கிறாங்க நம்ம ஜனங்க! இந்த ஃபீஜி கூட்டத்திலே மோகினி பிறந்திருந்தான்னா ஆளே வேற மாதிரி இருந்திருப்பா... மனசுக்குள்ளே சிலந்திக் கூடுகளைப் பின்னிக்காம, அதுக்குள்ளே அகப்பட்டுக்காம.'

சப்தமெல்லாம் அடங்கிப்போய் திடீரென்று சர்வ நிசப்தம் ஏற்பட்டதும், நாயக்கர் திடுக்கிட்டு சுயநினைவுக்கு வந்தார். 'கொஞ்சம் கண்ணசந்துட்டேனோ' என்று கூச்சம் ஏற்பட்டது. வயசானதிலே இதுதான் தொந்திரவு. தூக்கமும், விழிப்பும் கலந்துபோவுது விவஸ்தை இல்லாம...

பாட்டும் நாட்டியமும் நின்று, எல்லோர் எதிரிலும் பீங்கான் தட்டையும், கிண்ணங்களையும் வைத்துப் பரிமாற ஆரம்பித்திருந்தார்கள்.

எங்கேயோ இருந்த மோஸஸ் அவரருகில் ஓடிவந்து குனிந்து மெல்லிய குரலில், ''ஸாபும், மேம் ஸாபும் வராங்க...'' என்றான்.

அவர் விருக்கென்று நிமிர்ந்து பார்த்தார். ராமசாமியும் - மீனாட்சியும் மலர்ந்த முகத்துடன் உள்ளே

நுழைந்து கொண்டிருந்தார்கள். தலைவன் விரைந்து சென்று, 'பூலா' வணக்கம் சொல்லிக்கொண்டிருந்தான்.

நாயக்கருக்குச் சட்டென்று நெஞ்சில் ஒரு பிரவாகம் பொங்கிற்று.

'மானத்தைக் காப்பாத்திட்டான்!' என்று வாய் முணுமுணுக்கையில் 'என் பிள்ளையைப் பத்தி மட்டமா எப்படி நினைச்சேன்!' என்று வெட்கமேற்பட்டது. ராமசாமி அவரருகில் வந்ததும் புன்னகைத்தார்.

''அரைமணி நேரமாவது இங்கே வந்துட்டுப் போகணும்னு கிளம்பி வந்தோம்'' என்றார் ஹிந்தியில்.

''ரொம்ப நல்ல காரியம் செஞ்சே!'' என்றார் நாயக்கர். ''எனக்கு ரொம்ப சந்தோஷம்!''

''ஸிட்னி பயணம் எதிர்பாராம வந்துட்டது. அதனாலேதான் கொஞ்சம் வேலை அதிகமாப்போச்சு. இல்லேன்னா சடங்குக்கே வந்திருப்போம்...''

'என் மகன் மரியாதை தெரிஞ்சவன். அதுபோதும் எனக்கு...' என்று அவர் திரும்ப திரும்பத் தனக்குள் சொல்லி மகிழ்ந்தார். உற்சாகம் கரைபுரண்டு போயிற்று.

வேகவைத்த கசாவாக்கிழங்கை மட்டுமே சாப்பிட்டாலும் வயிறு நிரம்பிப்போயிற்று. ராமசாமி அங்கிருந்த ஃபீஜியர்களின் கையைக் குலுக்கி வாழ்த்தி, குசலம் விசாரித்துத் தலைவனிடம் விடைபெற்றுக் கொண்டதும், ஏதோ பெரிய காரியத்தை சாதித்ததுபோல் நாயக்கருக்கு நிறைவு உண்டாயிற்று.

கார் வரை கூடவே நடத்த இலியாவும், இங்கிலியும் மீண்டும் அவரை மண்டியிட்டு வணங்கினார்கள். ''உங்களாலேதான் இந்தக் கல்யாணம் நடந்தது'' என்றான் இலியா மெல்லிய குரலில்.

''கடவுளுக்கு நன்றி சொல்லு'' என்று அவன் முதுகைத் திருப்தியுடன் நாயக்கர் தட்டினார்.

ராமசாமியின் பெரிய காரில் அவரும் அமர்ந்ததும், கதவை மரியாதையுடன் சாத்திவிட்டுத் தலைவன், ''வினாக்கா!'' என்று நன்றி தெரிவித்தான்.

கார் கிளம்பி சற்றுதூரம் செல்லும்வரை அவர் பேசவில்லை. மனசைத் திறந்தால் நிரம்பி வழியும் என்று தோன்றிற்று. எல்லோரும் க்ஷேமமா ஒத்துமையா இருக்கிற நேரத்திலே, இந்த மாதிரி ஒரு நிறைஞ்ச மனசோட கண்ணை மூடிட்டா அது நான் செஞ்ச புண்ணியம்... பட்டேல் மாதிரி மனசு ஒடிஞ்சு, இங்கே எதிர்காலமே இல்லை இந்தியனுக்கு, ஃபீஜியன் அவனை வாழவிடமாட்டான் என்கிற துக்கத்தோடு சாவை எதிர்பார்த்துக்கிட்டு என்னாலே இருக்க முடியாது. ஒருத்தனாலே இன்னொருத்தனுக்கு ஆபத்தில்லேன்னு இப்ப எனக்கிருக்கிற நம்பிக்கையிலேயே செத்துடணும்... ''இனிமே நா இருந்துதான் யாருக்கு என்ன ஆவணும்?'' என்றார் வாய்விட்டு.

ராமசாமியின் கை மிருதுவாக அவர்மேல் பதிந்தது.

''என்னப்பா, களைப்பா இருக்கா?'' என்றார் மென்மையாக.

''இல்லையே...''

''களைப்பாத்தான் இருக்கும்!'' என்றாள் மீனாட்சி. ''காலையிலே அஞ்சு மணிக்கே மாமா எழுந்துட்டாங்க, இலியாகூட எழுந்திருந்திருக்க மாட்டான். குளிச்சு ஜோரா டிரெஸ் பண்ணிக்கிட்டு எட்டு மணியிலேர்ந்து தயாராயிருந்தார்!''

செல்லப்பிள்ளையைப் பற்றி அவள் பேசுவது போலவும், அதை ரசிக்கும் தோரணையில் ராமசாமி புன்னகையுடன் தந்தையைப் பார்த்துக்கொண்டு அமர்ந்திருந்தார்.

தன் கூச்சத்தை மறைக்க நாயக்கர் சிரித்தார்.

''அந்தப் பிள்ளை என்கிட்ட காட்டற விசுவாசத்துக்கு நா எதுவும் அதிகப்படியா செய்யல்லே மீனாட்சி! மனசு சந்தோஷமா இருக்கும்போது களைப்பு இருக்காது.''

''முதலியார் வீட்டுக் கல்யாணத்துக்குப் பிறகு மறுநாள் முழுவதும் களைப்பா இருந்தீங்க!''

''ஆ... ஆமாம். அன்னிக்கென்னமோ மனசு சோர்ந்துபோச்சு, நம்ம ஜனங்களை நினைச்சு, அந்த அசட்டுப்பெண் மோகினியை நினைச்சு.''

''கல்யாணத்தின் போது குஷியாத்தான் தெரிஞ்சீங்க! மாது வீடியோ படம் எடுத்தாரே... நீங்ககூட மோகினியோட தோள்மேல் கையைப் போட்டுக்கிட்டு போஸ் கொடுத்தீங்களே!''

''ராமு, மீனாட்சி லேசுப்பட்டவ இல்லே'' என்று நாயக்கர் சிரித்தார். ''வீடியோ படத்தைக் காட்டாமயே போயிட்டான் மாது... இந்தியாவிலேந்து எப்ப திரும்பி வரான்? ஏதாவது தகவல் உண்டா?''

ராமசாமி மெல்லிய குரலில், ''மோகினியோட அண்ணனோடு இன்னிக்கு டெலிபோன்லே பேசினேன். மாதுவுக்கு உடம்பு சரியில்லையாம். ஆஸ்பத்திரியிலே சேர்த்திருக்காங்களாம்...''

''என்னது...?'' என்றார் நாயக்கர் அதிர்ந்து, ''ஆஸ்பத்தரியிலே சேர்க்கும்படியா என்ன உடம்பு?''

''தெரியல்லே'' என்றார் ராமசாமி யோசனையுடன். ''அந்த ஆள் விவரமாச் சொல்லல்லே. அவருக்கே குழப்பமா இருக்கோ என்னவோ? என்ன உடம்புன்னு கண்டுபிடிக்க டெஸ்டெல்லாம் செய்துகிட்டிருக்காங்களாம். எனக்கும் அதிர்ச்சியாத்தான் இருக்கு. மாது நல்ல திடகாத்திரமான ஆளு. இதுவரை அவனுக்கு உடம்புக்கு வந்து படுத்ததா எனக்குத் தெரியாது. அந்த ஒருநாள் வயிற்று வலியைத் தவிர... அதுவும், வெறும் வாயுக்கோளாறுன்னுதான் டாக்டர் இங்கே சொன்னார்.''

அதிர்விலிருந்து நாயக்கரால் மீளமுடியவில்லை. அந்தப் பெண் பயப்படுவதற்கு ஏற்ப ஏன் இப்படி சோதனைகள் என்று மனசு புலம்பிற்று.

கண்களை மூடிக்கொண்டு அவர் சீட்டில் சாய்ந்தார்.

நாகலட்சுமியின் சடலம் தெரிந்தது. விழிகள் திறந்து அவர் பக்கம் பரிகாசப் பார்வை பார்த்தன... வெடிக்கப்போவது போல அதரங்களில் கேலிச் சிரிப்பு மலர்ந்திருந்தது.

"நாகலட்சுமி வேண்டாம். போயிடு! இன்னமும் உன் ஆதிக்கத்தைச் செலுத்தாதே!" என்றார் வாய்விட்டு.

ராமசாமி அவர் தோளைத் தட்டினார். "வீட்டுக்குப் போனதும் நீங்க ஓய்வெடுக்கணும்!" என்றார் மெல்ல.

✲ ✲ ✲

அத்தியாயம் 23

பதினைந்து வருஷங்கள் என்பது எத்தனைப் பெரிய இடைவெளி. பதினெட்டு வருஷங்கள் வாழ்ந்த இந்த வீட்டில் நான் இப்பொழுது ஓர் அன்னியம்போல் எனக்குள் ஒரு குறுக்குச்சுவர் நிற்கிறது. எனது ஆதங்களையும், பயங்களையும் புரிந்துகொள்ளும் அளவுக்கு எனக்கு நெருங்கியவர்கள் இங்கு யாருமில்லை என்று தோன்றுகிறது. 'அந்த டைப்பிங் மாஸ்டரோடு உனக்கென்னடி பேச்சும் சிரிப்பும்?' என்ற கேள்வியில் பன்னிரண்டு வருஷங்களுக்கு முன்னால் அம்மாவிடமிருந்த நெருக்கம் விட்டுப்போயிற்று.

அண்ணன் ராமுவுக்கும், தம்பி ராஜுவுக்கும், அப்பாவுக்கும் என்மேல் நிறைய பாசம்தான். அது அவர்களுடைய பேச்சில் அடிக்கடி வெளிப்படுகிறது. ராமுவின் மனைவி பிரேமா மிக நல்ல பெண். என்னிடம் மிகவும் மரியாதையுடனும், பிரியத்துடனும் நடந்துகொள்கிறாள்.

ஆனால், எனக்குள் இருக்கும் குறுக்குச்சுவர் பைசாச அர்த்தங்களைக் கற்பிக்கிறது. நான் வெளிநாட்டில் இருக்கிறேன் என்பதும், நான் ஒரு பணக்காரனின் மனைவி என்பதும் கிளப்பும் ஆர்வம்தான் இந்த மரியாதைக்கும், கவனிப்புக்கும் காரணம் என்று தோன்றுகிறது. என் மாமியாரின் சந்தேகக் குணம் என்னைத் தொத்திக்கொண்டு விட்டதா என்று அடிக்கடி அரண்டுபோய் நான் சுயநினைவுக்கு வருகிறேன்.

மாதுவுக்கு சாதாரண உடல்நிலையாக இருந்திருந்தால், என்னுடைய பார்வையே வேறுமாதிரி இருந்திருக்கும் என்று நான் என்னையே சமாதானப்படுத்திக் கொள்கிறேன்.

என்னையும், மாதுவையும் எதிர்பார்த்து அந்தத் தெருவே காத்து நின்றிருந்த காட்சி. நான் வந்திறங்கியதுமே ஒரு கூச்சத்தையும், எரிச்சலையும் என்னுள் ஏற்படுத்திற்று.

மாதுவை ராமு கைத்தாங்கலாக நடத்திவர, நான் தலையைக் குனிந்தபடி அவர்களைப் பின்தொடர்ந்து வீட்டிற்குள் நுழைந்தேன். வாசல் ரேழியில் ஈசிச்சேரில் அப்பா அமர்ந்திருந்தார். வலதுகால் ஒரு சின்ன ஸ்டூலின் மேல் இருந்தது. மிகவும் இளைத்து, மிகப் பரிதாபமாகத் தெரிந்த அந்த உருவத்தைப் பார்த்ததும் என் நாபியிலிருந்து ஒரு துக்கம் சுருண்டெழுந்தது. என்னைப் பார்த்ததும் ஒரு பிரகாசம் அவரது முகத்தில் பரவிற்று.

''வாம்மா, மோகினி!'' என்றார் மெல்லிய குரலில். மாதுவின் உடம்பைப் பற்றி அவருக்கு ஏற்கெனவே தெரிவித்திருந்ததால், ''எப்படியிருக்கு உடம்பு இப்ப?'' என்றார் மெதுவாக.

''ஐயாம் ஆல்ரைட், கொஞ்சம் பலவீனமா இருக்கு - அவ்வளவுதான்'' என்றார் மாது களைத்துப்போன குரலில்.

''ரெஸ்ட் எடுத்துக்குங்கோ...'' என்றார் அப்பா சாதாரணமாக.

மாப்பிள்ளை வருகிறார் என்று வீட்டிற்கு வெள்ளையடித்துப் புதுப்பித்திருப்பதைக் கவனித்தேன்.

''நீங்கப் படுத்துக்கணும்னா படுக்கலாம் அத்திம்பேர்... உங்களுக்காக ஒரு ரூமைத் தயார் பண்ணி வெச்சிருக்கோம்'' என்றான் ராஜு.

''ஓகே!'' என்று எழுந்த மாதுவை அறைக்குள் படுக்க வைத்துவிட்டு, நான் மீண்டும் ரேழிக்கு வந்தேன்.

"வாம்மா" என்றார் அப்பா கனிவுடன். அந்தப் பார்வையும், குரலும் என்னை என்னவோ செய்தது மனசுப் பிரவாகமாய் ஆர்ப்பரித்து தொண்டையில் பந்தாய் அமர்ந்தது.

"எப்படிப்பா இருக்கேள்" என்ற சின்ன கேள்வி தடுமாற்றத்துடன் வெளிப்பட்டது.

"இருக்கேம்மா!" என்றார் அப்பா புன்னகையுடன், தன் முழங்காலைப் பார்த்தபடி.

"ஆரம்பத்திலேயே கவனிச்சுக்கல்லியா?" என்றேன் நான் மெல்ல - பன்னிரண்டு வருஷங்களாக ஒரு கடிதம்கூடப் போடாதவளுக்கு இந்தக் கேள்வி கேட்க எந்த உரிமையும் இல்லை என்கிற கூச்சத்துடன்.

"கவனிச்சுக்கல்லே!" என்றார் அப்பா புன்னகை மாறாமல். "முழங்கால்லே வலின்னதும் முடக்குவாதமாயிருக்கும்னு இருந்துட்டேன். ரொம்பநாள் கழிச்சுதான் இது வேற விஷயம்னு தெரிஞ்சுது. லேட்டா வந்துட்டேன் என்கிறார் டாக்டர்."

அப்பாவின் முகம் நிர்மலமாக இருந்தது - அந்த முழங்கால் தனக்குச் சம்பந்தமில்லாத மாதிரி.

"நீங்கள்ளாம் உடம்புக்கு வந்தா உடனுக்குடனே கவனிச்சுக்கறதில்லையாப்பா!" என்றேன் நான் அங்கலாய்ப்புடன். "இங்கே டாக்டர்களும் ரொம்ப அலட்சியமா நடந்துக்கறாப்பலே இருக்கு எனக்கு..."

"சேச்சே! அதெல்லாம் இல்லேம்மா... ரொம்ப நல்ல டாக்டர்கள் இருக்கா இங்கே. நம்ம போறாத காலம்னா அவாதான் என்ன பண்ணுவா? ஆரம்பத்திலேயே கவனிக்காம இருந்ததும் என் தப்புதானே? நமக்கு இந்த பூமியிலே எத்தனை நாள்னு எழுதியிருக்கோ, அத்தனை நாள்தாம்மா இருக்க முடியும். அதுக்குத் தகுந்த மாதிரிதான் டாக்டர்களுடைய மருந்துக்கும் பலன் இருக்கும்."

எனக்கு வேடிக்கையாக இருந்தது அப்பாவின் வாதம். வேறு பல நினைவுகளால் குழப்பமும் ஏற்பட்டது.

''மனுஷயத்தனத்திலே ஒண்ணும் இல்லேங்கறேளா?''

''அப்படிச் சொல்லல்லேம்மா - மனுஷயத்தனத்துக்கு ஒரு லிமிட் இருக்குங்கறேன்.''

பன்னிரண்டு வருஷங்களாகத் தொடர்பில்லாமல் இருந்த அவரை நான் ஒரு புதிய உத்வேகத்துடன் பார்த்தேன். எத்தனை அமைதியாக இருக்கிறார் என்று ஆச்சரியமேற்பட்டது. இந்த அமைதியும் ஒரு நிர்ப்பந்தம் என்று நினைத்து, என்னுள் ஒரு நெகிழ்ச்சி ஏற்பட்டது.

நான் தயங்கிக்கொண்டே சொன்னேன்!

''அப்பா, பணத்தைப்பத்தி யோசனை பண்ணாதேங்கோ - நல்ல டாக்டர்கிட்டக் காண்பியுங்கோ!''

அப்பா திடுக்கிட்டு என்னைப் பார்த்தார்.

''நல்ல டாக்டர்கிட்டக் காண்பிக்கலேன்னு யார் சொன்னது... இங்கேயிருக்கிற கேன்ஸர் இன்ஸ்டிடியூட் டாக்டர்கள் ரொம்ப கெட்டிக்காராம்மா! அவாளாலே செய்ய முடிஞ்சதையெல்லாம் செய்யறா, பாவம்!''

நான் விவாதத்தில் இறங்க விரும்பவில்லை. அவர் குறைபடாமல் இருக்கிறார் என்பதே பெரிய விஷயமாக இருந்தது.

''ரொம்ப மெலிஞ்சு போயிட்டேள்...'' என்றேன் மெல்ல.

அவர் மீண்டும் என்னை புன்னகையுடன் பார்த்தார்.

''ஏம்மா, இந்தப் பன்னிரண்டு வருஷங்கள்லே ஒரு கடிதாசு போட்டிருக்கிறியா நீ?''

மிக மிருதுவாக வார்த்தைகள் வந்தன. கூர்மையாக நெஞ்சைக் கீறின. என் கண்களில் நிறைந்த நீரை மறைக்க

நான் தலையைக் குனிந்து கொண்டேன். என்னுடைய மௌனத்திற்கான காரணங்களை விளக்கினால் இவரால் புரிந்துகொள்ள முடியாது என்று நினைத்துக்கொண்டேன். பன்னிரண்டு வருஷ இடைவெளி மட்டுமில்லை. இது உலகத்தின் மறுகோடியில் இருக்கும் ஒரு பிரக்கிருதியின் நினைவுக்கு, அது பெற்ற பெண்ணாக இருந்தாலும் - உயிரும் சதையும் இருக்க முடியாது. அந்த நினைவு வெறும் எண்ணமாகத்தான் இருக்க முடியும். நான் வாழ்ந்த வாழ்க்கையைப்பற்றி விளக்கினாலும் இவருக்குப் புரியுமா? நேரில் வந்து பார்த்த அம்மாவுக்காவது கொஞ்சம் புரியலாம். வீட்டிற்குள் என்ன நடக்கிறது என்று கவனித்துப் பழக்கமில்லாத அப்பாவுக்கு என்னைப் பற்றி என்ன தெரியும்?

"மாது மாசத்துக்கு ஒரு கடிதாசு போடுவார். உன் கைப்பட கடிதாசு வந்தா அது ஒரு சமாதானமா இருக்கும்" என்று அப்பா தொடர்ந்தார்.

நான் பேசாமலே உட்கார்ந்திருப்பதைப் பார்த்து மெல்லக் கேட்டார்.

"சந்தோஷமா இருக்கியாம்மா?"

நான் சட்டென்று நிமிர்ந்து பார்த்தேன். அப்பாவின் முகத்தில் ஒரு சங்கடம் தெரிந்தது.

"சந்தோஷமாத்தான் இருக்கேம்பா!" என்றேன் புன்னகையுடன்.

அப்பாவின் 'உம்'மில் ஒரு சமாதானம் தொனித்தது. எல்லாரும் நல்ல மனுஷாதான். போறாத காலம்னா அவா பார்வையும் மாறும். ஆனா எத்தனை நாளைக்கு காலம் ஒரே மாதிரி இருக்கும். காலம் என்கிறது ஒரு சக்கரம், ஒரு பக்கம் கெடுதலா இருந்தா, இன்னொரு பக்கம் நல்லதாயிருக்கும் நிச்சயமா!" என்றார் மெல்லிய குரலில்.

அழுத குழந்தையை சமாதானப்படுத்துகிற மாதிரி வார்த்தைகள் வருடின.

"மாதுவுடைய உடம்பைப்பத்திக் கவலையாயிருக்குப்பா?"

"சாதாரண ஜுரம்னு ராமு சொன்னான். எதுக்குக் கவலை? நாளைக்கே மாது தெம்பா நடமாடப்போறான் பாரு..."

மெல்லிய சமாதானத்துடன் நான் எழுந்தேன்.

வாரணாசியை விட்டுக் கிளம்புமுன் நான் கண்ட கனவைப் பற்றி அம்மாவிடம் சொல்லவில்லை. நகைப்பெட்டி விஷயத்தைப் பற்றி மாதுவிடமும் கேட்கவில்லை. அவற்றைப் பற்றி மறுபடி நினைத்துப் பார்க்கக்கூட எனக்குத் தயக்கமாக இருந்தது.

இன்னும் ஒருவாரகாலத்தை எப்படியோ ஓட்டிவிட்டு, நானும் மாதுவும் ஃபீஜிக்குத் திரும்பிவிட்டால் எல்லாம் ஒரு துர்சொப்பனம் போல் மறந்துபோகும் என்று என்னுள் ஒரு பிரமை ஏற்பட்டிருந்தது.

பயணக்களைப்பு அசாத்தியமாக இருந்திருக்க வேண்டும் மாதுவுக்கு. இரவு சாப்பிடக்கூட எழுந்திருக்காமல் அயர்ந்த நித்திரையில் ஆழ்ந்துபோனார். இது என்ன இப்படிப்பட்ட களைப்பு என்கிற நமைச்சல் உள்ளே அரித்துக்கொண்டேயிருப்பதை வெளியில் காண்பிக்காமல், நான் எல்லாரிடமும் சகஜமாக இருக்க முயன்றேன். களைப்பாக இருக்கிறது என்று சீக்கிரமாகப் படுக்கச் சென்றேன். தூக்கமே வரவில்லை. தூங்கவே பயமாக இருந்தது. 'காலம் என்கிறது சக்கரம், ஒருபக்கம் கெடுதல்னா...' உண்மையில் இந்த வார்த்தைகளுக்கு ஏதும் அர்த்தமில்லை. அதிக கவனமில்லாமல் மேலெழுந்தவாரியான சமாதானத்தைக் கொடுக்க நினைத்த ஆழமில்லா வார்த்தைகள். வெறும் க்ளிஷேக்கள். என்னுடைய பயம் எனக்குத்தான் புரியும்.

கண் மூடாமல் நான் மாதுவின் கட்டிலருகில் அமர்ந்திருந்தேன்.

மாதுவுக்கு மீண்டும் காய்ச்சல் கண்டது, அன்றிரவு விஷம்போல் ஏறிக்கொண்டு போயிற்று. கைவசம் இருந்த

மருந்தைக் கொடுத்துப் பச்சைத் தண்ணீர் ஒத்தடம் கொடுத்தவண்ணம் இருந்தேன். ஜுரம் இறங்குவதும் ஏறுவதுமாக இருந்தது. கடந்த ஒரு வாரமாகப் பட்டிருந்த அனுபவத்தால் நான் யாரையும் எழுப்பவில்லை.

காலையில் உள்ளே எட்டிப்பார்த்த ராமுவிடம் விஷயத்தைச் சொல்வதற்குள் அழுகை வெடித்துக்கொண்டு வந்தது.

''அழாதே மோகினி!'' என்றான் ராமு நிதானமாக. ''இந்த ஃப்ளூ ஜுரம் சிலசமயம் இப்படித்தான் இருக்கும். நம்ம தெருவிலேயே டாக்டர் இருக்கார். ஏழு மணி அடிக்கட்டும், போய் அழைச்சிண்டு வரேன்.''

அவனுடைய நிதானத்தைக் கண்டு எனக்கு மகா ஆத்திரம் வந்தது. ஆத்திரத்தைக் கொட்ட முடியாமல் அதிகமாக அழுகை வந்தது. என்னுடைய பீதியை இவனால் புரிந்துகொள்ள முடியாது.

''இது சாதாரண ஜுரம்னு எனக்குத் தோணல்லே!'' என்றேன் நான் என்னைக் கட்டுப்படுத்திக்கொண்டு. ''என்னாலே இனிமேயும் அப்படி நம்பிண்டு அசட்டையா இருக்க முடியாது ராமு. யார் இங்கே ரொம்ப பெரிய டாக்டரோ அவர்கிட்டப் போவோம். நர்ஸிங் ஹோம்லே சேர்க்கணும்னாலும் சேர்த்துடலாம். பணத்தைப்பற்றி யோசனையே பண்ண வேண்டாம் ராமு!''

அதற்குமேல் தாங்காமல் நான் குலுங்கிக் குலுங்கி அழுதேன். ராமு என் அழுகையைக் கண்டு மிரண்டுபோனான்... என் தோளைத் தயக்கத்துடன் தொட்டான்.

''கவலைப்படாதே... இங்கே இருக்கிற பெஸ்ட் ஆஸ்பத்திரிக்கு அழைச்சிண்டு போறேன். அங்கே பெரிய டாக்டர் எல்லாம் தினமும் வருவா. அங்கேயே அட்மிட் பண்ணனும்னா பண்ணிடலாம்'' என்றான் சுறுசுறுப்பாக.

யாரைப் பார்த்தாலும் எனக்கு அழுகை வெடித்தது. சமயம் நழுவிக்கொண்டு போகிறாற்போல் மனசுக்குள்

பதைத்தது. நேற்று இரவு மீண்டும் வக்கரித்துக்கொண்டு திரும்பிய மாதுவின் ஜுரம் என்னுள் ஒரு பீதியைக் கிளப்பி விட்டிருந்தது. 'உங்களை முந்த விடமாட்டேன்!' என்று அடிக்கடி மானசீகமாக என் மாமியாரிடம் சவால்விட்டேன். 'உங்களை ஜெயிக்க விடமாட்டேன்! உங்களுடைய வெறி தர்மமில்லாதது. நியாயமில்லாதது! இந்த வார்த்தைக்கெல்லாம் ஏதாவது அர்த்தமிருந்ததானா நான்தான் ஜெயிப்பேன்!'

ராமு உடனடியாக அந்தப் பெரிய ஆஸ்பத்திரியில் வேலை பார்க்கும் டாக்டருக்கு டெலிபோன் செய்த ஏற்பாட்டின்படி மாதுவை ஆஸ்பத்திரிக்கு அழைத்துப் போனோம்.

ஆஸ்பத்திரி நவீனமாக - சுத்தமாக இருந்தது. எனக்குச் சற்று நிம்மதி ஏற்பட்டது. டாக்டரும் பரிசோதனையை நிதானமாகச் செய்தார். வெளியில் நின்ற என்னிடம் வந்து, "இங்கே அவரை அட்மிட் பண்ணினால் நல்லதும்மா!" என்றார். "நிறைய பரிசோதனைகள் செய்யணும். ஆஸ்பத்திரியிலேயே இருந்தா சௌகரியம்."

மீண்டும் ஒரு பீதி நாபியிலிருந்து சுருண்டெழுந்தது.

"சரி டாக்டர்!" என்றேன் நான் பதட்டத்துடன். "என்ன ஜுரம் அவருக்குன்னு சொல்ல முடியுமா?"

"சோதனை முடிவைப் பார்த்துத்தான்மா சொல்ல முடியும். டோண்ட் வொர்ரி, வி வில் டேக் குட் கேர் ஆஃப் ஹிம்."

ஆஸ்பத்திரியின் தோற்றமும், டாக்டரின் கம்பீரமும் எனக்குப் புதிய தெம்பை அளித்தன. இனிமேல் கவலைப்பட ஏதுமில்லை என்று எனக்குள் திரும்பத் திரும்பச் சொல்லிக்கொண்டேன்.

ஆஸ்பத்திரியில் தங்கும் ஏற்பாடு மாதுவுக்குச் சம்மதமாகவே இருந்தது. தன் உடம்பைப்பற்றி அவருக்கே கவலை ஏற்பட்டுப் போயிருக்க வேண்டும் என்று நினைக்கையில் மிதமிஞ்சிய பச்சாதாபம் என்னுள் சுரந்தது.

"இது நல்ல ஆஸ்பத்திரியாத் தெரியறது மாது. நல்ல ட்ரீட்மெண்ட் கிடைக்கும்னு நினைக்கிறேன். எனக்கே இப்பத்தான் கொஞ்சம் தைரியம் வந்திருக்கு" என்றேன்.

"ஆ... உன்னுடைய தைரியம் இப்ப ரொம்ப முக்கியம்" என்றார் மாது மெல்லிய குரலில்.

இந்த வார்த்தைகளுக்கு என்ன அர்த்தம் என்று எனக்கு குழப்பமேற்பட்டது. காதில் விழாததுபோல் பேசாமலிருந்தேன். நகைப்பெட்டியின் விஷயம் இன்னும் உறுத்திக்கொண்டிருந்தது. அதைப்பற்றிப் பிரஸ்தாபித்தால் இவர் ஏதாவது உணர்ச்சிவசப்படுவாரோ என்று யோசனையாக இருந்தது.

அடுத்த இரண்டு நாட்களில் மாதுவின் உடம்பில் மாற்றம் தெரிந்தது. ஜுரம் இறங்கிற்று. நான் வெகுநாட்களுக்குப் பிறகு நிம்மதியாகத் தூங்கினேன். கனவுகள் வந்து அலைக்கழிக்கவில்லை. அதுவே பெரிய சமாதானமாக இருந்தது. டாக்டர்களும், நர்ஸுகளும் தினமும் ஏதாவது ஒரு பரிசோதனைக்கு மாதுவை அழைத்துச் சென்றார்கள்.

அம்மா தன் பங்குக்குப் பார்த்தசாரதி, வடபழனி, மாங்காடு கோவில் என்று போய் வந்தாள். எனக்கு எல்லாம் வேண்டியிருந்தது. என் ஆத்மபலத்தை அதிகரிக்க இவை அவசியம் என்கிற நம்பிக்கையில், என் மாமியாருக்கும் - எனக்கும் இடையே நடக்கும் அருவப்போராட்டத்தில் நான் தோற்காமல் இருக்க எனக்கு ஓர் அசாதாரண பலம் தேவை. காலையிலிருந்து மாலை வரை என் உள்ளத்தில் ஒரே ஒரு ஜபம்தான் இருந்தது.

'உங்க தாகத்துக்கு நான் பலியாக முடியாது. உங்க எண்ணம் பலிக்காது. ஏன்னா, அது நியாயத்துக்கும், தர்மத்துக்கும் விரோதமானது...!'

அம்மா கொண்டு வந்து கொடுத்த பிரசாதத்தையெல்லாம் பயபக்தியுடன் எடுத்துக்கொண்டு மாதுவுக்கும் கொடுத்தேன்.

“உங்க ரெண்டு பேரையும் திருப்பதிக்கு அழைச்சிண்டு வரதா வேண்டிண்டிருக்கேன்...” என்று அம்மா சொன்னதும், மனசுக்குப் புதிய பலம் வந்தது. ‘இத்தனை முஸ்தீபுக்கு முன்னாலே உங்க பயமுறுத்தல் என்ன செய்யும்?’ என்று மானசீகமாக என் மாமியாரைக் கேட்டேன். காலை ரவுண்டுக்கு வந்த டாக்டர் அறையை விட்டுக் கிளம்பும்போது என்னிடம் மெல்லிய குரலில், “என்னுடைய ரூமுக்கு வாங்க. உங்களோடு பேசணும்” என்றார்.

வீட்டிலிருந்து எனக்காகக் காப்பி கொண்டுவந்திருந்த ராமுவை அறையில் உட்கார்த்தி வைத்துவிட்டு, நான் டாக்டரைத் தொடர்ந்தேன். காரணம் புரியாமல் மார்பு வெகு வேகமாக அடித்துக்கொண்டது. என்ன செய்தி சொல்லப்போகிறாரோ என்று மனசு அடித்துக்கொண்டது.

“டெஸ்டுகளுடைய ரிஸல்ட்லாம் வந்துடுத்தா டாக்டர்?” என்றேன் நான் எதிர்பார்ப்புடன்.

“உம் உள்ளே போய் பேசலாம், வாங்க” என்றார் அவர் வரவழைத்துக்கொண்ட உற்சாகத்துடன்.

உள்ளே சென்று எதிரும் புதிருமாக அமர்ந்ததும், அவர் முகத்தில் ஒரு தீவிரமான யோசனையும், சங்கடமும் தெரிந்ததாக எனக்குப் பிரமை ஏற்பட்டது.

“நீங்க பதட்டப்படக் கூடாது! நான் சொல்றதை நீங்க நிதானமாக புத்தியோட கிரகிச்சுக்கணும், மிஸ்டர் மாதுவுக்கு ‘லுக்கீமியா’ வியாதின்னு டெஸ்டுகள்லே தெரிகிறது...”

என் இதயம் ஒரு விநாடி நின்றது. கண்கள் அகல விரிய, “நோ நோ! இட் கான்ட் பீ...” என்றேன் பீதியுடன். கண்களிலிருந்து மளமளவென்று நீர் பெருக ஆரம்பித்தது.

டாக்டர் எழுந்து வந்து என் எதிரில் நின்றுகொண்டார். நான் வெறிபிடித்தவள் போல அவருடைய கையைப் பிடித்தேன்.

"நீங்க சொல்றது நிஜம்தானா... மாது தலைவலின்னு கூடப் படுத்ததில்லே... அவருக்கு எப்படி இந்தப் பயங்கர வியாதி வரும்."

"இதுக்கெல்லாம் காரணத்தைக் கண்டுபிடிக்கிறது கஷ்டம்மா... துரதிர்ஷ்டம்னுதான் சொல்ல முடியும்."

'ஆனா, ஏன் ஏன்? மாதுக்கு ஏன் இந்த துரதிர்ஷ்டம்...?'

நான் சட்டென்று நின்றேன். காரணம் புலப்பட்டதுபோல அடிவயிற்றிலிருந்து ஓர் ஆங்காரமும், ஆத்திரமும் சுருண்டெழுந்தது. மறுபடியும் டாக்டரின் கரங்களைப் பற்றினேன்.

"எனக்கு உண்மையைச் சொல்லுங்கள். ஹௌ ஸீரியஸ் இஸ் ஹிஸ் கண்டிஷன்?"

டாக்டர் தலையைக் குனிந்துகொண்டார் சங்கடத்துடன்.

"கொய்ட் ஸீரியஸ், ஐயாம் ஸாரி..."

சடசடவென்று எனது வேர்கள் முறிந்தன. அதைத் தடுக்க இயலாத திகைப்பில் அந்தரத்தில் நின்றேன், 'இது என்ன அநியாயம்!' என்கிற எனது கூவல் எனக்குள்ளேயே எதிரொலித்து அடிபட்டுப்போயிற்று - இந்த அநியாயத்தை எதிர்நோக்கி நின்ற மாதிரி...

டாக்டர் என்னுடைய தோளில் கையை வைத்தார்.

"ஒரு விஷயம் உறுதியாச் சொல்வேன்ம்மா! மனுஷயத் தனத்துக்குள்ள என்ன செய்ய முடியுமோ அதெல்லாம் செய்து பார்த்துடுவோம். கடவுளை நம்புங்க. மெடிக்கல் ஸயன்ஸுக்கேப் புரியாத எத்தனையோ நல்ல திருப்பங்கள் சில கேஸ்லே நடக்குது. அந்த மாதிரி இந்தக் கேஸிலேயும் நடக்கலாம்..."

என் கால்கள் திடீரென்று பலவீனமாகிப் போயின. நான் நிற்கமுடியாமல் மீண்டும் அமர்ந்தேன். மேஜைமேல் முகத்தைக்

கவிழ்த்துக்கொண்டு விசித்து விசித்து அழுதேன். பீதியின் எல்லையில் முதல்முறையாக என்னுள் கேள்விகள் எழுந்தன.

கடவுள் என்பது என்ன? அது எனக்கு நல்லது செய்யுமா, கெடுதல் செய்யுமா? அதன் சக்தியின் எல்லை என்ன? என்னை இப்படி நிர்க்கதியான நிலைக்குத் தள்ளுவதில் அதற்கு என்ன திருப்தி!

கவிழ்ந்த என் பார்வைக்குள் என் மாமியார் சிரித்தார்.

✲ ✲ ✲

அத்தியாயம் 24

இன்றைக்குக் காலையில் கண் விழிக்கும் போதே நாயக்கருக்குக் களைப்பாக இருந்தது. எழுந்திருக்க மனசில்லாமல் விட்டத்தைப் பார்த்தபடி சற்றுநேரம் படுத்திருந்தார்.

கண்ணாடி ஜன்னல்களை கனமான திரைச்சீலைகள் மூடியிருந்தாலும், இடைவெளிகளின் வழியே பாய்ந்த ஒளி வெள்ளத்தில் நன்றாக விடிந்துவிட்டதை உணர முடிந்தது.

அறைக்குள் மோஸஸ் எட்டிப் பார்த்தான்.

'இனிமே படுத்திருக்க முடியாது' என்று தமக்குள் முணுமுணுத்தபடி நாயக்கர் எழுந்து தலையணையை அண்டக் கொடுத்துச் சாய்ந்து, காலை நீட்டியபடி அமர்ந்தார்.

'இன்னும் கொஞ்சநேரம் படுத்திருந்தா ராமசாமியும், மீனாட்சியும் வந்துடுவாங்க - உடம்பு சரியில்லையான்னு...'

மோஸஸ் உள்ளே நுழைந்து, ''பூலா!'' என்றான்.

பதிலுக்கு, சுபாவமாகிப்போன சிரிப்புடன் அவர், ''பூலா!'' என்றார்.

''வெளி உலகம் எப்படியிருக்கு மோஸஸ்?''

''படுகுஷியாக இருக்கிறது ஸாப்'' என்று அவன் சிரித்தான்.

அவர் சிரிக்காமல் யோசனையுடன் அவனைப் பார்த்தார். சூறாவளியின்போது இவன் முகத்தில் இருந்த சிந்தனைக்

கோடுகளும், கவலை நிழல்களும் நினைவுக்கு வந்தன. வானம் தெளிந்து, அரசு நஷ்ட ஈடு பணத்தைக் கொடுத்து வீடுகளைப் புதுப்பிக்க ஏழைகளின் வயிற்றில் பால் வார்த்துவிட்டது. மீனாட்சியின் தோட்டம் துளிர்த்ததுபோல் இவனும் நிமிர்ந்து விட்டான். மாலைநேரப் பள்ளிக்குப் போக ஆரம்பித்திருக்கிறான். கள்ளமில்லாமல் சிரிக்கிறான்.

அரங்கமேடையின் திரையை விலக்குவதுபோல் ஜன்னல் சீலைகளை அகற்றி, "பாருங்கள், அழகாயில்லை?" என்றான்.

வெளியே பச்சைப் புல்வெளியும், பூந்தோட்டமும் நெஞ்சை அள்ளிக்கொண்டு போயிற்று.

அவர் புன்னகையுடன் கட்டிலை விட்டுக் கீழே இறங்கினார்.

"உன் வயசு எனக்கில்லையே என்று இருக்கு மோஸஸ்!" என்றார்.

"எந்த வயசாயிருந்தா என்ன ஸாப்?" என்று அவன் சிரித்தான். "நீங்கள் என் அப்பாவைவிடத் திடமாக இருக்கிறீர்கள்."

"திடத்துக்குச் சொல்லல்லே தம்பி! வயசு ஏற ஏற இந்த அழகெல்லாம் கண்ணுக்குப் படாம போயிடும். அதான் கஷ்டம்."

இதற்கு என்ன பதில் சொல்வது என்று தெரியாதவனாய் மோஸஸ் மௌனமாய் அவருடைய படுக்கையைத் தட்டிப்போட ஆரம்பித்தான்.

நாயக்கர் குளியலறைக்குள் சென்றார். வெந்நீர் குழாயைத் திருப்பி வெதுவெதுப்பான நீரில் முகத்தைக் கழுவிக்கொள்ளும் போது, கண்ணாடியில் தெரிந்த முகத்தைச் சில விநாடிகள் சுவாரஸ்யத்துடன் பார்த்தார்.

'இன்னும் எத்தனை நாள் இருக்கப்போறே?' என்று அதை சிநேகிதத்துடன் கேட்டார். தும்பைப் பூவா தலைமுடி நரைச்சு இருபது வருஷம் ஆகுது. முதுகு இன்னும்

வளையலேன்னாலும், மனத்தின் வலுவெல்லாம் வளைஞ்சுப் போயிட்டது தெளிவாகத் தெரியுது. நேத்து ராத்திரி தூக்கமில்லே. இன்னிக்கும் கண்ணுக்குக் கீழே ரெண்டு பை தொங்குது. முன்னெல்லாம் தலையிலேயே இடி விழுந்தாலும் தாங்கிக்க முடிஞ்சுது. உடம்பும், மனசும் தகடாவா இருந்தது. இப்பல்லாம் எங்கேயோ இடி இடிச்சா இங்கே வெலவெலத்துப் போகுது...'

நாயக்கர் ஆயாசத்துடன் முகத்தைத் துடைத்துக்கொண்டார்.

'டேய் வேலுச்சாமி! நீ இனிமே கிளம்பத்துக்கு ஆயத்தம் பண்ண வேண்டியதுதான்... அனாவசியமா இந்த வயசிலே பூமிக்குப் பாரமா உட்கார்ந்திருக்கிறதிலே யாருக்கு என்ன லாபம்? சின்னவங்கல்லாம் ஆயுசை எப்படி நீட்டலாம்னு பரிதவிக்கிறப்போ...'

இனம்புரியாத சஞ்சலம் மனசைக் கவ்விப் பெருமூச்சாக வெளிப்பட்டது.

"ஸாப், பால் கொண்டு வந்திருக்கேன்..."

அவர் நிதானமாக வெளியில் வந்தார்.

"மோஸஸ் அந்தக் கண்ணாடித் தடுப்புக் கதவை திறந்துவிடு. வெளிப்புற வராந்தாவிலே உட்கார்ந்துக்கறேன்" என்றார்.

"ஜி ஸாப்!" என்றபடி அவன் சுறுசுறுப்பாகத் திறந்துவிட்டான். தோட்டத்தைப் பார்த்த வராந்தாவில் அழகிய பஞ்சணைகள் கொண்ட பிரம்பு சாய்வுநாற்காலியில் அவர் அமர்ந்தார். மோஸஸ் பால் கோப்பையையும், இரண்டு பிஸ்கெட்டுகளையும் நீட்டினான்.

"பிஸ்கெட் வேண்டாம், நீ சாப்பிடு" என்றார். "நா ஒரு பச்சைக் குழந்தைன்னு மீனாட்சிக்கு நினைப்பு!"

"இன்னிக்கு நடக்கப் போவீர்களா ஸாப்?" என்றான் மோஸஸ்.

“ஆ... போயிட்டு வரவேண்டியதுதான் வெயில் ஏறுவதுக்குள்ளே” என்றார்.

“உசிரு இருக்கிறவரைக்கும் நியமப்படி இந்த உடம்பைப் பார்த்துக்கணும்தான்...”

மோஸஸ் அவரை வினோதமாகப் பார்த்து, “உங்களுக்கு உடம்பு சரியில்லையா ஸாப்” என்றான்.

“உடம்புக்கு ஒண்ணுமில்லே மோஸஸ்! நீ வேலையைக் கவனி. அரைமணியிலே கிளம்பலாம்” என்றார் அவர் சுபாவமான கம்பீரத்துடன். மோஸஸ் சொன்னதுபோல் வெளி உலகம் படுகுஷியாகத்தான் காட்சியளித்தது. ஆங்கிலப் பெயர்கள் கொண்ட விதவிதமான அழகிய பூக்கள் அட்டகாசப் சிரிப்புச் சிரித்தன. ஆர்க்கிட் பூக்கள் நீலமும், வெளுப்புமாக சரம்சரமாய்த் தொங்கின.

‘இத்தனை அழகான உலகத்திலே மனுஷனுக்கு ஏன் இத்தனை சோதனைகள். அதுவும் சோதனை ஏற்பட்டவனுக்கே திரும்பத் திரும்ப ஏற்படறது, என்ன நியாயம்...?’

நாயக்கருக்குப் புரியவில்லை. நினைக்க நினைக்கக் குழப்பம் ஏற்பட்டது. எழுத்தறிவில்லாத - கூலி வேலைக்காரனுக்கு இந்த விஷயமெல்லாம் எங்கே புரியும் என்கிற ஆதங்கம் அதிகரித்தது.

இத்தனை வயசுவரை அதிகம் யோசனையே பண்ணாமே, கேள்வியே கேட்காமே எப்படி வண்டியை ஓட்டினேன் என்கிறது ஆச்சரியம் என்று அவர் வியந்தார். பார்வதி அப்படிப் பொசுக்குனு கண்ணை மூடினபோது ரொம்ப நாளைக்கு அதிர்ச்சியாத்தான் இருந்தது. கஷ்டகாலம் எல்லாம் முடிஞ்சு, சுபிட்சகாலம் துவங்கின சமயத்திலே அவளை எங்கிட்டேந்து தெய்வம் ஏன் பிரிச்சுதுன்னு ரொம்பநாள் பித்துப் பிடிச்சாப்பலே கேள்வி எனக்குள்ளே இருந்துக்கிட்டே இருந்துச்சு... நாகலட்சுமியின் கண்பட்டதோன்னு சந்தேகம் கூட வரும். பிறகு சமாதானமாகிப் போச்சு. அவனவனுக்கு

ஆயுசு எவ்வளவோ அவ்வளவு நாள்தான் பூமியிலே வாசம் இருக்க முடியும்னு. கெடுதல் ஏற்பட்டாத்தான் ஏன் இப்படின்னு கேள்விக் கேட்கத் தோணுது. இது நியாயமான்னு உருவமில்லாத அருவத்துடைய தோளை உலுக்கத் தோணுது! நல்லது நடந்தா 'கம்'முனு இருக்கோம். நா எப்படி இத்தனை வருஷம் கெட்டிமுட்டியா இருக்கேன்? சோத்துக்கு ஆலாய்ப் பறந்து, பரங்கியனுடைய சாட்டையும் வாங்கிக்கிட்ட வேலுச்சாமியின் பிள்ளையும், பேரனும் அனுபவிக்கிற ராஜபோகத்துக்கு என்ன காரணம்னு கேட்கத் தோணுதா? தோணினாலும், 'உழைச்சேன் முன்னுக்கு வந்தேன்'னு பெருமையா காரணம் சொல்வேன். ஆனா, நான் சொல்ற விளக்கம் சரியானதுன்னு எப்படிச் சொல்ல முடியும். எதுக்காவது விளக்கம் இருக்கா! அடிவயிற்றிலிருந்து எழுந்த சங்கடத்தை அடக்க முடியாமல் அவர் தவித்தார். நல்ல ஆரோக்கியமா இருந்த மாது திடீர்னு உடம்பு சரியில்லாம ஆஸ்பத்திரியிலே சேர்க்கிற அளவுக்குத் தீவிரமாப்போச்சு என்கிறதுக்கு என்ன விளக்கம். அந்தப் பொண்ணு நம்மகிட்ட வந்து அழுததுக்கும், அவனுக்கு இப்படி உடம்பு வந்ததுக்கும் ஏதோ சம்பந்தம் இருக்கும்போல இல்லே தோணுது...?

அவர் குழப்பத்துடன் தலையை அசைத்துக்கொண்டார். இது நம்பக்கூடியதா இல்லே... இதை நம்பினால், பிறகு பார்வதி இறந்ததும், நாகலட்சுமியின் பொல்லாத கண்ணினால் என்று தோன்ற ஆரம்பித்துவிடும். யோசனை என்பதற்கு விவஸ்தையே இல்லாமல் போய்விடும்... மாது எப்படியிருக்கிறான் என்று மறுபடி தெரிந்துகொள்ள எவ்வளவு முயன்றும் மெட்ராஸ் லைனே கிடைக்கவில்லை. அவனுக்கு ஒன்றும் இல்லாமல் இருக்க வேண்டுமே என்று சேதி கேட்டப்போதிலிருந்து நெஞ்சு அடித்துக்கொண்டது.

"நடக்கப் போகலாமா ஸாப்?"

மோஸஸின் குரல் கேட்டு, அவர் சுயநினைவுக்கு வந்தார்.

''போகலாம்...'' என்று அவர் எழுந்திருந்தார்.

''இதைக் குடிச்சிட்டுக் கிளம்பச் சொன்னாங்க மேம்ஸாப்'' என்று அவன் பழரசத்தை நீட்டினான்.

என்றைக்குமில்லாமல் இன்றைக்குச் சுரீரென்று கோபம் வந்தது.

''இது என்ன வம்பாப்போச்சு! இப்பத்தானே பால் குடிச்சேன்? கொண்டுபோய் திருப்பிக்குடு போ. இது என்ன உடம்பா, பீப்பாயா?'' என்றார் சற்று பலத்த குரலில்.

மோஸஸ் அதைத் திருப்பிக்கொண்டு போன சற்று நேரத்திற்கெல்லாம் மீனாட்சி வந்தாள்.

''என்ன மாமா, இன்னிக்குக் கலாட்டா பண்றீங்க?'' என்றாள்.

''இதப்பார். எனக்கு என்ன வயசாகுதுன்னு நினைச்சே, சித்தெ முன்னேதான் பால் குடிச்சேன். அதுக்குள்ளே ஜூஸா? செரிக்கிற வயசா எனக்கு?''

மீனாட்சி புன்னகைத்தாள்.

''நல்லா செரிக்கும். பால் குடிச்சு ஒருமணி நேரம் ஆகுது. நீங்க காலை ஆகாரம்கூட சாப்பிடறதில்லே. ஒரு மைல் நடக்கப்போறீங்க. பழரசம் குடிக்கல்லேன்னா தாகமெடுத்துத் துவண்டுபோகும்.''

''போகட்டும்!'' என்றார் அவர் வீம்புடன். ''எப்பவோ போயிருக்க வேண்டிய உடம்பு நீ பழரசத்தையும், பாலையும் கொடுத்து ஆசை காட்டி நிறுத்தி வெச்சிருக்கே!''

மீனாட்சி சிரித்தாள். பிறகு யோசனையுடன் அவரைப் பார்த்தாள்.

''இன்னிக்கு என்ன ஒரே வைராக்கியமாயிருக்கு பேச்சு?''

''என்னவோ போ!'' என்றார் அவர் அலுப்புடன். ''என் வயசிலே பாதிகூட ஆகாதவன் எல்லாம் திடீர்னு உடம்பு

முடியாம படுக்கும்போது, நா இன்னும் குத்துக்கல்லா உட்கார்ந்திருக்கிறது ஏதோ தப்பு செய்யற மாதிரி இருக்கு எனக்கு..."

மீனாட்சியின் முகத்தில் சிரிப்பு மறைந்து ஒரு மென்மை படர்ந்தது.

"உங்ககிட்ட மாதுவைப்பத்தின விஷயத்தைச் சொல்லியே இருக்கக்கூடாது" என்றாள் மிருதுவாக. "ஆஸ்பத்திரியிலே சேர்ந்திருந்தா என்ன, சிகிச்சை முடிஞ்சு வீட்டுக்கு வரமாட்டாரா? மோகினி ஒரு பயந்தாங்கொள்ளிப் பொண்ணு! அவ கட்டாயத்துக்காகவே செக் அப் செய்ய மாது ஒப்புத்துக்கிட்டிருப்பார்..."

"அவளுடைய கட்டாயத்துக்காக எதுவும் செய்துடற ஆளில்லை அவன்."

"என்னவாயிருந்தாலும் நீங்க இவ்வளவு கவலைப்படற அளவுக்கு ஒண்ணும் இருக்காது மாமா!" என்றாள் மீனாட்சி சமாதானமாக. "அதுக்காக நீங்க பழரசத்தை சாப்பிடாம இருக்க வேண்டியதில்லை!"

அவள் கட்டாயமாக நீட்டிய கிளாஸை மறுக்கமுடியாமல் அவர் வாங்கிக்கொண்டார்.

மோகினி தன்னிடம் வந்து கூறியதை இவளிடம் சொல்லலாமா என்று ஒருவிநாடி யோசித்தார். சொன்னாலும் இவள் அதை நம்பவோ, மோகினியிடம் அனுதாபம் கொள்ளவோ மாட்டாள் என்று தோன்றியதும், பேசாமல் ஜூஸைக் குடித்துவிட்டு கிளாஸைத் திருப்பிக் கொடுத்தார்.

"இன்னிக்கு மறுபடியும் டெலிபோன் பண்ணிப் பார்க்கறேன்னு உங்க பிள்ளை சொல்லியிருக்கார்... நல்ல செய்தியாகத்தான் வரும். கவலைப்படாதீங்க!"

"நா கவலைப்படறதெல்லாம்..." - நாக்கு நுனிவரை வந்துவிட்ட வார்த்தைகளை அவர் உள்ளுக்குள் இழுத்துக்கொண்டார்.

"அந்த மோகினியைப் பத்தித்தான் - எனக்குத் தெரியும்..." என்று மீனாட்சி முடித்தாள்.

அவர் மேற்கொண்டு பேசாமல் மோஸஸ் நீட்டிய கைத்தடியை எடுத்துக்கொண்டு கிளம்பினார்.

பழக்கதோஷத்தில் கால்கள் நடந்தன. சுற்றுப்புறத்தின் தோற்றம் எதுவும் மனசில் பதியவில்லை. தன்னுள் முழுகிய யோசனையுடன் அவர் நடந்தார்.

'அன்னிக்கு அந்தக் குழந்தை வந்து கனாவைப் பத்திச் சொல்லி அழாம இருந்திருந்தா, இப்ப இந்தக் கவலை ஏற்பட்டிருக்காது. மாதுவுக்கு உடம்பு சரியில்லைன்னதும் ரெண்டும் ரெண்டும் நாலுன்னு மனசு முடிச்சுப்போடாது. மீனாட்சி சொல்றாப்பலே ஒரு முன்னெச்சரிக்கைக்காக ஆஸ்பத்திரிக்குப் போயிருக்கலாம். ஆஸ்பத்திரியிலே அட்மிட் ஆறவங்கள்ளாம் வீடு திரும்பறதில்லையா என்ன?'

அவர் வெற்றுப்பார்வையுடன் அந்தப் பிரதான வீதியையும், கரும்பு ஆலையையும், தொலைவில் தெரிந்த துறைமுகத்தையும் பார்த்தார்.

திடீரென்று நினைத்துக் கொண்டவராய் மோஸஸின் பக்கம் திரும்பி, "இன்னிக்கு ஹரே கிருஷ்ணா கோவிலுக்குப் போகலாம். துறைமுகத்துக்கு வேண்டாம்" என்றார். பிறகு அவன் தோளைப் பிடித்தபடி தெருவைத் கடந்தார். தெருவின் இருபுறமும் தண்ணென்று மரங்கள் நிழல் விரித்திருந்தன. சற்றுத் தொலைவு நடந்ததும் ஹரே கிருஷ்ணா கோவிலின் நவீன பாணி கட்டடமும், அதன் படிகளும் தெரிந்தன. முகப்புச் சுவரில் பிரும்மாண்டமான நவீன ஓவியம் வழிப்போக்கர்களின் கவனத்தை ஈர்க்கவென்றே வரையப்பட்டிருந்தது.

நாயக்கர் கீழே நின்றபடி அந்தக் கட்டடத்தையும், ஓவியத்தையும் முதல்முறையாகப் பார்ப்பவரைப்போலப் பார்த்தார்.

பணத்தைத் தண்ணியாகக் கொட்டி கட்டியிருக்கிற கட்டடம், இப்படிப்பட்ட ஓர் இடத்தை சாமிக்காகக் கட்ட முடியும்னு எழுபது வருஷத்துக்கு முந்தி எந்த இந்தியனும் நினைச்சிருக்கல்லே... ஆனா, 'லைன்'லே இருந்தப்போ கோபாலரெட்டியுடைய அப்பன் ஒரு கல்லை எப்படியோ செதுக்கி, இதுதான் வெங்கடாசலபதின்னு சொன்னதும் நானும், மத்தவங்களும் அதை மேட்டிலே நிறுத்தி, 'கோவிந்தா கோவிந்தா'ன்னு பித்துப்பிடிச்சாப்பலே விழுந்து எழுந்தபோது, உள்ளுக்குள்ளே பொங்கின பக்தியும், பரவசமும் இந்த சலவைக்கல் கட்டடத்திலே ஏற்பட மாட்டேங்குது.

அவர் மெல்லிய படிகளில் ஏறினார். ஆ... அப்ப துடுப்பு வேண்டியிருந்தது எல்லாருக்கும். துடுப்பில்லாத கேணியிலே இல்லே எல்லாரும் தத்தளிச்சுக்கிட்டிருந்தோம்? இப்ப இதுவும் ஒரு துடுப்புத்தான் இந்தியாவையே பார்க்காத இந்தியர்களுக்கு. ராமசாமியும் பட்டேலும் சொன்னாப்பலே - 'ஐடெண்ட்டிட்டி க்ரைஸிஸ்' வராம இருக்க... வேர்களுக்கான தாகத்தைத் தணிக்க.

"நமஸ்காரம் நாயக்கர்! குரல் கேட்டு அவர் நிமிர்ந்தார். அரே பட்டேல்!" என்று நாயக்கர் உற்சாகத்துடன் சிரித்தார். "நமஸ்காரம்!"

பட்டேல் அவரை அணைத்துக்கொண்டார்.

"என்ன நடக்க வந்தியா?"

"ஆமாம்; தினமும் துறைமுகம் வரை நடந்து அங்கிருக்கிற 'பார்க்'லே உட்கார்ந்து சித்தநேரம் கப்பல்களை வேடிக்கை பார்ப்பேன். இன்னிக்கு இங்கதான் வந்து உட்காருவமேன்னு வந்தேன். போறவழிக்குப் புண்ணியம் கிடைக்கும்."

பட்டேல் பரிகாசமாக அவரது முதுகைத் தட்டினார்.

"போற வழியைப்பத்தி இப்பலேர்ந்து ஏன் யோசனை?"

“அது சரிதான்” என்று நாயக்கர் சிரித்தார். “நா ஒருத்தன் இருக்கறது யமனுக்கு மறந்துவிட்டதுன்னு நினைக்கறேன். நீயும் அதை நினைச்சுதான் கிண்டல் பண்றே போலிருக்கு!”

“நம்ம வயசுக்குக் கிண்டல் வேறயா? என்னைவிட நீ ஆரோக்கியமாக இருக்கே, நாம் நினைச்சாப்பலே சாவு வந்துடுமா என்ன?”

நாயக்கர் யோசனையுடன், படிக்கட்டில் உட்கார்ந்து தொலைவைப் பார்த்தார்.

“வந்துட்டா நல்லது பட்டேல்” என்றார் பெருமூச்சுடன். “எல்லாரும் நல்லபடியா இருக்கும்போதே கண்ணை மூடணும்...”

“இப்பவும் நீ கண்ணை மூடிக்கொண்டு இருக்கிறதனாலேதான் எல்லாரும் நல்லபடியா இருக்கிறதா நினைக்கிறே நாயக்கர்!”

‘ஓ, இந்தப் பட்டேலை இன்றைக்கு சந்திக்க நேர்ந்தது நம்ம துரதிர்ஷ்டம்’ என்று நாயக்கர் நினைத்துக்கொண்டார்.

“இதப்பார் பட்டேல்... உன்னைப்போல நான் படிச்சவன் இல்லே... என் அறிவுக்கு எட்டின வரைக்கும்தான் என்னாலே புரிஞ்சுக்க முடியும்.”

“படிக்கல்லே என்கிறதுக்காக நீ அறிவில்லாதவன்னு அர்த்தமில்லே... நீ யோசிக்க விரும்பல்லே!”

“இனிமே நா யோசிச்சு என்ன ஆகப்போகுது பட்டேல்? விடு. இங்கேந்து கிளம்ப வேண்டிய சமயம் வந்தாச்சு. கடைசிவரைக்கும் கையும், காலும் வேலை செய்யணும் என்கிற ஒரே கவலைதான் இப்ப. நா ஒரு சுயநலக்காரன்னு நீ நினைச்சாலும் நினைச்சுக்க. உன் உடம்பு எப்படியிருக்குன்னு சொல்லு. மறுபடி இங்கே செக் அப்புக்கு வந்தியா?”

“ஆமாம், கொஞ்சம் இரத்த அழுத்தம் அதிகமாய்ப் போய்விட்டது. இரண்டு நாள் ஆஸ்பத்திரியில் இருந்தேன். இப்ப சரியாயிட்டேன். நாளைக்கு ‘பா’வுக்குத் திரும்பறேன்.”

"நீ ஆனாலும் அனாவசியமான பயங்களிலே மனசை வருத்திக்கிறே பட்டேல்!"

"இங்கே இருக்கிற இந்தியர்களுடைய எதிர்காலத்தைப்பத்தி நான் கவலைப்படுவது அனாவசியம் என்கிறியா? கரும்புத் தோட்டக் கூலிகளுடைய உரிமைக்காக நான் போராடி ஜெயிச்சதும்; பிறகு இந்தியர்களுடைய 'இஜ்ஜத்'தைக் (சுயமரியாதை) காக்க வேண்டி சமப்பிரஜா உரிமைக்குப் போராடினதும் இப்ப வியர்த்தமாகப் போய்க் கொண்டிருப்பதைப் பார்த்து நான் சும்மா இருக்கணும்னு நினைக்கிறியா? என்னுடைய வருத்தம் அல்லது பயம் அனாவசியமானது என்கிறியா?"

பட்டேலின் சிவந்த முகம் இன்னும் சிவந்துபோயிற்று. தடித்த கண்ணாடியின் பின்னால் இருந்த வட்டப் பெரிய விழிகள் உணர்ச்சிவசப்பட்டுக் கலங்கித் தெரிந்தன.

நாயக்கர் கலவரத்துடன் அவரது தோளைப் பற்றினார்.

"நான் அப்படியெல்லாம் எதுவும் சொல்லலே பட்டேல். உன் கவலை எனக்குப் புரிகிறது. நீ பயப்படற அளவுக்கு நம்ம இஜ்ஜத்துக்கு ஆபத்து வராம இந்தியர்கள் இருக்க முடியும்னு நா நினைக்கிறேன்."

"எப்படி...?" என்றார் பட்டேல் நிராசையுடன். "ஒருத்தனுக்கொருத்தன் சிண்டைப் பிடித்துக்கொண்டு நிற்கிறானே! வடக்கத்தியன், தென்னியந்தியன், குஜராத்தி, முஸ்லீம், ஆரியசமாஜின்னு எத்தனைப் பிரிவுகள்? நம்ம பலவீனத்தை எதிர்க்கட்சிக்காரன் உபயோகித்துக்கொள்ள மாட்டானா?"

நாயக்கர் சற்றுநேரம் பேசாமல் இருந்தார். பிறகு ரொம்பவும் சிரமப்பட்டு வார்த்தைகளைக் கோர்ப்பவரைப்போல நிதானமாகச் சொன்னார்:

"இந்தியர்கள்ளாம் ஒற்றுமையா இருக்கணும் தான். ஆனா, ஃபீஜியனுக்கு எதிரா பலம் சேர்க்கணும் என்கிற காரணத்துக்காக

இல்லை. அந்த மாதிரி செஞ்சம்னா ஃபீஜியன் பயந்துடுவான். அந்த பயம் சுதந்திரப் போராட்டத்து ஆரம்ப காலத்திலேர்ந்து இருக்குங்கறதை நீ மறக்கக்கூடாது. அந்த பயம் நியாயமானதும் கூட. இன்னமும் கூட அந்த பயம் இருக்கறதனாலேதானே சமப்பிரஜா உரிமை நமக்குக் கிடைக்கல்லே... பொருளாதார ரீதியிலே நாம் ஃபீஜியனை விட உயர்வா இருக்கோம் என்கிற ஒரே காரணத்தாலே நாம் உரிமைகளையோ, அதிகாரத்தையோ அடைய ஆசைப்படக் கூடாது.''

பட்டேல் பரிகாசமாகச் சிரித்தார். ''அவன் நம்மைக் காலாலே உதைச்சாப் பேசாமெ வெளியேறணுங்கறே!''

''நாம் அவனை எதிரியா பாவிச்சோம்னா, நம்மை அவன் நிச்சயமா வெளியேற்றப் பார்ப்பான். நம்மாலே அவனுக்கு ஆபத்து வராது என்கிற நம்பிக்கையை அவனுக்கு ஏற்படுத்தணும் பட்டேல்! இரண்டு பேரும் கைகோர்த்து வேலை செய்தாத்தான் ஃபீஜிக்கு நல்லது என்கிற உணர்வை ஏற்படுத்தணும். அவனுக்கும், நமக்கும் இருக்கிற வித்தியாசத்தைக் காட்டிக்கிட்டே இருந்தம்னா நம்மை வெளி ஆளாத்தான் அவன் எப்பவும் நினைப்பான்...''

பட்டேல் பொறுமையில்லாமல் எழுந்தார்.

''இந்த மாதிரி லட்சியமெல்லாம் காரியத்துக்கு உதாவது. மாடு தானாக் கறக்கும்னு உட்கார்ந்திருக்க முடியாது. நம்ம உரிமைகளுக்காக நாம் போராடித்தான் ஆகணும். உரிமைகளை வாங்கி வைத்துக்கொண்டுதான் பாக்கி எதுவும் பேச முடியும். இல்லேன்னா, ஃபீஜியன் நம்மை சாப்பிட்டுடுவான்!''

காது கேட்கும் தொலைவிலேயே மோஸஸ் உட்கார்ந்திருப்பதையும், அவன் முகம் இறுகியிருப்பதையும் நாயக்கர் அப்பொழுதுதான் கவனித்தார்.

✯ ✯ ✯

அத்தியாயம் 25

நான் மாதுவின் அறைக்குத் திரும்பியபோது, கையும் காலும் வெலவெலத்துப் போயிருந்தன. 'கடவுளே... கடவுளே!' என்று நெஞ்சுக்குள் பலமான ஓலம்விடாமல் ஒலித்தது. இப்படி மனசும், உடம்பும் இதுவரை நடுங்கியதில்லை. நிராசையும், துக்கமும், தோல்வியும், அதிர்ச்சியும் மனத்தைக் கவ்வி மூளையை ஸ்தம்பிக்கச் செய்ததில்லை.

எத்தனையோ துக்கத்தையும், அவமானங்களையும் தாங்கி வந்திருக்கிறேன் - ஒரு ஆதாரத்தை நம்பி அந்த நம்பிக்கை இப்பொழுது ஆட்டம் கண்டுவிட்டது.

இந்த ஆட்டம் ஏதாவது நியதிக்குட்பட்டதா! தர்மத்துக்குட்பட்டதா?

ஏன் இப்படி நேரவேண்டும்?

நூறாயிரம் கேள்விகள் மூளையைத் துளைத்தன. விக்கித்து நின்ற அது பதில் தெரியாமல் பலவீனப்பட்டு சுயபச்சாதாபத்தில் கரைந்தது.

'டாக்டர் என்ன சொன்னார்!' என்று மாது இப்பொழுது கேட்டால் என்ன பதில் சொல்வது என்ற பீதியில் நான் வெளியில் சில விநாடிகள் நின்றேன். இப்பொழுது எதையாவது சொல்லி மழுப்பிவிட வேண்டும் என்கிற தீர்மானத்துடன் முகத்தை அழுத்தித் துடைத்துக்கொண்டு அறைக்குள் நுழைந்தேன்.

நல்லவேளையாக மாது தூங்கிக் கொண்டிருந்தார். நான் கதவை ஓசைப்படுத்தாமல் சாத்திக் கட்டில் அருகில் இருந்த நாற்காலியில் அமர்ந்தேன்.

நிராதரவாக - பலவீனமாகப் படுத்திருக்கும் அந்த உருவத்தைப் பார்க்கப் பார்க்க வினாடிக்கு வினாடி என்னுள் துக்கம் பொங்கிற்று. நான் இப்பொழுது செயலற்று - பலவீனப்பட்டு நிற்பதுபோல, மாதுவும் ஏதோ ஒரு நிர்ப்பந்தத்துக்குட்பட்டு இந்த நிலைமைக்குத் தள்ளப்பட்டிருக்கிறாற்போல் எனக்கு பிரமையேற்பட்டது. திடீரென்று அவர் படுத்த படுக்கையாகப் போகக் காரணமே இல்லை. அதுவும், குணமாகுமா, ஆகாதா என்கிற நிச்சயமில்லாத ஒரு வியாதி ஏன் வரவேண்டும். இது நிச்சயம் ஏதோ ஓர் அமானுஷ்யமான சக்தியின் விபரீத விளையாட்டு என்று என்னையும் மீறின எண்ணம் வலுப்பெற்றது. இந்த எண்ணம் மாதுவுக்கும் இருக்க வேண்டும் என்று எனக்குச் சந்தேகம் தோன்றிற்று. என்னுடைய கனவுகளில் வருவதுபோல் என் மாமியார் மாதுவின் கனவுகளிலும் வருகிறாரோ? தன் எதிர்காலத்தைப் பற்றி நிச்சயமில்லாமல் இடையிடையில் பேசுவதற்கும், நகைப்பெட்டியில் விமலாவுக்கு நகையைச் சேர்ப்பிப்பதைப் பற்றி எழுதி வைத்திருப்பதற்கும் இதுதான் காரணமோ?

அறிவார்த்தமாக இதையெல்லாம் என்னால் நம்ப முடியவில்லை. இறந்துபோன உயிருக்கு இப்படிப்பட்ட ஒரு சக்தியும், வன்மமும் இருக்குமா? இறந்துபோகும் ஜீவன்கள் எல்லாம் திரும்பத் திரும்ப உயிர் வாழும் ஜீவன்களின் வாழ்வில் புகுந்து விளையாடிக் கொண்டிருக்குமானால், இந்த உலகம் மூச்சு முட்டி ஸ்தம்பித்து விடாதா? பிரிந்துபோகும் பிராணன் என்ன ஆகிறது என்று யாருக்குத் தெரியும்? அதற்கு ஏதோ அமானுஷ்ய சக்தி ஏற்படுவதுபோல் அம்மா பேசுகிறாள்.

'செத்துப்போனவா எல்லாம் தெய்வமா இருந்து' என்கிற பிரார்த்தனைக்கு என்ன அர்த்தம்? தெய்வமாகப் போகாமலும்

போகலாம் என்கிற உள்ளார்ந்த பயமா? என் மாமியாரின் ஏதேச்சாதிகார ஆக்கிரமிப்பு சுபாவம் செத்துப்போன பிறகு மாறக்கூடிய ஒன்றா?

பாமரத்தனமாகச் சிந்திப்பது, எனது குழப்பத்தையும், பீதியையும் அதிகரித்தாலும், அதுதான் சரியான விளக்கமாகத் தோன்றிற்று. என்னுடைய கனவுகளுக்கும், நிஜத்தில் நடக்கும் நடப்புகளுக்கும் நிச்சயமாகச் சம்பந்தம் இருக்க வேண்டும் என்று மனசு வாதிட்டது. வாதம் வலுப்பட, பகபகவென்று ஒரு ஜ்வாலை அடிவயிற்றிலிருந்து எழுந்தது. அன்று ஒருநாள் ஆஸ்பத்திரியில் என் மாமியாரின் மென்னியைத் திருக வேண்டும் என்று எனக்குள் ஏற்பட்ட வெறி நினைவுக்கு வந்தது. அதே வெறி என்னை மீண்டும் ஆட்கொண்டது. என் கை நகங்கள் உள்ளங்கையில் ஆழப்புதைந்தன. கண்கள் விரிந்து உருவமில்லா அருவத்தைத் துழாவின. பற்களைக் கடித்தபடி நான் எனக்குள் சொல்லிக்கொண்டேன்.

'நீங்க உயிரோடு இருக்கும்போதும் என்னை வாழ விடல்லே. செத்தப்புறமும் தொந்திரவு செய்யறதை நா ஏத்துக்க மாட்டேன்! இனிமே உங்களுக்கும், எனக்கும் நடக்கப்போற யுத்தம் இது. மாதுவைக் குணப்படுத்தியே தீருவேன். உயர்ந்த சிகிச்சைக்காக எங்கே வேணும்னாலும் அழைச்சிண்டு போவேன். லண்டனுக்குப் போகணும்னாலும்...'

சட்டென்று என் சிந்தனை தடைப்பட்டது. ஆ... லண்டனுக்குச் சென்றால் என்ன, மாதுவின் அண்ணா கிருஷ்ணன் இருக்கிறார். தங்கமானவர். ரொம்பவும் உதவியாக இருப்பார். மிக நல்ல, நவீனமுறை சிகிச்சை அங்கு கிடைக்கும். இங்கும் டாக்டர்கள் கெட்டிக்காரர்களாகத்தான் தெரிந்தார்கள். இதுவரை மிக அக்கறையாகத்தான் பார்த்துக்கொள்கிறார்கள். ஆனால் இங்கிலாந்திலோ, அமெரிக்காவிலோ கிடைக்கக்கூடிய வெகு சமீபத்திய நவீன கண்டுபிடிப்புகளும், சிகிச்சை வசதிகளும் இங்கு கிடைக்காது.

லண்டனுக்கு உடனடியாக மாதுவை அழைத்துச் சென்றுவிட வேண்டும் என்கிற எண்ணம் உறுதிப்பட்டுத் தீவிரமாயிற்று.

உண்மையில் எனக்கு இந்தியாவில் இருப்புக் கொள்ளவில்லை. பிறந்தகத்தில் இருந்தாலும், பெற்றவர்களுடைய, கூடப்பிறந்தவர்களுடைய எண்ணப் பரிமாணங்களுக்கும் - என்னுடைய பரிமாணங்களுக்கும் நிறைய வித்தியாசம் இருப்பது, எனக்கும் அவர்களுக்குமிடையே ஒரு திரையை ஏற்படுத்திற்று. அதாவது, என் பார்வைக்கு மட்டுமே தெரிந்த திரை, அவர்களுக்கு நான் பழைய மோகினியாகத்தான் தோன்றுகிறேன். வீட்டிற்குள் அதிகம் பேச்சே இல்லாமல் வாழ்க்கை நடத்திப் பழகிப்போயிருந்த எனக்கு, என் அண்ணன்களும் மற்றவர்களும் என்னிடம் வெளிப்படையாகக் காண்பிக்கும் அதீதமான பிரியம் என்னவோபோல் செயற்கையாகக்கூடத் தோன்றுகிறது. கடந்த பதினேழு வருஷங்களை நான் எப்படிக் கழித்திருப்பேன் - எப்படிப்பட்ட வாழ்வு வாழ்ந்திருப்பேன் என்று இவர்கள் உணர்வார்களா... உணர விரும்புவார்களா? என்று எனக்குள் ஆத்திரமேற்படுகிறது. முந்தாநாள் ராமு யாரிடமோ பெருமையடித்துக் கொண்டிருந்தான்.

'ஃபீஜியிலே என் தங்கை ராணி மாதிரி இருக்கா அவளுடைய புருஷனுக்கு ரொம்பப் பெரிய வேலை...'

இந்தப் பெருமைதான் அவர்களுக்கு வேண்டும். தங்களுடைய கௌரவத்துக்கு எந்த விதமான குந்தகமும் ஏற்படாத தொலைவில் நான் இருப்பது இவர்களுக்கு எத்தனை சௌகரியம். புருஷனும், மாமியாரும் தங்கையை உள்ளங்கையில் வைத்துத் தாங்குவதாக இவர்கள் கற்பனை செய்து தம்பட்டம் அடித்துக் கொண்டிருந்தாலும் ஆச்சரியப்படுவதற்கில்லை. வெளிப்படையாகத் தெரியக்கூடியதை இல்லை என்று கண்ணை மூடிக்கொண்டு பூசிமெழுகுவது எத்தனை சௌகரியம். இந்த இவர்களது சௌகரியத்துக்காகத்தான், என் வாழ்வு எப்படியிருக்கப் போகிறது என்று தெரிந்தும், மறுபடி புக்ககத்திற்குத் திரும்பினேன் என்று இவர்கள் உணர்வார்களா?

'எங்கேயோ கண்காணா இடத்திலே நீ சௌக்கியமா இருக்கேங்கற பெருமையிலே நா வளைய வந்திண்டிருந்தேன், அதெல்லாம் பொய் என்கிறாப்பலே இப்ப இங்க வந்து என் வயிற்றெரிச்சலைக் கொட்டறியே!'

அம்மா எந்த மாதிரி மனநிலையில் இந்த வார்த்தைகளைக் கொட்டியிருந்தாலும், நெஞ்சில் ஆழமாய்ப் பதிந்துபோகும் சக்தியுடைய வார்த்தைகள் அவை என்று அம்மாவுக்கு இன்றும் தெரியாது... நிஜத்தைப் பொய்யாகவும்; பொய்யை நிஜமாகவும் நம்பும் மரபில் வந்தவர்கள் இவர்கள். இவர்களும், அந்தத் தெருவும், சென்னையும், ஒட்டுமொத்த இந்தியச் சமூகமும் அந்தக் கண்காணாத இடத்துக்கு என்னை விரட்டின என்று அறிந்துகொள்ள விரும்பாத கோழைகள் இவர்கள்... என்னை நானே அடிமையாக்கிக்கொண்டு, அந்த அடிமைத்தனத்திலேயே சமாதானத்தைத் தேட வைத்த நிர்ப்பந்தத்தை இவர்கள் அறியமாட்டார்கள். இந்த நிர்ப்பந்தமே இவர்களிடமிருந்து என்னை விலக்கி வைத்திருப்பதும், இவர்களுக்குப் புரியாது. நைந்துபோன வேர்களைத் தாங்கிக் கொண்டிருப்பதுபோல், இங்கு எனக்கு ஒரு நிலைகொள்ளாத தவிப்பும், அந்தத் தவிப்பிற்கான குற்ற உணர்வும், மாதுவின் நிலையும் என்னைக் குழப்புகின்றன. லண்டனுக்குச் சென்றுவிட்டால் பல வகையில் நிம்மதி.

அண்ணா மன்னியிடம் எனக்கு அதிகமான தொடர்பில்லாவிட்டாலும், அவர்களுடன் எனக்கு மனத்தளவிலே அதிக நெருக்கம் தோன்றித்து.

கட்டிலில் ஏற்பட்ட சலனத்திலிருத்து மாது விழித்துக்கொண்டு விட்டதை உணர்ந்தேன். நல்லவேளையாக என் கண்ணீரெல்லாம் வற்றிவிட்டிருந்தது.

நான் எழுந்து அவரருகில் சென்றேன். அவர் மௌனமாக என்னைப் பார்த்தார். அந்தப் பார்வையில் எனக்குப் புரியாத ஏதோ ஒன்றிருந்தது. பீதியா, விரக்தியா அல்லது பச்சாதாபமா

என்று விளங்கவில்லை. என்னுள் தாபமும், வேகமும் பீறிட்டுக்கொண்டு கிளம்பின. டாக்டர் சொன்ன செய்தி பொய்யாக இருக்கும் என்கிற கற்பனையும், அது நிஜமாகிவிடக் கூடாது என்கிற வீம்பும் எழுந்தன. மெலிந்துபோயிருந்த அவரது தோள்களை நான் மெல்லப் பற்றிப் புன்னகைத்தேன்.

“எப்படியிருக்கு உடம்பு இன்னிக்கு?” என்றேன் சாதாரணமாக.

அவர் அலுப்புடன் சூள்கொட்டிக் கூரையைப் பார்த்தார்.

என் நாபிலிருந்து எழுந்த கண்ணீரையும், தொண்டையை அழுத்திய பாரத்தையும் மறைத்துக்கொண்டு நான் குனிந்து அவரது நெற்றியில் முத்தமிட்டேன்.

“நீங்க அலுத்துக்கக் கூடாது” என்றேன் மிருதுவாக.

“என்ன உடம்பு இது” என்றார் அவர் எரிச்சலுடன். “இங்க வந்து படுத்துண்டு பத்து நாள் ஆறது ஒரு மாறுதலும் தெரியல்லே... பலகீனம் ஜாஸ்தியாயிருக்கு.”

அவரது நெற்றியை வருடியபடி நான் கேட்டேன்,

“உங்களுக்கு இங்கே சமாதானமாகல்லேன்னா லண்டனுக்குப் போயிடலாமா? அங்கே அண்ணா இருக்கார். நல்ல ஆஸ்பத்திரியிலே சிகிச்சைக்கு ஏற்பாடு பண்ணலாம்.”

அவரது கண்களில் மின்னலைப்போல ஒரு திகைப்பு தோன்றி மறைந்தது. சில விநாடி மௌனத்திற்குப் பிறகு நிதானமாகக் கேட்டார்:

“டாக்டர் என்ன சொன்னார்?”

சரேலென்று நான் தலையைக் குனிந்து அவரது பார்வையைத் தவிர்த்தேன்.

“ஒண்ணும் சொல்லல்லியே!” என்றேன், பலவீனமான குரலில்.

"என்ன சொன்னார் சொல்லு. எங்கிட்டேயிருந்து மறைச்சு ஒரு லாபமுமில்லே!" என்றார் அவர் கண்டிப்புடன்.

"அவர் என்னமோ சொல்றார். நான் நம்பமாட்டேன் அதை...!"

நான் அதற்குமேல் என்னைக் கட்டுப்படுத்திக்கொள்ள இயலாமல், இரண்டு கைகளிலும் முகத்தைப் புதைத்துக்கொண்டு விசித்து விசித்து அழ ஆரம்பித்தேன். நெஞ்சுகொள்ளாமல் விசும்பல் வெடித்தது.

அவரிடமிருந்து மறுபடி கேள்வி வெளிவரவில்லை என்கிற உணர்வில் நான் சட்டென்று என்னைச் சமாளித்துக்கொண்டு, இது என்ன அசட்டுத்தனம் என்கிற பிரக்ஞையில் கண்ணை துடைத்துக்கொண்டு நிமிர்ந்தேன்.

அவருடைய கண்கள் மூடியிருந்தன. "உங்கக்கிட்டேந்து மறைக்க முடியாதுதான்!" என்றேன் நான் மெல்ல. "ஆனா, இங்கயிருக்கிற டாக்டர்களுடைய டயாக்னாஸிஸ் தப்பாகவும் இருக்கலாம்..."

அவர் எரிச்சலுடன் சூள் கொட்டினார்.

"சுத்தி வளைக்காதே! கம் டு தி பாயிண்ட்!"

இதை இவர் தாங்குவாரா என்கிற கவலையுடன் நான் சொன்னேன்:

உங்களுக்கு 'லுக்கீமியா'வாம்.

அவர் என்னைத் தீர்க்கமாகப் பார்த்து, பிறகு கூரையை மௌனமாக வெறித்தபடி சில நிமிஷங்கள் படுத்திருந்தார். அந்தப் போதில் அவருள் என்னவிதமான பயமும், அதிர்வும் ஏற்பட்டிருக்கும் என்கிற துயரத்தில் நான் பலவீனப்பட்டு அமர்ந்திருக்கையில் அவர் என்னைப் பார்த்து,

"இப்பல்லாம் இதைக் குணப்படுத்தும்படியா நல்ல ட்ரீட்மெண்ட் இருக்கு மோகினி, கவலைப்படாதே!" என்றார்.

நான் உணர்ச்சிவசப்பட்டுப் போனேன். அவருடைய மார்பை அணைத்து அதில் முகத்தைக் கவிழ்த்து என் கண்ணீரை மறைத்தேன்.

"லண்டனுக்குப் போயிட்டா எனக்குக் கவலையில்லே" என்றேன் நான் தெளிவுடன். "லேட்டஸ்ட் சிகிச்சை அங்கே கிடைக்கும்."

"சரி, லண்டனுக்குப் போவோம்" என்றார் அவர். "கிருஷ்ணனையும் பார்த்த மாதிரி இருக்கும். இங்கே எதுக்கும் டாக்டரை ஒரு வார்த்தை கேட்டுடு... கிருஷ்ணனுக்கு டெலிபோன் பண்ணு!"

அவர் சட்டென்று சுறுசுறுப்பாகிப் போனதைக் கண்டு எனக்கு ஒரு தெம்பு ஏற்பட்டது. உற்சாகமும், நம்பிக்கையும்கூடத் துளிர்த்தன.

"ஓ கே!" என்று நான் புன்னகைத்தேன்.

அவர் ஆயாசத்துடன் கண்களை மூடிக்கொண்டார். இவர் மனசுக்குள் என்ன மாதிரியான எண்ணங்கள் இருக்கும் என்று எனக்குத் தெரியவில்லை. எனக்குத் தைரியம் சொன்னாலும், நிலைமை விபரீதமானது என்கிற உணர்வில்தான் லண்டனுக்குக் கிளம்ப ஒத்துக்கொண்டு விட்டார் என்று நான் நினைத்துக்கொண்டேன்.

டாக்டருடன் பேசுவதற்கு முன் கிருஷ்ணனுடன் பேசிவிட வேண்டும் என்று தோன்றிற்று. எனக்காக மதியச் சாப்பாட்டை ராமு கொண்டு வந்தபோது அவனை மாதுவிடம் உட்காரச் சொல்லிவிட்டு, வீட்டிற்குக் கிளம்பினேன். மிகக் சுருக்கமாக அவனிடம் நான் விஷயத்தை விளக்கியபோது அவன் குழப்பத்துடன் என்னைப் பார்த்தான்.

"அதுக்கு லண்டனுக்கு எதுக்குப் போகணும்? இந்த டாக்டர்கிட்ட உனக்கு நம்பிக்கை இல்லையா?" என்றான்.

''நம்பிக்கை இல்லாமல் இல்லே. இந்த வியாதிக்கெல்லாம் தினத்துக்கு தினம் புதுசா மருந்துகள் கண்டுபிடிக்கறா. அந்த மருந்துகளுடைய வசதி அங்கதான் கிடைக்கும்.''

நான் அவன் பதிலை எதிர்பார்க்காமல் விரைந்தேன். டாக்ஸிக்காகக் காத்து நிற்கையில், ''அட மோகினியா'' என்ற குரல் கேட்டுத் திரும்பிப் பார்த்தேன். என் வயதொத்த ஒரு பெண் நின்றிருந்தாள்.

''என்னைத் தெரியல்லே?'' என்று அவள் சிரித்தாள்.

நான் புரியாமல் விழித்தேன்.

''பத்தாம் கிளாஸ்வரை உன்னோடு படிச்சேனே ஞாபகமில்லை'' என்றாள் அவள் குற்றம்சாட்டும் குரலில். ''சரஸ்வதி!''

ஞாபகம் திரும்பியதும் நான் திகைப்புடன் அவளைப் பார்த்தேன். ''அடேயப்பா, அந்த நோஞ்சான் சரஸ்வதியா...?'' என்னமாய் தடித்திருக்கிறாள்!

''நீ இத்தனை சதைப்போட்டா எனக்கெப்படி அடையாளம் தெரியும்'' என்று நான் சிரித்தேன்.

''இங்கே வாங்க!'' என்று சற்று எட்ட நின்றிருந்த ஒருவரை அவள் கையைப்பிடித்து அழைத்து வந்து என்னை அறிமுகப்படுத்தினாள்.

''ஃபீஜித் தீவிலே இருக்கா. இவ புருஷன் ரொம்பப் பெரிய ஆளாம் அங்கே!'' என்றாள் எல்லாம் தெரிந்தவள் போல. அடுத்த பத்து நிமிஷங்களுக்கு எங்கள் பள்ளி வாழ்க்கையை ஞாபகப்படுத்தி, அதையெல்லாம் எப்படித் தன் குழந்தைகளிடமும், கணவனிடமும் சொல்லிச் சொல்லி இன்னும் மாளவில்லை என்றும் சிரித்தாள். அவளுடைய பேச்சிலும், சிரிப்பிலும், தடிமனிலும் ஓர் அபரிதமான சந்தோஷம் வழிந்தது. எளிமையான சின்னாளப்பட்டுதான் கட்டியிருந்தாள். தடிமன், கருப்பு, முகத்தில் லட்சணம் என்று

சொல்ல ஒன்றுமில்லை. அவள் கணவர் அவள் பேச்சைப் பெரிய வாத்ஸல்யத்துடன் கவனித்துக் கொண்டிருந்தார்.

“நீ இப்பப் பெரிய மனுஷி! எங்க வீட்டுக்கெல்லாம் வருவியோ, மாட்டியோ?'' என்றாள் சரஸ்வதி.

“எனக்கு நேரமில்லே சரஸ்வதி, ரெண்டு நாள்லே கிளம்பறேன். அடுத்த தடவை கண்டிப்பா வரேன் விலாசம் கொடு'' என்றேன்.

அவளுடைய கணவர் மளமளவென்று ஒரு சீட்டில் எழுதிக்கொடுத்தார்.

“நீ, அப்படியே ஒல்லியா அழகா இருக்கே!''

நான் புன்னகையுடன் கையசைத்துவிட்டு, டாக்ஸியில் ஏறிக்கொண்டேன்.

இந்த சரஸ்வதி மகா சண்டைக்காரி என்று ஞாபகம் வந்தது. படிப்பில் அக்கறையில்லாமல் டீச்சர்களுக்குப் பெரிய தலைவலியைக் கொடுத்தவள். இப்பொழுது எவ்வளவு சந்தோஷமாக இருக்கிறாள்! புருஷனும் அவள்மீது உயிரையே வைத்திருப்பார் என்று தோன்றிற்று.

சந்தோஷமாக இருக்க எந்தத் தகுதியும் வேண்டாம்போல் இருக்கிறது. ‘அவாவா தலையெழுத்து’ என்ற அம்மாவின் வேதாந்தத்தில் உண்மை இருக்க வேண்டும். வீடு போய்ச் சேருவதற்குள் நான் சுயபச்சாதாபத்தில் கரைந்துபோனேன். இறங்கி வீட்டிற்குள் நுழைந்ததும், அம்மாவும் - அப்பாவும் - மன்னிகளும் கவலையுடன் விசாரிக்க ஆரம்பிக்கையில், நான் மீண்டும் வெட்கமில்லாமல் குமுறிக் குமுறி அழுதேன்.

“நீ அளவுக்கதிகமாகக் கவலைப்படறே...'' என்று ஆரம்பித்த அம்மாவை, “முட்டாள்தனமாப் பேசாதேம்மா!'' என்று கோபித்தேன். டிரங்கால் ‘புக்’ செய்ததும், அதிசயமாக உடனே லைன் கிடைத்தது. கிருஷ்ணனின் குரலைக் கேட்டதும், மறுபடியும் துக்கம் குமுறிக்கொண்டு வந்தது.

நான் விஷயத்தைச் சுருக்கமாகச் சொன்னேன்.

"எனக்கு ரொம்ப கவலையாயிருக்கு அண்ணா... லண்டனுக்கு அழைச்சிண்டு வரலாம்னு பார்க்கறேன் சிகிச்சைக்கு" என்றேன்.

"தாராளமா அழைச்சிண்டு வா" என்றார் கிருஷ்ணன். "இங்கு நல்ல ட்ரீட்மெண்ட் இருக்கு, நிறைய கேஸ் குணமாகியிருக்கு. கவலைப்படாதே! நா ஆஸ்பத்திரிக்கு ஏற்பாடு பண்ணறேன்."

"நம்ம மனுசாளா நீங்களும், மன்னியும் அங்கே இருக்கிற தைரியத்திலேதான் வரேன்."

"நோ ப்ராப்ளம்" என்று அவர் சிரித்தார். "நம்ம மனுஷங்களுக்கு இங்கே என்ன குறைச்சல்? கோபுவுடைய குடும்பமும் இங்கிலாந்துக்கு வந்தாச்சு, விமலாவும் இங்கதான் இருக்கா... டிக்கெட் புக் பண்ணின உடனே தெரிவி!" என்று அவர் முடித்தார்.

ரிஸீவரைக் கீழே வைக்கும்போது எனக்கு அசம்பாவிதமாக அந்த நகைப்பெட்டியும், மாதுவின் கையெழுத்துக் குறிப்பும் ஞாபகத்திற்கு வந்தன...

* * *

அத்தியாயம் 26

யாரைப் பற்றியும் கவலைப்படாத ஒரு சுறுசுறுப்புடன் லண்டன் தெரு நகர்ந்தது. ஆஸ்பத்திரியின் எட்டாவது மாடியில் டாக்டரின் வரவை எதிர்பார்த்துக் காத்து நின்றிருந்த எனக்குக் கீழே நகரும் உலகம் அற்பமாகத் தோன்றிற்று.

சின்ன வயசில் கல்லூரியில் படிக்கும் நாட்களில் ஆங்கிலபடிப்பு என்னுள் ஒரு வேட்கையை ஏற்படுத்தியிருந்தது. லண்டனைப் பார்க்க வேண்டும் என்கிற ஆர்வமும், வெஸ்ட்மினிஸ்டர் ஆபேயிலும், கவன்ட் கார்டனிலும், ஹைட்பார்க்கிலும் தனியாகக் சுற்றி வரவேண்டும் என்றும் பெரிய ஆசை இருந்தது. நான் பிறந்த பொருளாதாரச் சூழலில் இந்த ஆசை வெறும் கனவுதான் என்கிற பிரக்ஞையே என் கற்பனைகளைச் சிருங்காரமாக்கியிருந்தது.

இப்பொழுது இரத்தமும் சதையுமாய் லண்டனில் நிற்கிறேன். சுற்றுப்புறப் பிரக்ஞையே இல்லாதவளாய். ஆனால் இங்கு கால் வைத்ததிலிருந்து மனசில் ஒரு தெம்பு ஏற்பட்டிருக்கிறது. என் பிறந்தகத்து மனிதர்களைப் போல மசமசவென்றில்லாமல், நிலைமையின் விபரீதத்தையும், அவசரத்தையும் உணர்ந்து, மைத்துனர் கிருஷ்ணன் முன்னேற்பாடாக ஆஸ்பத்திரியில் ஓர் அறையைப் பிடித்து டாக்டரிடம் அப்பாயின்ட்மெண்டை ஏற்பாடு செய்திருந்ததே, என் பொறுப்பை இறக்கினாற்போல் நிம்மதி ஏற்பட்டது.

விமான நிலையத்திலிருந்து நேராக மாதுவை ஆஸ்பத்திரிக்கு அழைத்து வந்தாயிற்று. பெரிய ஸ்பெஷலிஸ்ட் பார்ப்பதற்குமுன் ஆகவேண்டிய பரீட்சைகளுக்கு உடனடியாக ஆஸ்பத்திரி சிப்பந்திகள் ஆயத்தம் செய்வதைக் கண்டு நான் நிம்மதியுடன் கிருஷ்ணனைப் பார்த்துப் புன்னகைத்தேன். "என்னுடைய பாதி கவலை இப்பவே குறைஞ்சுபோச்சு!" என்றேன். அவர் ஆதரவுடன் என் முதுகைத் தட்டினார். மாதுவின் மூத்த சகோதரர் என்கிற காரணத்தினாலோ என்னவோ, இவருடன் அதிக பரிச்சயம் இல்லாவிட்டாலும், இவரைப் பார்த்த வினாடியிலிருந்து மிக இயல்பான நெருக்கம் இவரிடம் எனக்குத் தோன்றிற்று. அவரது நெடிய உருவமும், சுறுசுறுப்பான போக்கும், கனிவான பேச்சும் இதுவரை எனக்குத் தோன்றாத தைரியத்தை ஏற்படுத்தின. ஆஸ்பத்திரியின் அளவும், துப்பரவும், அமைதியும் அதை இன்னும் பலப்படுத்தின.

"நீ தைரியமாயிருக்க வேண்டியது ரொம்ப முக்கியம்!" என்றார் கிருஷ்ணன் மிருதுவாக. "டாக்டர் ஆண்டர்ஸனோடு மத்தியானம்தான் அப்பாயின்ட்மெண்ட். நாம ரெண்டுபேரும் வீட்டுக்குப் போய் மூணு மணிக்கு வரலாம். நீயும் குளிச்சு சாப்பிட்டுட்டு கொஞ்சம் ரெஸ்ட் எடுத்துக்கணும்" என்றார்.

ஆஸ்பத்திரியிலிருந்து கிளம்பி நகர்புற எல்லைக்கு வெளியில் இருந்த அவர்களது வீட்டை நோக்கிப் பயணிக்கையில், ஃபீஜியிலிருந்து ஆரம்பித்து மளமளவென்று மோசமாகிப்போன மாதுவின் உடல்நிலையைப் பற்றி விளக்கினேன்.

"ஒருநாள் கூடத் தலைவலின்னு சொன்னதில்லை. அவர் இப்படிப் படுத்திருக்கிறதை என்னாலே புரிஞ்சுக்க முடியல்லே..." என்றேன்.

இவரிடம் என்னுடைய கனவுகளைப் பற்றியும், பயங்களைப் பற்றியும் சொல்லக் கூச்சமேற்பட்டது. என்

மாமியாரின் போக்குடன் ஒத்துக்கொள்ளாமல்தான் இவர் விலகிச் சென்றார் என்றாலும், என் கலக்கத்திற்கான விளக்கத்தைக் கேட்டால் இவர் என்னைப்பற்றி மட்டமாக நினைக்கக்கூடும். அல்லது பட்டிக்காடு, மூடநம்பிக்கை கொண்டவள் என்று நினைக்கலாம் என்று பயமேற்பட்டது. காசியிலும், திருவல்லிக்கேணி தெருவிலும் தயக்கமில்லாமல் வெளிப்படுத்த முடிந்த பயங்களை இங்கு வெளிப்படுத்தினால் என்னையும் சிகிச்சைக்கு அனுப்பிவிடுவார்கள் என்று நான் பேசாமல் இருந்தேன்.

''இட் இஸ் எ பிட்டி'' என்றார் கிருஷ்ணன் தமக்குள் பேசிக்கொள்பவர் போல்.

''கேன்ஸர் என்கிறது யாருக்கு வேணா வரலாம். எதனாலே வருதுன்னு இன்னும் நிச்சயமா காரணம் சொல்ல முடியல்லே...''

பிறகு அவசரத்துடன் தொடர்ந்தார்: ''ஆனா இப்ப சிகிச்சையிலே நிறைய மாறுதல் இருக்கு. நிறைய பேருக்கு குணமாயிடறது - ஆரம்ப கட்டத்திலேயே காண்பிச்சா. மாதுவைப் பத்திக் கவலைப்படாதே, ரொம்பப் பெரிய டாக்டர் அவனை கவனிக்கப்போறார்.''

''ஃபீஜிலேயும், இந்தியாவிலேயும் கவலைப்பட்டேன். இங்கே வந்ததும் கவலை குறைஞ்சுபோச்சு?''

''குட்! நீ இங்கே வர முடிவு செஞ்சதைப்பத்தி எனக்கு ரொம்ப சந்தோஷம்.''

''நான் ஒரு ஆர்வத்துடன் அவரைக் கவனித்தேன். நிதானமும், நாகரிகமும் கொண்ட நல்ல மனிதராகத் தோன்றினார். அந்த அரைமணி நேரப் பயணத்தில் தாயாரைப் பற்றி ஒரு வார்த்தை பேசவில்லை. அந்த விஷயம் தனக்கு சம்பந்தமில்லாதது போல... மாதுவுக்காக அவர் செய்திருந்த ஏற்பாடுகளைப் பார்த்தால், தொடர்பை அறுத்துக்கொண்டு போனவர் செய்கிற காரியமாக இல்லை. இவருடைய கனிவும்,

அக்கறையும் என்னை ஆச்சரியப்படுத்திற்று. இவரது பிரியத்தை இழந்தது என் மாமியாரின் குற்றம் என்று நான் நினைத்துக்கொண்டேன்.''

''நீ எடுத்த முடிவு புத்திசாலித்தனமானது!'' என்று அவர் தொடர்ந்தார்.

''இந்த சிகிச்சைக்கு போன்மேரோ டிரான்ஸ் பிளான்டேஷன் தேவைப்படலாம். அதற்குக் கூடப்பிறந்தவர்களுடைய 'போன்மேரோ'தான் சாதாரணமாய் பொருந்தும்.''

லண்டனில் மாதுவின் கூடப்பிறந்த அண்ணன் இருக்கிறார் என்றதும், 'அப்படியானால் லண்டனுக்கு நீங்கள் உடனடியாகச் செல்லலாம்' என்று சென்னையில் டாக்டர் சொன்னதற்கான அர்த்தம் எனக்கு இப்பொழுதுதான் புரிந்தது.

கிருஷ்ணனின் மனைவி பத்மாவும், வேலைக்குச் செல்வதால் வீட்டில் யாரும் இருக்கவில்லை. நான் குளித்துவிட்டு வருவதற்குள் கிருஷ்ணன் சாப்பாட்டைச் சுட வைத்திருந்தார்.

'கொஞ்சம் நேரம் ரெஸ்ட் எடு' என்று அவர் கட்டாயப்படுத்தினதால், நான் எனக்கென்று ஒதுக்கப்பட்டிருந்த அறையில் படுத்துக்கொண்டேன். நேரம் மாறிப்போனதாலும், பிரயாண அசதியாலும் தூக்கம் சுழற்றிக்கொண்டு வந்தது.

சிவப்புப்பட்டில் ராஜநடையில் என் மாமியார் நடந்து வந்தார். ரஸ்ஸல் ஸ்ட்ரீட்டும், பேக்கர் ஸ்ட்ரீட்டும் பிறந்ததிலிருந்து தெரிந்திருந்த லாகவத்துடன் நடந்தார்.

''நீ இங்கே வரதுக்கு முன்னாடியே நா இங்கே வந்தாச்சு தெரியுமோல்லியோ?'' என்றார் எகத்தாளமாக.

எனக்குக் கோபம் வந்தது.

''நீங்க வந்தா அது என்னை என்ன பண்ணும்?'' என்றேன் வீம்புடன்.

"என்னைக் கோபப்படுத்தினா என்ன ஆகும்னு பத்மாவைக் கேளு!"

"உங்க பிள்ளைக்கு உடம்பு குணமாகணும்னு நா பிரயத்தனப்படறது தப்பான காரியமா?"

"உன் பிரயத்தனமெல்லாம் உன் சுயநலத்துக்காக என்கிட்டேந்து என் பிள்ளையைப் பிரிச்சு உன் கைக்குள்ளேயே போட்டுக்கப் பார்க்கறே!"

கண்களில் குரோதம் பளபளத்தது. மார்பு ஆங்காரப் பெருமூச்சில் மேலும் கீழுமாகத் தணிந்தது.

நான் ஆத்திரத்துடன் கத்தினேன்: "உங்க காலம் முடிஞ்சுபோச்சு. அதைப் புரிஞ்சுக்குங்கோ, போயிடுங்கோ."

என் மாமியார் என்னை லட்சியம் செய்யவேயில்லை. என்னைத் தாண்டிக்கொண்டு பேக்கர் ஸ்ட்ரீட் ரயில் நிலையத்துக்குள் நுழைந்தார்.

"அம்மா! நில்லுங்கோ!" நான் சரேலென்று கண்ணை விழித்தேன்.

கிருஷ்ணன் எதிரில் நின்றிருந்தார். எனக்கு ஒரு கணம் விவரம் புரியாமல் தூக்கிவாரிப் போட்டது. அந்தக் குளிர்ந்த சீதோஷ்ணத்தில் நெற்றி வியர்த்திருந்தது. என் கலவரத்தை மறைத்துக்கொண்டு நெற்றியைத் துடைத்தபடி எழுந்தேன்.

"ஆர் யூ ஆல்ரைட்?" என்றார் கிருஷ்ணன். "இரண்டுமணி ஆகிறது. எழுந்து தயாராகிப் பத்து நிமிஷத்திலே கிளம்பினா நல்லது" என்றார் மெல்ல.

"இதோ ரெடியாயிடுவேன்..." என்று நான் கூச்சத்துடன் எழுந்தேன்.

ஐஸ் நீரைப்போல் இருந்த குளிர்ந்த நீர்க் குழாய்த் தண்ணீரைக் கண்ணிலும், முகத்திலும் வீசிக் கழுவி, கனவின் நினைவை அகற்றினேன்.

காரில் செல்லும்போது கிருஷ்ணன் கனிவாகச் சொன்னார்:

“நீ ரொம்ப நெர்வஸ்ஸா இருக்கேன்னு நினைக்கிறேன். இன்னும் கொஞ்சம் தைரியமாயிருக்கணும் நீ!”

அடக்கி வைத்திருந்த பலவீனம் மறுபடி பீறிட்டுக்கொண்டு வெளிப்பட்டது.

அவர் சங்கடத்துடன் தொடர்ந்தார்: “இங்கே முதல் தர சிகிச்சை மாதுவுக்குக் கிடைக்கும். நிறைய கேஸ் இங்கே குணமாயிருக்கு. நீ கவலைப்படக்கூடாது.”

“எனக்குப் புரியல்லே, என்னுடைய பயம்” என்றேன், மன்னிப்புக்கோருகிற தவனியில். “அம்மா இருக்கிற வரைக்கும் நானும், மாதுவும் எங்களுக்குள் ஒரு வாழ்க்கையில்லாம அம்மாவுக்காகவே வாழ்ந்து நேரத்தைக் கழிச்சோம். அம்மா போன கையோட இவருக்கு உடம்புக்கு வந்துட்டதைப் பார்க்கும் போது, எங்களுக்குன்னு வாழ்க்கையே அமையாதோன்னு பயம் தோண ஆரம்பிச்சுடுத்து...”

“ஓ! அதுக்கும், இதுக்கும் சம்பந்தமில்லே” என்றார் அவர் மெல்ல. “மனுஷன்னா உடம்புக்கு வராதா? லுக்கீமியா வந்தது நம்ம போறாத காலம். கொஞ்சம் சோதனைக்காலம்தான். ஆனா கவலைப்படாதே. ஹி வில் பி ஆல்ரைட்!”

அவரது குரலும், வார்த்தைகளும் மீண்டும் ஒரு தெம்பை ஏற்படுத்தின. அவர் மேற்கொண்டு அதைப் பற்றிப் பேசாமல் பொதுவாக ஏதோ பேசிக்கொண்டு வந்தார். அநேகமாய் மௌனமாய் இருந்தார். அவருடைய அம்மா என்கிற அத்தியாயம் அவர் வரையில் மூடப்பட்டது என்று நான் நினைத்துக்கொண்டேன். மாதுவும் இவரைப்போல இருந்திருந்தால், நான் இப்பொழுது அனுபவிக்கும் பயமும், பரிதவிப்பும் இருந்திருக்காது என்கிற கற்பனையில் ஆழ்ந்திருக்கையில், ஆஸ்பத்திரியை அடைந்தோம்.

✲ ✲ ✲

அத்தியாயம் 27

நாங்கள் டாக்டர் ஆண்டர்ஸனைப் பார்க்கச் சென்றபோது, சென்னை டாக்டர்களின் ரிப்போர்ட்டையும், இங்கு வந்ததும் நடத்திய சோதனைகளின் முடிவையும் அவர் தீர்க்கமாகப் பார்த்து வைத்திருந்தார். மாதுவையும் பரிசோதித்து வந்திருந்தது பேச்சில் தெரிந்தது.

"இது ஒரு அக்யூட் லுக்கீமியா கேஸ்" என்றார் அவர் என்னை நேரிடையாகப் பார்த்து.

"குணமாகி விடுவாரா டாக்டர்?" என்றேன் நான் அவசரமாக.

அவர் லேசாகப் புன்னகைத்தபடி சொன்னார்!

"அந்த நம்பிக்கையில்தான் சிகிச்சையை ஆரம்பிக்கிறோம். ஆனால், உங்களிடம் நான் ஒன்று சொல்ல வேண்டும். அறுபது சதவீதம்தான் அந்த நம்பிக்கை. அந்த சதவீதம் இப்போதைக்குப் போதுமானது. காம்பினேஷன் கீமோத்தெரப்பியினால் பல பேர்களைக் குணப்படுத்தியிருக்கிறோம். இவருடைய உடம்பு அதற்கு ஒத்துழைத்தால், நம்பிக்கைக்கு நிறைய இடமுண்டு. அவருக்குக் கூடப்பிறந்தவர்கள் இங்கு இருப்பது ஒரு பாஸிட்டிவ் விஷயம்."

அப்பொழுதே மாதுவுக்குக் குணமாகி விட்டாற்போல் என் கற்பனை சிறகை விரித்தது.

"மாதுவின் உடம்பு ஒத்துழைக்கவில்லையானால்" என்கிற கோணத்தில் நான் சிந்திக்கவே மறுத்தேன்.

மாது மிகவும் சோர்ந்திருந்தார். நான் சின்னப் பெண்ணைப்போல ஆர்வத்துடன் அவருடைய கையைப் பற்றி, "உங்களுக்கு சீக்கிரம் குணமாயிடும் மாது! எனக்கு நம்பிக்கையிருக்கு" என்றேன்.

அவர் மெல்லப் புன்னகைத்து, "குட்" என்றார்.

மாதுவை இங்கே அழைத்து வந்து இருபது நாட்கள் ஆகிவிட்டன. இதைவிட நல்ல மருத்துவ கவனம் மாதுவுக்கு எங்கும் கிடைக்காது என்கிற எண்ணத்துக்கிடையில், என்னுள் ஒரு பீதி நமைச்சலாய் எடுத்தது. எதிர்பார்த்தபடி மாதுவின் உடல் சிகிச்சைக்கு ஒத்துழைக்கவில்லை. கீமோத்தெரப்பியில் இரத்த எண்ணிக்கை ஒரேயடியாய் கீழே போயிற்று! கிருமிகளை எதிர்க்க வலுவில்லாத உடம்பில் ஜுரம் கண்டது. கிருஷ்ணன் மூலம், கோபு மூலம் செய்த போன்மேரோ டிரான்ஸ்பிளான்டேஷனைக் கூட, உடம்பு இயல்பாக ஏற்றுக்கொள்ள சிரமப்பட்டது. 'கடவுளே... கடவுளே' என்று ஓயாமல் ஜெபிப்பதைத் தவிர வேறு எதுவும் செய்ய இயலாமல் நான் துவண்டுபோனேன். ஒரே ஒரு நிம்மதி. இந்த இருபது நாட்களாக என் மாமியார் மீண்டும் கனவில் வரவில்லை. நான் மிக சொற்பமாகத் தூங்குவதும் அதற்குக் காரணமாக இருக்கலாம். நான் இங்கு பத்மாவிடம் கூட என் கனவுகளைப் பற்றிச் சொல்லவில்லை. பத்மா ரொம்பவும் சினேகிதமாக, அனுதாபமாக நடந்துகொண்டாள். அவர்கள் வேலைக்கு வீட்டை விட்டுக் கிளம்பும்போது நானும் தினமும் கிளம்பி பாதாள இரயிலில் பயணம் செய்து ஆஸ்பத்திரியை அடைந்து, மாலைவரை மாதுவுடன் இருந்துவிட்டு வீடு திரும்புவேன். சிலசமயங்களில் இரவெல்லாம் உட்கார்ந்து என்னோடு பேசிக்கொண்டிருப்பாள் பத்மா.

'அந்த ராட்சசியோடு எப்படித்தான் நீ இருந்தியோ!' என்று ஒருமுறை அவள் சொன்னபோது கூட எனக்கு பதில் சொல்லப் பயமாக இருந்தது.

'என்னைக் கோபப்படுத்தினவாளுக்கு என்ன ஆகும் தெரியுமோல்லியோ...' என்ற வார்த்தைகள் என் நினைவில் அச்சுறுத்திக்கொண்டே இருந்தன. மாமியாரிடம் மானசீகமாக நான் விட்ட சவால்கள் எல்லாம் அர்த்தமற்றுப் போய்விடுமோ என்று ஒருவாரமாக என்னுள் திகில் ஏற்பட்டிருக்கிறது. என் மனச்சுமையை பத்மா ஒருத்தியிடம்தான் இறக்க முடியும். கோபுவின் மனைவி ஜெர்மன்காரி. கோபு மாத்திரம்தான் மாதுவைப் பார்க்க வந்தார். விமலா அயர்லாந்தில் இருந்தாள். அடுத்தவாரக் கடைசியில் வருவதாக இருந்தாள்.

அவள் வரப்போகிறாள் என்று தெரிந்ததும் நேற்று மாது மெல்லிய குரலில் சொன்னார்:

"விமலா வந்தா அவகிட்ட அந்த நகைப்பெட்டியைக் குடுத்துடு..."

நான் திடுக்கிட்டு அவரைப் பார்த்தேன். "இங்கே வரப்போறோம்னு தெரிஞ்ச மாதிரி எப்படி அதை இங்கே கொண்டு வந்தேள் மாது?" என்றேன் தயங்கியபடி.

"தெரியல்லே..." என்றார் அவர் ஆயாசத்துடன்.

'அம்மா உங்க கனவிலே வராறா?' என்று கேட்க நினைத்துக் கேட்காமல் நிறுத்திக்கொண்டேன். கண்டிப்பாக வருகிறார் என்று ஒருவாரமாகத் தோன்றிக் கொண்டிருக்கிறது.

டாக்டர் ஆண்டர்ஸனைச் சந்திக்க முடிவதேயில்லை. இன்றைக்கு எப்படியும் அவரைப் பார்த்து, மாதுவின் நிலையைப் பற்றித் திட்டவட்டமாகக் கேட்டுவிட வேண்டும் என்கிற தீர்மானத்தில் அப்பாயின்ட்மெண்ட் வாங்கிக்கொண்டு, அவரது அலுவலக வரவேற்பறையில் காத்து நிற்கிறேன். கீழே நகரும் உலகத்தைப் பற்றின பிரக்ஞையில்லாமல்...

"ஹல்லோ!"

சின்ன சப்தமெல்லாம் என்னைத் தூக்கிவாரிப் போடுகிறது. நான் என்னை சுதாரித்துக்கொண்டு டாக்டர் ஆண்டர்ஸனைப் பார்த்துப் புன்னகைத்து,

“ஹல்லோ!” என்றேன்.

“ப்ளீஸ் கம் இன்...” என்று அவர் என்னை அணைத்தபடி உள்ளே அழைத்துச் சென்றார். என்னை உட்கார்த்தி வைத்து என் தோளில் கையை வைத்து,

“சொல்லுங்கள்! என்னிடம் ஏதோ விவரம் கேட்க வேண்டும் என்றீர்களாமே?” என்றார்.

“எனக்கு என் கணவரைப் பற்றின உண்மை நிலை தெரியவேண்டும் டாக்டர்!” கட்டுப்படுத்திக்கொள்ள முடியாத ஒரு படபடப்பு என் குரலில் வெளிப்படுவதை நானே உணர்ந்தேன்.

“இங்கு வந்து சேர்ந்தபோது, அறுபது சதவீதம் நம்பிக்கை இருப்பதாகச் சொன்னீர்கள்...”

ஆண்டர்ஸன் தலையைக் குனிந்துகொண்டு யோசனையுடன் மேஜையிலிருந்த பென்ஸிலை உருட்டினார். என்னை மறுபடி பார்த்த பார்வையில் சங்கடம் தெரிந்தது.

“ஸாரி மிஸஸ் மாதவன்... இப்பொழுது என் நம்பிக்கை முப்பது சதவீதத்துக்கு இறங்கிவிட்டது. நான் எதிர்பார்த்த அளவுக்கு அவருடைய உடல் ஒத்துழைக்கவில்லை! அதைத் தவிர ஹி ஹேஸ் நோ வில் டு ஃபைட்! பேஷண்டுக்கு வியாதியோடு போராட உயிர் ஆசையும், மனோதிடமும் வேண்டும். அது அவருக்கு இல்லாததுபோல் இருக்கிறது. நீங்கள் அவரெதிரில் அதைரியத்தைக் காண்பிக்கிறீர்களா என்ன?”

“இல்லையே!” என்றேன் நான் திடுக்கிட்டு. “மாறாக...” எனக்கு மேற்கொண்டு வார்த்தைகள் வராமல் தொண்டைக்குழியில் சிக்கிக்கொண்டன.

“நெவர் மைண்ட்!” என்று அவர் அனுதாபத்துடன் என் தோளைத் தட்டினார். “உங்கள் கணவர்மேல் உங்களுக்கிருக்கும் அன்பை நான் அறிவேன் மிஸஸ் மாதவன்! அதுதான்

இப்போதைக்கு அவருக்கு பலம் நம்பிக்கையை இழக்காதீர்கள். முப்பது சதவீத நம்பிக்கையில் ஏதாவது நல்ல திருப்பம் ஏற்படாலம். நாங்கள் மிக நவீனமான உயர்ந்த ட்ரீட்மெண்ட்தான் கொடுக்கிறோம். இதில் பிரச்சினை என்னவென்றால், இந்த வியாதியில் எந்த இன்ஃபெக்ஷனையும் எதிர்க்கும் சக்தியை உடம்பு இழந்துவிடுகிறது. அதற்காக செய்யப்பட்ட போன்மேரோ டிரான்ஸ்பிளான்டேஷனிலும் திருப்திகரமான முன்னேற்றம் ஏற்படவில்லை. எந்த சமயத்திலும் ஏதாவது இன்ஃபெக்ஷன் ஏற்படலாம். எவ்வளவு ஜாக்கிரதையாக இருந்தாலும்...''

நான் இடிந்துபோனேன். அடிவயிற்றிலிருந்து துக்கமும், பீதியும் சுருண்டு எழுந்தாலும், முன்புபோல் கண்களில் நீர் பெருகவில்லை. உள்ளுக்குள் உறைந்துபோனாற்போல் இருந்தது.

சமயம் முடிந்துபோயிற்று என்பதுபோல டாக்டர் ஆண்டர்ஸன் எழுந்தார்.

''உங்களுக்கு உண்மை தெரியவேண்டும் என்பதற்காகச் சொன்னேன் மிஸஸ் மாதவன். ஆனால், நீங்கள் தைரியத்தை இழக்கக்கூடாது. அது அவரை அதிகமாகப் பாதிக்கும்.''

அவருடைய சமாதானம் எனக்கு விசித்திரமாக இருந்தது. 'பலிபீடத்தில் கழுத்தை நீட்டு; ஆனால் வெட்டை நினைத்துப் பயப்படாதே' என்பதுபோல்.

மாதுவின் அறைக்குத் திரும்பியபோது அவர் தூங்கிக்கொண்டிருந்தார்.

என் அன்பை, அதன் ஆழத்தை, என்னுள் இருக்கும் வேட்கையை இவர் உணரவேயில்லை என்கிற ஆதங்கம் என்னை ஆட்கொண்டது. உணர்ந்திருந்தால், எனக்காகத் தான் வாழ்ந்தே ஆகவேண்டும் என்கிற உறுதி இவருள் ஜனித்திருக்கும்.

மாது கண்ணை விழித்தார்.

“அம்மா வந்தார் என் கனவிலே” என்றார். என்னை அறியாமல் அதீதமான ஒரு பதட்டத்துக்குள்ளானேன்.

“என்ன சொன்னார்... என்ன சொன்னார்” என்றேன் பதறிக்கொண்டு.

மாது வியப்புடன் என்னைப் பார்த்தார்.

“ஏன் இப்படித் பதட்டப்படறே?”

“என்ன சொன்னார்?”

“ஓடி வந்து, ‘எப்படியிருக்கே மாது?’ அப்படின்னார்.”

“அவ்வளவுதானா?”

“அவ்வளவுதான்.”

நான் அவரை நம்பவில்லை.

✲ ✲ ✲

அத்தியாயம் 28

சாப்பாட்டு அறையிலிருந்து ஹிந்தி வானொலிச் செய்தி கேட்டது. தோட்டத்துப்பக்கம் பார்த்த நாற்காலியில் அமர்ந்திருந்த நாயக்கர் எழுந்தார்.

ராமசாமியை இப்பொழுது விட்டுவிட்டால் அப்புறம் பிடிப்பது சிரமம். சிலசமயம் இரவுதான் வருவார் - அதுவும் வெகுநேரம் கழித்து. அதற்குள் அவர் படுக்கைக்குச் சென்றிருப்பார்.

"வாங்கப்பா!" என்றார் ராமசாமி மெல்லிய புன்னகையுடன். அவரைக் கண்டதும் ரேடியோவின் ஒலியைச் சற்று குறைத்தார்.

"எப்படியிருக்கீங்க... இன்னிக்கு நடக்கப் போகல்லியா!"

"போகணும்... உன்னைப் பார்த்துப் பேசணும்னு காத்துக்கிட்டிருந்தேன்."

"என்ன விஷயம்?"

"மாதுவைப்பத்தித்தான்... லைன் கிடைச்சுதா?"

"ஆ... கிடைச்சுது!" என்றார் ராமசாமி பேப்பரில் முகத்தை மறைத்தபடி.

ராமசாமியின் நிதானமான பதில் நாயக்கருக்கு ஏமாற்றமாக இருந்தது.

"எப்ப...? நா தவிச்சுக்கிட்டிருக்கேன். உடனே சொல்ல வேண்டாமோ?"

பேப்பரிலிருந்து பார்வையை அகற்றி ராமசாமி அவரை சங்கடத்துடன் பார்த்தார்.

"சொன்னா இன்னும் தவிப்பீங்க. அதனாலே தயங்கிக்கிட்டிருக்கேன்."

நாயக்கர் பதட்டத்துடன் விறைத்துக்கொண்டு நிமிர்ந்தார்.

"என்ன சமாச்சாரம் ராமு?"

"மாதுவை மோகினி லண்டனுக்குக் கூட்டிக்கிட்டுப் போயிருக்காளாம் சிகிச்சைக்கு."

"நோய் கடுமையா இருக்கலாம். இந்திய டாக்டர்கள்கிட்ட அவளுக்கு நம்பிக்கை இல்லாம போயிருக்கலாம். இங்கிலாந்துலே மாதுவுடைய கூடப்பிறந்தவங்க இருக்கிறதினாலே, அங்கே போயிடறது நல்லதுன்னு அவ நினைச்சிருக்கலாம். எல்லாம் என் ஊகம்தான். போன்லே அவளுடைய அண்ணனுக்கு சரியாகச் சொல்லத் தெரியல்லே."

"என்ன வியாதின்னு சொன்னானா?"

"ஆமாம், லுக்கீமியாவாம்."

"அப்படீன்னா!"

"அது ஒருவகை புற்றுநோய். இரத்தத்திலே வர்றது..."

நாயக்கர் அதிர்ச்சியுடன் ராமசாமியைப் பார்த்தார்.

"அடக்கடவுளே! அந்தப் பிள்ளைக்கு எப்படி அது வந்தது. நல்ல ஆரோக்கியமான உடம்பாச்சே அவனுக்கு?"

"இது யாருக்கு வேணா வரலாம்!"

"அட, எனக்கு வரட்டுமே" என்றார் நாயக்கர் ஆற்றாமையுடன். "இப்பதான் அவங்க வாழ்க்கையே ஆரம்பிக்கணும், அவனுக்கு வருவானேன்."

"இதுக்கெல்லாம் யாரைப்போய் காரணம் கேட்க முடியும்?" என்றார் ராமசாமி. மென்மையாக, வந்துட்ட பிறகு என்ன

செய்ய முடியும். லண்டன்லே நவீன சிகிச்சை கிடைக்கும். குணமாயிடுவான். கிருஷ்ணன் கெட்டிக்காரன். எப்பப்ப என்ன செய்யணும்னு தெரிஞ்சவன்.''

''உண்மைதான். கிருஷ்ணன் ரொம்பப் பொறுப்பு தெரிஞ்சவன்'' என்றார் நாயக்கர்.

'நாகலட்சுமிக்குத்தான் கொடுப்பினை இல்லே' என்று தனக்குள் சொல்லிக்கொண்டார்.

''மோகினி அங்கே கிளம்பிப்போனது நல்லதுதான்'' என்று எழுந்தார்.

''குணமாயிடுவான்...'' என்றார் தமக்குள் பேசிக்கொள்பவரைப் போல. ''ஏதோ சோதனைக்காலம் அந்தப் பெண்ணுக்கு இப்ப...''

''ஆ! இன்னொரு விஷயம் சொல்ல மறந்துட்டேன். பிரசாத் வரான் நாளைக்கு மனைவி குழந்தைகளோட!''

நாயக்கரின் முகம் சட்டென்று பிரகாசமாயிற்று.

''அட! நீ இதை முதல்லியே சொல்ல வேண்டாமோ!'' என்று செல்லமாகக் கடித்தார். ''எத்தனை நாளைக்கு?''

''பதினைந்து நாளைக்கு!''

மோகினியைப் பற்றிய கவலையெல்லாம் தற்காலிகமாக விலகிக்கொண்டது.

பிரசாத் ராமசாமியின் மூத்த மகன். ஆஸ்திரேலியாவில் டாக்டர் தொழில் பார்க்கிறான். சின்ன வயசிலிருந்து அவனுக்குப் படிப்பில்தான் குறி. குடும்பத் தொழிலில் அவனுக்கு ஆர்வமில்லாதது, ராமசாமிக்குக் கொஞ்சம் வருத்தம்தான்.

''தொழிலைக் கவனிக்கக் கடவுள் புண்ணியத்திலே இன்னும் ரெண்டு பையன்கள் இருக்கிறாங்க...'' என்று நாயக்கர் பலக்கச் சொன்னார்.

''ஜி சாப்?'' என்றான் கூட நடந்து வந்த மோசஸ்.

"என் பேரப் பிள்ளைகளைப் பத்திச் சொன்னேன்!" என்றார் அவர் சாதாரணமாக. "வியாபாரத்திலே நாட்டமில்லேன்னு மூத்தவன் டாக்டராயிட்டான். நல்லவேளையா அடுத்த ரெண்டு பிள்ளைகளுக்கும் நாட்டமிருக்கு."

"அவங்களை நான் பார்க்கவேயில்லையே!"

"நானே பார்த்து இரண்டு வருஷம் ஆகுது. அமெரிக்காவிலே படிக்கிறாங்க. இப்ப மூத்தவன் வரான் நாளைக்கு ஆஸ்திரேலியாவிலேர்ந்து பெண்ஜாதி, குழந்தைகளோட!"

"இத்தனை பெரிய வீடு, காலியா இருக்கேன்னு நான் நினைப்பேன். கொஞ்ச நாளைக்கு வீடு நன்றாயிருக்கும்."

அதரங்களில் புன்னகை தவழ நடையைத் தொடர்ந்த நாயக்கர் லேசாகக் கேட்டார்:

"உங்க வீட்டிலே எத்தனை பேர்னு சொன்னே?"

"என்னையும் சேர்த்து எட்டுப் பேர்."

நாயக்கர் யோசனையுடன் நடந்தார். ஃபீஜி குடும்பங்கள் அநேகமாக பெரிய குடும்பங்கள் தான்... ஆனால், இந்தியனுடைய பவிசு ஏற ஏற எண்ணிக்கை சிறுத்துப்போச்சு.

ஜனத்தொகையில் 51% இருக்கிற இந்தியச் சமூகம் ரொம்பச் சீக்கிரம் பாதிக்கும். ரொம்பக் கீழே இறங்கிப்போகப் போகுது. இப்படிப் பிள்ளைங்க பிறக்கறது குறைஞ்சு போனதுக்குக் காரணம் உண்டு... வெளிநாட்டுக்குக் குடிபெயர்ந்து போகிற காரணம் பாதி. இந்த மாதிரி ஒரு நிலைமை ஏற்பட்டு போகக்கூடாதுன்னு பட்டேல் ரொம்ப தீவிரமா இருந்தான். குடும்பக்கட்டுப்பாடு நமக்கு வேண்டாம்; நிறைய குழந்தைகளைப் பெத்துக்குடுங்கன்னு கூட்டத்துக்குக் கூட்டம் பிரசாரம் செய்வான். அதே கூட்டத்திலேயே நம்ம சந்ததிகளுக்கு எதிர்காலம் இல்லேம்பான்.

நாயக்கரின் அதரங்களில் இன்னும் புன்னகையிருந்தது. இருபக்கமும் பனைமரம் நடப்பட்ட அந்த பிரதான சாலையை அபிமானத்துடன் பார்த்தபடி அவர் நடந்தார்.

வயிறு காஞ்சிருந்த சமயத்திலே புள்ளைங்க வேண்டாம்னு நினைச்சபோது பசுபகன்னு பிறந்து 'லைன்' நிறைஞ்சுபோச்சு. புள்ளைக்குப் பால் குடுக்கக்கூட விடாம, மேஸ்திரி பொம்பளையை அடிச்சு வேலை வாங்குவான்... அப்படியும் புள்ளை பிறக்கறது நிக்கல்லே. இப்ப வயிறும், மனசும் நிறைஞ்சிருக்கு. இப்ப எத்தனை 'லைன்' குழந்தைங்க நின்னாலும் சோறுபோட வசதியிருக்கு. ஆனா, வசதியினாலே ஏறிப்போன கொழுப்பே குடும்பக் கட்டுப்பாடாப்போச்சு... குழந்தையைப் பெத்துக்கோன்னாப்பலே பொறந்துடுமோ? பட்டேலுக்கே இரண்டாம் மனைவி மூலம் குழந்தை இல்லே... மாதுவுக்கு இல்லே.

அவர் சட்டென்று நின்றார். இத்தனை நேரம் மாதுவைப் பற்றி தான் நினைக்காமல் இருந்தது மெல்லிய குற்ற உணர்வை ஏற்படுத்திற்று.

செய்தி சொல்லும்போது ராமசாமி பேப்பரில் முகத்தை மறைத்துக்கொண்டு தயக்கத்துடன் சொன்னதிலிருந்து, வியாதி கடுமையானதாக இருக்க வேண்டும் என்று அவருக்கு சஞ்சலம் ஏற்பட்டது. அதைப்பற்றி பிரசாத்திடம் விசாரிக்க வேண்டும் என்று நினைத்துக்கொண்டார்.

மீண்டும் மீண்டும் மனசு அதிர்ந்தது. மாதுவின் வியாதி யதேச்சையானதா?

மோகினியுடைய கனவெல்லாம் நிஜம்னா, இதுக்கும் அதுக்கும் சம்பந்தம்னுதானே தோணுது... நாகலட்சுமிக்குள்ளே அத்தனைக் கொடூரம் இருக்குமா?

குருடன் திருதராஷ்டிரன் யாரையாவது ஆலிங்கனம் செய்தான்னா, அவனுக்குள்ளே இருக்கிற ஆங்காரமும், அசூயையும் அவன் பிடிக்குள்ளே வந்தவனை பஸ்பமாக்கிடுமாம்... நல்ல குணத்துக்கு இருக்கிற ஆக்கற சக்தியை விட, கெட்ட குணத்துக்கு ஏற்படற அழிக்கிற சக்தி அதிகம்னு தேசத்திலே அப்பாரு அடிக்கடி சொன்னது இன்னும்

நினைவிருக்கு. இந்த நாகலட்சுமிக்குள்ளே இப்படித்தான் ஏதோ ஒரு சக்தி இருக்கணும்.

நாயக்கருக்கு இதைப்பற்றி யோசிக்க யோசிக்கக் குழப்பம் அதிகரித்தது. இப்படியெல்லாம் ஒரு பெண்மணியைப் பற்றி - அதுவும், ஐம்பது வருஷப் பழக்கமுள்ள சிநேகிதியைப் பற்றி நினைப்பு ஏற்படுவது அநாகரிகம் என்ற வருத்தம் ஏற்பட்டது.

தலையை சோகமாக அசைத்து, "ஒண்ணும் புரியல்லே" என்றார் வாய்விட்டு.

"எது ஸாப்?" என்றான் மோஸஸ்.

இன்றைக்குப் பேசவே அவருக்கு சோர்வு ஏற்பட்டது.

"ஒண்ணுமில்லே!" என்றார் அவர் நடையைத் தொடர்ந்து. "உலகத்திலே எத்தனையோ விஷயங்கள் விசித்திரமா நடக்கும்; நம்மைக் குழப்பும், எல்லாமே நமக்குப் புரியணும், காரணம் விளங்கணும்னு நினைச்சோம்னா நாமதான் முட்டாள்கள்!"

"விளங்கப் போச்சுன்னா நமக்கும், கடவுளுக்கும் வித்தியாசமிருக்குமா ஸாப்?"

அவர் பதில் சொல்லாமல் புன்னகையுடன் அவன் தோளைப் பற்றியபடி நடந்தார்.

'பிரசாத்தைக் கேட்கணும்' என்று அவர் மீண்டும் நினைத்துக்கொண்டார். மனோதத்துவம்கூட அந்தப் பயலுக்குத் தெரியும். நிறைய புஸ்தகம் படிப்பான். கூலி வேலை நாள்ளே 'லைனு'க்குள்ளே சண்டை, சச்சரவு, தற்கொலை, கொலை இதெல்லாம் ஏன் நடந்ததுன்னு மனோதத்துவ ரீதியிலே விளக்கம் சொல்வான். 'அடேய், இதெல்லாம் நானே சொல்வேனே... புத்தகம் எதுக்கு'ன்னு நா பரிகாசம் செய்வேன். இந்த நாகலட்சுமி சமாச்சாரம் நிச்சயம் புரியல்லே...'

"இன்னிக்கு நடந்தது போதும் மோஸஸ், வீட்டுக்குத் திரும்பலாம்" என்ற அவரை மோஸஸ் வியப்புடன் பார்த்தான்.

"ஏன் ஸாப், உடம்பு சரியில்லையா?"

"கொஞ்சம் களைப்பாயிருக்கு" என்றார் அவர் சுருக்கமாக.

★★★

இன்றைக்கு உடம்பு ஒரேயடியாய் அசத்திற்று. ஒரு மாதமாக சரியான சாப்பாடும் தூக்கமும் இல்லாததோடு, கவலையும் பயமும் அலைச்சலுமாக என் எடை வெகுவாகக் குறைந்துபோனது எனக்கே தெரிந்தது... படுத்தே இருக்கவேண்டும் என்று சண்டிபிடித்த உடம்பை இழுத்துக்கொண்டு நான் ஆஸ்பத்திரியை அடைந்தேன்.

மாதுவின் அறைக்குப் பக்கத்து அறையில் இருந்த நோயாளி பீட்டர் வார்டின் லௌஞ்சில் நடந்துகொண்டிருந்தார். என்னைப் பார்த்துக் கையசைத்துச் சிரித்தார்.

"ஹல்லோ சாவித்திரி!" என்றார்.

"ஹல்லோ என் பெயர் சாவித்திரி இல்லை!" என்று நான் சிரித்தேன்.

"நான் அப்படித்தான் உங்களைக் கூப்பிடப்போகிறேன். கணவருக்காக இப்படிப் பணிவிடை செய்யும் மனைவியை நான் பார்த்ததேயில்லை. இங்கே வேறு எந்தப் பெண்ணாவது நோயாளிக் கணவன் பக்கத்தில் இருப்பதைப் பார்த்தீர்களா."

"ஓ! இங்கே எல்லாரும் வேலைக்குப் போகிறார்கள். அவர்களுக்கும், எனக்கும் வித்தியாசமில்லையா?"

"அதுமட்டும் காரணமில்லை. உங்கள் மனோபாவமே வேறு."

நான் கூச்சத்துடன் சிரித்தேன்.

"உங்களுக்கு சாவித்திரியின் கதையை யார் சொன்னது?"

"மாது?"

எனக்கு லேசாகச் சிலிர்த்தது. தலையைத் தாழ்த்தியபடி, “எனக்கு சாவித்திரியின் சக்தி இல்லை. ஐ விஷ் ஐ ஹாட்” என்று மெல்லிய குரலில் சொல்லிவிட்டு, நான் மாதுவின் அறைக்குள் நுழைந்தேன்.

மாது தூங்கிக்கொண்டிருந்தார். கிருமிகள் அவரது பலவீன உடலைத் தாக்கக்கூடாது என்று ஒரு ஸ்டெரிலைஸ்ட் டெண்ட்டுக்குள் அவரைப் படுக்க வைத்திருந்தார்கள். நான் வெறும் கூர்க்கா வேலை செய்வதுபோல என்னுள் ஒரு சலிப்பு ஏற்பட்டது. எதைக் கண்காணிப்பதற்காக நான் அந்த வேலையைச் செய்கிறேன். யமனின் வருகையையா...? அது சாத்தியமா? என்னால் அவனை நிறுத்த முடியுமா? அல்லது சாவித்திரியைப் போல அவனைக் துரத்திக்கொண்டு சென்று நியாயம் கேட்க முடியுமா? நாம் எத்தனை பலவீனமானவர்கள் என்று இந்தக் கதைகளை எழுதினவர்களுக்குத் தெரியாதா? இவற்றிற்கெல்லாம் என்ன அர்த்தம்? மீட்க முடியாவிட்டால் பத்தினித்தனம் குறைவு என்று அர்த்தமா?

கேள்வி அபத்தமாக இருந்தாலும் என்னுள் அதிக குழப்பத்தை ஏற்படுத்திற்று. பாதை தெரியாத இருளில் துழாவுவதுபோல் இருந்தது. சாவித்திரிக்கு யமன் மட்டும்தான் எதிரி. யமனுக்கு மேல் சர்வவியாபியாய் - சர்வசக்தியாய் நிற்கும் என் மாமியாரின் ஆவியும் எனக்கு எதிரி! இந்த சக்திக்கு முன் வெங்கடாஜலபதிக்கும், கருமாரி அம்மனுக்கும் வேண்டிக்கொண்டதெல்லாம் அர்த்தமில்லாதது. பலிபீடத்தில் கழுத்தை நீட்டிக்கொண்டு உட்கார்ந்திருக்கிறேன் நான்.

ஆனால் என்னுள் ஒரு விநோதமான மாறுதல் ஏற்பட்டிருக்கிறது. உண்மை நிலவரத்தை டாக்டர் ஆண்டர்ஸன் சொன்னதிலிருந்து என் கண்களிலிருந்து நீர் பெருகுவதே நின்றுவிட்டது. எல்லா நீரும் உறைந்து போனாற்போல, தோல்வியை ஏற்றுக்கொண்டு விட்ட மனநிலையில் பிரார்த்தனை செய்யக்கூடத் தோன்றாத ஒரு ஜடத்தனம் வந்துவிட்டது.

மாது நேற்று கண்விழித்திருந்த போது என்னைப் பார்த்து,

“நீ இங்கேயிருந்து ஃபீஜிக்குப் போயிடறதுதான் சரி!” என்றார்.

“ஃபீஜிக்குத்தான் போகப்போறோம். உங்களுக்கு உடம்பு சரியானதும்” என்றேன். அவர் பொறுமையில்லாமல் சூள் கொட்டினார்.

“நா இல்லாவிட்டாலும்!” என்றார் அழுத்தமாக.

“நீங்களும் வரப்போறேள் மாது... எனக்கு நம்பிக்கையிருக்கு!” என்றேன் நான் - என்னைக் கட்டுப்படுத்திக்கொண்டு, அவர் மறுபடியும் சூள் கொட்டினார்.

“நீங்க இப்படி நம்பிக்கை இழக்கக்கூடாது மாது. என்னை விட்டுட்டுப் போக நினைக்கிறது நியாயமேயில்லை. என் வாழ்க்கை முழுக்கக் காத்திண்டே இருக்கிற வேலையாப் போச்சு. நமக்குன்னு காலம் வரும்னு அடிக்கடி எனக்குத் தைரியம் சொல்லியிருக்கேள்... ரிமெம்பர்? என்னை நீங்க ஏமாத்த முடியாது மாது!”

குரல் உடையாமல், கண்களில் நீர் நிறையாமல் நான் ஏதோ வசனம் பேசுவது போல் தீனமாகச் சொன்னேன்.

அவர் கண்ணைத் திறக்காமல் படுத்திருந்தார். திறக்காமலேயே உதட்டை மட்டும் அசைத்து, “ஸாரி” என்றார்.

டாக்டரின் பேச்சு ஞாபகம் வந்ததில் நான் உற்சாகத்தை வரவழைத்துக் கொண்டு சொன்னேன்:

“உங்களுக்கு சீக்கிரம் குணமாயிடும்னு டாக்டர் சொன்னார். உங்களுக்கு அதிலே நம்பிக்கை இருக்கணும்... உங்களை விட்டா எனக்கு யாருமில்லே என்கிற பச்சாதாபம் உங்களுக்கு இருந்ததுன்னா, எனக்காக உயிர் வாழ்ந்தே ஆகணும் என்கிற எண்ணம் உங்களுக்கு ஏற்படும்.”

“ஐ ஆம் ஸாரி.”

"இது போறாது மாது... யூ மஸ்ட் ஹேவ் எ வில் டு லிவ்!"

அவர் வெகுநேரம் கழித்து ஆயாசத்துடன் பதில் சொன்னார்:

"என் உடம்பிலே ரத்தமே இல்லே மோகினி! யாரோ உறிஞ்சுட்ட மாதிரி இருக்கு! எதை வைச்சுப் போராடறது?"

எனது மயிர்க்கால்களில் எனக்குக் கூச்சம் ஏற்பட்டது.

"புது ரத்தம் ஊறும் மாது... அதுக்குத்தான் ட்ரீட்மெண்ட்டெல்லாம். என் கண் முன்னாலேயே எவ்வளவு பேர் குணமாகிப்போறதைப் பார்க்கிறேன்."

"அதெல்லாம் ஒவ்வொருத்தருடைய அதிர்ஷ்டம்."

"பழையபடி உங்க உடம்பு ஆயிடும். எனக்கு நம்பிக்கையிருக்கு."

ஏதோ ஜபத்தை மந்திரிப்பதுபோல் திரும்பத் திரும்ப இதே வார்த்தைகளைச் சொல்லி வருகிறேன், எனக்கே நம்பிக்கை இல்லாமல். இன்றைக்கு எதுவும் பேசும், சிந்திக்கும் நிலையில் நான் இல்லை. அசாத்திய சோர்வு என்னை ஆட்கொண்டிருக்கிறது. நான் நாற்காலியில் தலையை சாய்த்துக் கண்ணை மூடிக்கொண்டேன்.

யாரோ என்னைத் தொட்டார்கள். மைத்துனர் கிருஷ்ணன் நின்றிருந்தார்.

"நீ ரொம்பக் களைச்சுப் போயிட்டே, வீட்டுக்குப் போய் ரெஸ்ட் எடுத்துக்கோ... நா இருக்கேன் இன்னிக்கு. இதுக்காகவே லீவு போட்டுட்டு வந்திருக்கிறேன்" என்றார்.

"வேண்டாம் அண்ணா! இங்கேயே இருக்கேனே" என்றேன்.

"இங்கே நீ இருந்து என்ன செய்யப்போறே? நாலு நாளா மாதுவுக்கு இப்படியேதான் இருக்கு. நீ ரெஸ்ட் எடுக்கலேன்னா

உனக்கு ஏதாவது ஆகிவிடும். நீ கிளம்பிப் போ. நாளைக்கு வா!'' என்றார் கண்டிப்புடன்.

மாது தூங்கிக்கொண்டிருந்தார். நான் இஷ்டமில்லாமல் கிளம்பிப்போனேன். அணு அணுவாய் வலித்தது. வீட்டை அடைந்ததும், கண்ணை மூடிக்கொண்டு படுக்கையில் சாய்ந்தேன். புலன்கள் மந்திரக்கோல் பட்டதுபோல உறக்கத்தில் கரைந்தன.

என் மாமியார் அறைக்குள் நுழைந்தார் அமைதியாக. கையைக் குறுக்கே மடித்து நின்றபடி என்னைப் பார்த்து நிதானமாகச் சிரித்தார். என் இரத்த நாளங்கள் உறைந்துபோயின.

டெலிபோன் ஒலித்தது. நான் பதறிக்கொண்டு எழுந்தேன்.

மறுமுனையில் கிருஷ்ணனின் குரல் கேட்டது: ''ஸாரி மோகினி'' இரண்டே வார்த்தைகள்.

கழுத்தில் வெட்டு விழுந்து விட்டதை உணர்ந்தேன்.

✲ ✲ ✲

அத்தியாயம் 29

எனக்கே ஆச்சரியமாக இருக்கிறது - என்னுடைய மனநிலையைக் கண்டு. கண்ணில் ஒரு பொட்டுக் கண்ணீர் வரவில்லை. துக்கமோ, அதிர்ச்சியோ, ஏமாற்றமோ இருப்பதாகப் படவில்லை. நிச்சயமாகத் தோற்றுவிடுவோம் என்கிற எண்ணத்துடனேயே ஓடித் தோற்றுப்போன பந்தய இறுதியில் நிற்கிற ஆயாசம்தான் இப்பொழுது இருக்கிறது.

''ஐயம் ஸாரி!'' என்றார் கிருஷ்ணன் மறுபடியும். ''நா உன்னைக் கட்டாயப்படுத்தி வீட்டுக்கு அனுப்பிச்சேன், கடைசி நிமிஷத்திலே அவன் பக்கத்திலே நீ இருக்க முடியாம பண்ணிட்டேன்...''

சமுத்திர அலையாய் 'ஓ'வென்று ஓர் ஏக்கம் அடிவயிற்றிலிருந்து ஆர்ப்பரித்து ஆர்ப்பரித்து உள்ளுக்குள்ளேயே அமுங்கிப்போயிற்று. நெஞ்சு பாறையாய் உறைந்துபோயிற்று. கண்கள் வெறும் கண்ணாடிப் பார்வையாய் சூன்யத்தைத் துழாவின.

கனவில் வந்த என் மாமியாரின் உருவமும், அந்த மெத்தனப் பார்வையும், புன்னகையும் இந்த சூன்யத்தில் மையமாய் நின்றன. தேதி இன்று 16. சரியாக இரண்டு மாசம்.

''அதுக்கு நீங்க காரணமில்லே அண்ணா...'' என்றேன் நான் உடைந்த குரலில்.

"எனக்கேற்பட்டிருக்கிற சாபம் அது!" என்று தொடர்ந்து எனக்குள் சொல்லிக் கொண்டேன்.

"ஐ ஃபீல் கில்டி!" என்றார் அவர் சமாதானமாகாமல். அவர் மேலே என்ன சொன்னார் என்று எனக்கு மனசில் பதியவில்லை.

'நீ தனியா இருக்கறதை நா பார்க்கணும்' என்றார் என் மாமியார். ரிஸீவரைப் பிடித்திருந்த என் கை இறுகிற்று.

'என்னைக் கோபப்படுத்தினவாளுக்கு என்ன ஆகும்னு தெரியுமோ இல்லையோ?'

"எத்தனை துரதிர்ஷ்டம் பார் உனக்கு என்னுடைய செய்கையினாலே... காவல் காக்கிற மாதிரி பக்கத்திலேயே உட்கார்ந்திருப்பே! கடைசிவரைக்கும் அவனுக்கு நினைவு இருந்தது. உன் பெயரைத்தான் திரும்பத் திரும்பச் சொன்னான்..."

இதயம் ஒரு விநாடி நின்றது.

"என்ன சொன்னார்?"

"'பாவம் மோகினி'ன்னான்."

பகபகவென்று என்னுள் உணர்வுகள் எல்லாம் பற்றிக்கொண்டன. பஸ்பமாகி விழுந்தன.

"அதைச் சொல்ல கடைசி நிமிஷத்திலே அவருக்குத் தைரியம் வந்தது ஆச்சரியம்தான்."

நெஞ்சில் ஆங்காரமும், ஆத்திரமும், ரௌத்திரமும் டமாரமடித்தன.

"அவர் வாயிலேந்து அந்த வார்த்தைகள் வரும்னு தெரிஞ்சுதான் - நான் கேட்டுடக்கூடாது என்கிற எண்ணத்திலேயேதான் என்னை அங்கே இருக்க விடாம செஞ்சுட்டார்..."

"மாதுவா...?" என்று கிருஷ்ணன் குழப்பத்துடன் இழுத்தார்.

“இல்லே, அம்மா!”

‘ஓ, ஐ ஹேட் ஹெர்! உங்கம்மா சூனியக்காரி! ஆங்காரி!’

வார்த்தைகள் வெளியில் வராமல் பொறிகளாய் இதயமெங்கும் துள்ளிப் பறந்தன. நாபியிலிருந்து கபாலம் வாரை ஜ்வாலையை எழுப்பின.

சற்றுநேரம் கிருஷ்ணன் பதில் ஏதும் பேசவில்லை. பிறகு தயங்கும் குரலில், “உன்னாலே இங்கே வர முடியமா மோகினி? இல்லே, பத்மா ஆபீஸ்லேந்து வந்தப்புறம் அவளை அழைச்சிண்டு வரச்சொல்லட்டுமா?”

“வேண்டாம், நானே வரேன். நோ பிராப்ளம்.”

“நீ இங்க வந்து கையெழுத்துப் போடணும்.” கிருஷ்ணனின் குரலில் இன்னும் தயக்கம் இருந்தது. “பாடியை மார்ச்சுவரிக்கு அனுப்பறதுக்குள்ளே!”

“நோ பிராப்ளம்” என்றேன் மறுபடி.

“நேரே டாக்ஸிலே வந்துடு.”

“ஓ.கே.”

நான் நிதானமிழக்காமல் டாக்ஸிக்கு டெலிபோன் செய்தேன். சுத்தமான தெருக்களையும், லண்டனின் ஸபர்பைச் சேர்ந்த அழகிய தனித்தனி வீடுகளையும், அவற்றின் தோட்டங்களையும் முதல்முறையாகப் பார்ப்பவள்போல் பார்த்தேன். இதுவரை இவை என் பார்வையில் நிச்சயமாகப் படவில்லை.

எத்தனை குருட்டுத்தனமான பந்தயத்தில் இத்தனை நாட்கள் ஓடிக்கொண்டிருந்தேன்! எப்படிப்பட்ட கண் மூடிய நம்பிக்கை, யதார்த்தம். அதை ஒடுக்க ஒடுக்கத் துளிர்த்துக்கொண்டே இருந்தது! அதற்கு என்ன காரணம்?

கண்ணுக்குப் புலப்படாத ஏதோ அமானுஷ்ய சக்தி விஞ்ஞானத்தையும், இயற்கையையும் மீறி - நான் செய்த பிரதட்சணங்களுக்காகவும், வேண்டிய வேண்டுதல்களுக்காகவும்

மனமிரங்கி மாதுவின் ஆயுசை நீடிக்கச் செய்யும் என்கிற என்னுடைய எதிர்பார்ப்பு காரணமா?

இந்த எதிர்பார்ப்பு நானாக ஏற்படுத்திக்கொண்டதில்லை. உற்றமும், சுற்றமும், சமூகமும் என்னுள் அப்படிப்பட்ட ஒரு நம்பிக்கையை, பிரமையை ஏற்படுத்தியிருந்தன.

உண்மையில் எதற்குமே அர்த்தமில்லை. பிரதட்சணங்களுக்கும், வேண்டுதல்களுக்கும் ஏதும் அர்த்தமில்லையடி நமது மனக்கவலையை திசை மாற்றுவதைத் தவிர - மனப்பாரத்தை வேறோர் ஆதாரத்தில் ஏற்றுவதைத் தவிர.

நமக்கு நாமே அளித்துக்கொள்ளும் ஸைக்கோத்தெரப்பி இவை. பொய்யான மயக்கத்தில் ஆழ்த்தி, மயக்கமே நிஜமென்று நம்ப வைக்கும் மந்திரம்!

மயக்கத்திலிருந்து கொடூரமாக விழித்துக்கொண்ட பின் உடைந்து போகாமல் இருக்க சுலபமாக நமது சித்தாந்தத்தில் இருக்கும் சமாதானம் - விதி.

எனக்கு நினைக்க நினைக்கக் குழப்பம் அதிகரித்தது. மண்டை பிளந்துவிடும்போல் நூறாயிரம் கேள்விகளும், தெளிவில்லாத பதில்களின் ரீங்காரங்களும் உள்ளுக்குள் ஜனித்தன.

எல்லாம் விதிபோல்தான் நடக்கும் என்றால் ஏன் இத்தப் பைத்தியக்கார பிரார்த்தனைகள், வலங்கள், வேண்டுதல்கள்? யாரைத் திருப்திப்படுத்த? யாரைக் கோபப்படுத்தாமல் இருக்க!

என் மாமியாரின் குணம்தான் நாம் கடவுள் என்று நினைத்து வணங்கும் சக்திக்கும் இருக்குமா? திருப்தி அடைந்தால் அருள்பாலிக்கவும், கோபமடைந்தால் தண்டிக்கவும் செய்யும் சக்தியாக அது இருக்குமானால், அதற்கும், மனிதனுக்கும் என்ன வித்தியாசம்? அதற்கும், என் மாமியாருக்கும் என்ன வித்தியாசம்?

வித்தியாசமில்லாததால்தான் இந்தப் போட்டியில் என் மாமியார் வென்றுவிட்டாரா?

எல்லாவற்றிற்கும் காரணம் விதிதான் என்று நம்ப நான் தயாராக இல்ல. என்னுடைய கனவுகளுக்கும், அதைத் தொடர்ந்து மாதுவின் முடிவிற்கும் என் மாமியார்தான் காரணம் என்று நான் நிச்சயமாக உணர்கிறேன்... மனிதனின் மனத்துக்கு இருக்கும் சக்தி வேறு எதற்கும் இல்லை என்கிற எண்ணம் இப்பொழுது யோசிக்க யோசிக்க வலுப்படுகிறது.

என் மாமியாரின் ஆளுமைக் குணத்தை எதிர்க்க வலுவில்லாத பலகீன மனத்தினர்களாக நானும், மாதுவும் இருந்த காரணத்தால்தான் நாங்கள் தோற்றுப்போனோம்.

'என் உடம்பிலே இரத்தமே இல்லே மோகினி... எல்லாம் உறிஞ்சப்பட்டது போல இருக்கு.'

என்னுடைய காய்ந்த விழிகள் தெருக்களையும், புதுப்பிக்கப்பட்ட லண்டனின் பழைய கட்டடங்களையும் வெற்றுப் பார்வைப் பார்த்தன.

'உங்கம்மா ஒரு ஆங்காரி மாது! நீங்க உயிரோடு இருக்கும்போது சொல்ல முடியாத வார்த்தைகளை இப்பச் சொல்றேன்... கருணையேயில்லாத ராட்சசி என்னை விரோதிபோல வெறுத்த ஆங்காரி. அந்த ஆங்காரம்தான் உங்க இரத்தத்தை உறிஞ்சி உங்களையே இழுத்துக்கொண்டு விட்டது, உங்ககிட்ட என் கனவைப்பத்தி நா சொல்லாதது தப்பு. சொல்லியிருந்தா உங்கம்மாவுடைய சுபாவம் உங்களுக்குப் புரிஞ்சிருக்கும்... நா பதினைஞ்சு வருஷம்! அனுபவிச்ச பயம் புரிஞ்சிருக்கும்.'

'அதையெல்லாம் எதுக்காக நா தாங்கிண்டிருந்தேன்னு தெரிஞ்சிருக்கும். எனக்காக உயிர் வாழனும்னு ஒரு தீர்மானம் உங்களுக்கு ஏற்பட்டிருக்கும்... கனவைப்பத்தி உங்கக்கிட்டச் சொன்னா என்னை நீங்கத் தப்பா நினைப்பேள்னு பயந்தேன்

மாது! என்மேல உங்களுக்குத் துளிர்க்க ஆரம்பிச்ச பிரியம் கருகிடும்னு பயந்தேன் மாது...'

டாக்ஸி நின்றது. நான் சுயநினைவுக்கு வந்தேன். கட்டணத்தைக் கொடுத்துவிட்டு ஆஸ்பத்திரி கட்டடத்தை நோக்கி விரைந்தேன். முகப்பில் கிருஷ்ணனும், பத்மாவும் நின்றிருந்தார்கள். பத்மா என் அருகில் வந்து அணைத்துக்கொண்டாள். நான் அழுவேன் என்று அவர்கள் எதிர்பார்த்திருக்கலாம். என் கண்களில் பொட்டு நீர் வரவில்லை. கிருஷ்ணன் என் தோளை அணைத்தபடி நடந்தார்.

"டாக்டர் என்ன சொல்றார் அண்ணா?" என்றேன் நான் - இது ஓர் அநாவசியக் கேள்வி என்பதை உணர்ந்தும்.

"இந்த முடிவு அவர் எதிர்பார்த்ததுதான் மோகினி..." என்றார் கிருஷ்ணன் சங்கடத்துடன். "அவருக்கு நம்பிக்கை போய் ஒரு வாரமாகிறது."

"மாதுவுடைய சாவுக்கு மாதுவேதான் காரணம் அண்ணா!" என்றேன் நான் தீவிரத்துடன். "உங்களைப்போல அவர் இருந்திருந்தா நிச்சயம் செத்திருக்க மாட்டார்."

'ஐயோ பாவம்' என்கிற கருணைப் பார்வை என்மேல் பதிய, அவர் நடையை நிதானப்படுத்தி என்னைப் பார்த்தார்.

"அவனுக்கு வந்த வியாதி கடுமையானது மோகினி! அவன் பிழைச்சிருந்தாதான் அதிசயம். ஒருத்தருடைய சுபாவத்துக்கும் இதுக்கும் சம்பந்தமில்லே."

"அவருக்கு ஏன் இந்த வியாதி வரணும் - அதுவும் அம்மா செத்துப்போன அதே தேதியிலே ஏன் சாகணும் இரண்டே மாசத்திலே? ஏன் இந்த அவசரம்?"

கிருஷ்ணனும், பத்மாவும் ஒருவரை ஒருவர் பார்த்துக்கொள்வதை நான் உணர்ந்தேன். பத்மாவும் என்னை சமாதானப்படுத்துகிற விதத்தில் என் தோளை அணைத்துக்கொண்டாள். லிஃப்டில் நுழைந்து கதவு

மூடிக்கொண்டதும், நாங்கள் மூவர்தான் இருக்கிறோம் என்கிற உணர்வில் நான் வெடித்தேன்.

“அம்மாவுக்குப் பொறுக்கல்லே! எங்கிட்டேயிருந்து பிள்ளையைப் பிடுங்கிண்டு போயிட்டார்!”

கிருஷ்ணன் மிருதுவாகச் சொன்னார்:

“எதேச்சையாக நடந்த விஷயங்களுக்கு நீ விபரீத அர்த்தம் கண்டுக்கக்கூடாது மோகினி. ப்ளீஸ் ரிலாக்ஸ்!”

கண்களை மூடிக்கொண்டு நான் லிஃப்டின் சுவரில் சாய்ந்தேன். இனிமேல் என்னால் ‘ரிலாக்ஸ்’டாக இருக்க முடியுமா? ஆயுசு முழுவதும் என்னுள் எரிமலை கொந்தளிக்காதா? வேறு அர்த்தம் காண்பது சாத்தியமா?

லிஃப்ட் திறந்ததும் அண்ணாவும், மன்னியும் என்னை அணைத்தபடியே அறைக்கு அழைத்துச் சென்றார்கள். மார்ச்சுவரிக்கு எடுத்துச் செல்ல அதற்குள் ஆஸ்பத்திரிக்காரர்கள் மாதுவைத் தயார்படுத்தி வைத்திருந்தார்கள்.

நான் அருகில் சென்று மாதுவின் முகத்தையே பார்த்தபடி சற்றுநேரம் நின்றேன். ஆச்சரியமான ஓர் அமைதி தெரிந்தது முகத்தில் - ஏதோ போராட்டம் ஒன்று முடிந்து போனாற்போல, வெறும் வியாதிப் போராட்டமில்லை அது என்று நான் நினைத்துக்கொண்டேன். மனைவிக்குக் கொடுத்த வாக்குறுதியைக் காப்பாற்ற முடியவில்லை என்கிற குற்ற உணர்வோ, பச்சாதாபமோ கொஞ்சமேனும் இருந்திருக்க வேண்டும், ‘பாவம் மோகினி’ என்கிற வார்த்தைகளுக்கு இந்த மெல்லிய கசிவுதான் காரணமாக இருக்கவேண்டும். ‘அதைக் கேட்கக்கூட உன்னை நான் விடல்லே பார்த்தியா?’ என்பதற்காகத்தான் என் மாமியார் சற்றுமுன் என் கனவில் வந்து சிரித்தாரோ... இப்படிப்பட்ட கொலைகார சண்டாள குணத்தைத் தூண்டும்படியாக நான் செய்த நல்லதெல்லாம் ஏன் என்மேல் விஷமாகத் திரும்பிற்று?

'நல்லது செஞ்சா நல்லது நடக்கும்' என்கிற அம்மாவுடைய கிளிப்பிள்ளை வாக்கியத்துக்கு ஏதாவது அர்த்தமிருக்கிறதா?

"போகலாமா?" என்றார் கிருஷ்ணன் மிருதுவாக. "கோபுவும், விமலாவும் இன்னிக்கி ராத்திரி வராளாம். நாளைக்குக் காலை எலெக்ட்ரிக் கிரிமடோரியத்திலே..."

தயக்கத்துடன் அவர் நிறுத்தியதும், "எல்லாம் முடிஞ்சதும் நா ஃபீஜிக்குப் போயிடறேன் அண்ணா!" என்றேன் நான் சகஜமாக.

அவர் சட்டென்று நின்றார்.

"உங்கப்பாவுக்கு விஷயத்தைச் சொல்லணும் என்கிறதுக்காக போன் பண்ணினேன். உன்னை மெட்ராஸுக்கு அனுப்பிடும்படி சொன்னார்."

"மாட்டேன்... மாட்டேன். நா இந்தியாவுக்கு நிச்சயமாகப் போகமாட்டேன்" என்றேன் படப்படப்புடன்.

"அதைப்பத்தியெல்லாம் இப்பவே முடிவு செய்யணுமா?" என்றாள் பத்மா மெல்ல.

நான் அடங்கிப்போனேன். என் கையெழுத்தைப் போடவேண்டிய இடத்தில் போட்டு, பணத்தை கட்டிவிட்டுக் கிளம்புகையில் பீட்டர் என்னைக் காண்பதற்காக நின்றிருந்தார்.

"வெரி ஸாரி..." என்று என் கையைப் பிடித்துக் குலுக்கினார்.

நான் மெலிதாகப் புன்னகைத்தேன். "நான் சாவித்திரி இல்லை பார்த்தீர்களா?" என்றேன்.

"இருந்தாலும் நீங்கள் ஓர் அசாதாரணப் பெண்மணி!"

"நான் ரொம்ப சாதாரணப் பெண் மிஸ்டர் பீட்டர்..." என்று என் கைகளை விடுவித்துக்கொண்டு கிளம்பினேன்.

'தோல்வி... படுதோல்வி உனக்கு!' என்று ஆஸ்பத்திரி சுவர்கள் எக்களித்தன.

ஏதோ அவமானத்தைச் சுமந்தாற்போல் நான் தலையைக் குனிந்தபடி அண்ணா - மன்னியைத் தொடர்ந்து, 'பார்க்கிங் லாட்'டுக்குச் சென்றேன்.

காரில் அமர்ந்ததும், "ஆனால் என் வாழ்க்கை அசாதாரணமானது!" என்றேன். நின்றுபோன வாக்கியத்தைத் தொடர்வதுபோல.

பத்மா அனுதாபத்துடன் என் தொடைமேல் கையை வைத்தாள்.

"உங்களுக்குத் தெரியாது மன்னி! வெளியிலே ஒரு விஷயமும் இதுவரை நா சொன்னதில்லே... பயத்தினாலே."

"நிறைய விஷயங்கள் இருக்கும். எனக்குத் தெரியும். ஆனா நிதானமாப் பேசலாம் மோகினி..."

மன்னியின் சாந்தமான மெல்லிய குரல் என் காதில் படவேயில்லை. என்னைக் கட்டுப்படுத்திக்கொள்ள இயலாத ஆத்திரத்துடன் - அவசரத்துடன், நான் எனது பதினைந்து வருஷ வாழ்க்கை அனுபவத்தை, அடிமைத்தனத்தை, எனது பைத்தியக்கார எதிர்ப்பார்ப்பை சரளைக் கற்களை உதிர்ப்பதுபோல உதிர்த்தேன். மன்னி நான் பேசி முடிக்கும் வரை என் கைகளைத் தன் கையில் பதிய வைத்துக் கொண்டிருந்தாள். கிருஷ்ணன் வாயே திறக்கவில்லை. அவருடைய அம்மாவைப் பற்றி இதுவரை ஒரு வார்த்தை அவர் என்னிடம் பேசவில்லை என்பது எனக்கு நினைவுக்கு வந்து என்னைக் கூச்சப்படுத்திற்று.

வீட்டிற்குள் நுழைந்ததும், மன்னி என்னுடன் கூடவே வந்து என் கட்டிலில் என்னுடன் அமர்ந்தாள்.

"நீ சொல்ற விஷயத்தையெல்லாம் கேட்டு எனக்கு அதிர்ச்சியாயிருக்கு மோகினி... நீ பட்ட கஷ்டத்துக்கெல்லாம் விடிவே இல்லாமபோனது ரொம்பக் கொடூரமாயிருக்கு. நம்பவும் முடியல்லே; நம்பாம இருக்கவும் முடியல்லே. அம்மாவுக்கும்,

இவருக்கும் ஒத்துக்கலேன்னு எனக்குத் தெரியுமே தவிர, என்ன காரணம்னு இதுவரை தெரியாது. அதைப்பத்திப் பேச இவருக்கு இஷ்டமிருக்கிறதில்லே. அதனாலே நானும் தூண்டிக் துருவிக் கேக்கறதில்லே... என் பெண் பிரபாவுக்குத் திடீர்னு ஸ்ட்ரோக் வந்ததுக்கும், அம்மாவுடைய கோபத்துக்கும் சம்பந்தம் இருந்ததா நா இதுவரை நினைச்சதில்லே. பிரபாவும் சரியாகி இப்ப அமெரிக்காவில் படிக்கிறா...'' என்றாள்.

''அம்மாதான் அதைப்பத்தி ஒருவிதப் பொறாமையா சொல்லிக்குவார்...''

''ஷீ மஸ்ட் பீ எ க்ரேஸி வுமன்!'' என்றாள் பத்மா. ''அம்மாவோடு எனக்குப் பழக்கமில்லே. கல்யாணத்தின் போது பார்த்ததோடு சரி. இவர் ஃபீஜிக்கு என்னை அழைச்சுண்டே போகல்லே.''

''அண்ணா சீக்கிரமா முழிச்சுண்டுட்டார் மன்னி... மாது விழிக்கவே இல்லே, சாகறதுக்கு இரண்டு நிமிஷம் முன்னால்வரை!''

நான் மௌனமானேன். கிருஷ்ணன் அறைக்குள் நுழைந்தார். கையில் கண்ணாடித் தம்ளரில் நீரும், மாத்திரையும் இருந்தன.

என் அருகில் வந்து லேசான புன்னகையுடன், ''இன்னிக்குப் பேசினது போதும்'' என்றார். ''உனக்கு ஓய்வு தேவை. இந்தா, இந்த மாத்திரையை சாப்பிட்டுட்டு படுத்துக்கோ... ஒரு கிளாஸ் பாலைக் குடிச்சிட்டுத் தூங்கு.''

அவருடைய வார்த்தைகளில் ஒரு கண்டிப்பு தொனித்தது. அதை மீற முடியாமல் நான் அவர் சொன்னபடி மாத்திரையையும், பாலையும் சாப்பிட்டுவிட்டுப் படுத்துக்கொண்டேன்.

வீரியமுள்ள தூக்க மாத்திரையாக இருந்திருக்க வேண்டும் அது. கல்பகோடி காலம் தூங்கியதுபோல் இருந்தது எனக்கு. நான் மீண்டும் கண்விழித்தபோது, வீடு நிறைந்திருந்தது.

கோபுவும், விமலாவும் வந்திருந்தார்கள். அண்ணா ராமு வந்திருந்தான் மெட்ராஸிலிருந்து.

அவன் என்னைப் பார்த்து தேம்பி தேம்பி அழுதான் சின்னப்பிள்ளைப்போல.

"நீ எதுக்கு இங்கே வந்தே? இத்தனை செலவழிச்சிண்டு" என்றேன் நான் இரக்கமில்லாமல்.

அவன் மறுபடி அழுதான்.

"எங்களுக்குத் தாங்கல்லே மோகினி! அங்கே இருப்புக் கொள்ளல்லே!" என்றான். "உன்னைக் கையோடு அழைச்சிண்டு வரச் சொன்னார் அப்பா... அவர் இடிஞ்சு போயிட்டார் மோகினி..."

நான் தலையைக் குனிந்துகொண்டேன். அப்பாவின் பலவீனமான உருவம் நினைவில் நிழலாடி சங்கடத்தை ஏற்படுத்திற்று.

"நா இந்தியாவுக்கு வரப்போறதில்லே ராமு! நீ திரும்பிப் போயிடு."

"இங்கேயா இருக்கப் போறே?"

"இல்லே. ஃபீஜிக்குத் திரும்பப்போறேன்."

அவன் திடுக்கிட்டு என்னைப் பார்த்தான். "போய்..."

"அங்கேயே இருக்கப் போறேன்."

"தனியாவா?"

"ஆமாம்."

ராமுவின் முகத்தில் வேதனை தெரிந்தது. "எதுக்கு மோகினி நீ தனியா அத்தனை தூரதேசத்திலே இருக்கணும்? நாங்கள்ளாம் கூடப் பிறந்த மனுஷா இருக்கும் போது..."

"நா ஃபீஜிக்குத் திரும்பிடணும்னு மாது சொல்லியிருக்கார் ராமு... என் மாமியாருக்கும் அதுதான் விருப்பமா இருக்கும்."

"அவா இப்ப உசிரோட இல்லே மோகினி!"

"இல்லாட்டாலும் அவா பேச்சைக் கேட்டுத்தான் எனக்குப் பழக்கம் ராமு... அது எனக்குள்ளே ஏற்பட்டுப்போன நிர்ப்பந்தம்!"

ராமு குழப்பத்துடன் என்னை வெகுநேரம் பார்த்தபடி உட்கார்ந்திருந்தான்.

"சரி; ஃபீஜிக்கு இப்ப போ... எல்லாத்தையும் ஸெட்டில் பண்ணி முடிச்சிட்டு மெட்ராஸுக்கு வந்துடு" என்றான். கடைசியில், "எங்களோடு வந்து இருக்க உனக்கு என்ன தயக்கம்?" என்றான்.

"ப்ளீஸ் ராமு, என்னை விடு! நா ஃபீஜிக்குத்தான் போகப்போறேன். மாது இருந்த இடத்திலே இருக்கிறதுதான் எனக்கு சமாதானம்."

"அப்பா வருத்தப்படுவார்."

"அவர் என்னைப் புரிஞ்சுப்பார்."

நான் தூங்கிப்போன இரண்டு நாட்களில் மாதுவின் சடலத்தை மின்சாரச் சிதையில் ஏற்றியிருந்தார்கள். கோபுவும், விமலாவும் என்னிடம் அனுதாபத்துடனேயே நடந்துகொண்டார்கள். இருந்தும் எனக்கு அவர்களிடம் ஒட்டவில்லை. ஒருநாள் எல்லாரும் சேர்ந்து அமர்ந்திருந்தபோது மாதுவின் பெட்டியில் இருந்த நகைப்பெட்டியை எடுத்து வந்து எல்லார் நடுவிலும் வைத்தேன்.

"இதிலே இருக்கிற அம்மாவுடைய நகையெல்லாம் விமலாவுக்குப் போகணும் என்கிறது மாதுவுடைய எண்ணம். மாதுவுடைய விருப்பதை நிறைவேத்தறது என்னுடைய கடமை. அம்மாவுடைய நகை அவ்வளவும் இதிலே இருக்கு. உங்களுக்கு ஏதாவது எண்ணமிருந்தா சொல்லுங்கோ."

சற்று மௌனத்திற்குப் பிறகு கிருஷ்ணனும், கோபுவும் "எங்களுக்கு எதுவும் வேண்டாம்!" என்றார்கள்.

ஆர்வத்துடன் நகைப்பெட்டியை விமலா எடுத்துக்கொள்வதைப் பார்த்து, நான் ஆயாசத்துடன் அறைக்குச் சென்று படுத்தேன்.

மறுநாள் அலுவலகத்திற்குப் போவதற்கு முன் கிருஷ்ணன் என்னைத் தேடிக்கொண்டு வந்தார்.

"உன்னோடு நானும் ஃபீஜிக்கு வரப்போறேன் என்றார். மாதுவுடைய கணக்கு வழக்கையெல்லாம் பார்த்து ஸெட்டில் பண்ண உனக்கு உதவி தேவைப்படும். ஒரு வீட்டையும் உனக்கு வாங்க ஏற்பாடு பண்ணிட்டுத் திரும்பலாம்னு நினைக்கிறேன்."

"ரொம்பத் தேங்க்ஸ் அண்ணா!" என்றேன் நான் நன்றியுடன்.

ஃபீஜிக்கு உடனடியாகத் திரும்பி நாயக்கர் தாத்தாவைப் பார்க்கவேண்டும் போல் இருந்தது எனக்கு.

✱ ✱ ✱

அத்தியாயம் 30

மேலே குடை விரித்திருந்த நாற்காலியின் கீழ் - தோட்டத்துப் புல்வெளியில் அமர்ந்திருந்த நாயக்கரின் முகம் சந்தோஷத்தில் பளபளத்தது.

பேரன் பிரசாத்தின் மகன் - கிரன் தன்னிச்சையாய் கையைக்கொட்டிச் சிரித்தபடி துள்ளித் துள்ளி ஓடிக்கொண்டிருந்தான். அவனை கவனித்துக்கொள்ள என்று அமர்த்தப்பட்டிருந்த வேலைக்காரியின் இடுப்பை ஒடித்தான்.

இருபது வயது குறைந்து விட்டாற்போல் இருந்தது நாயக்கருக்கு. ராமசாமி குழந்தையாக இருந்தபோது, இப்படியெல்லாம் ஓடித் திரிந்து விளையாடினானா என்று ஞாபகமில்லை. அப்பொழுது ரொம்ப சிரமதசை... குழந்தை விளையாடி இருந்தாலும் அதை ரசிக்க மனசோ, நேரமோ இருந்திருக்காது.

பிரசாத்தும், மற்றக் குழந்தைகளும் வளரும்போது நாயக்கர் மிக மும்முரமாகத் தொழிலில் ஈடுபட்டிருந்தார். நேரம் இறக்கை கட்டிக்கொண்டு பறந்தபோது, குழந்தைகளுடைய அழகையோ, சிரிப்பையோ பார்க்க நேரமேது?

இப்ப ராமசாமிக்குக் கிடைக்கிற நேரம்கூட எனக்கு அப்ப கிடைக்கல்லே. வீட்டுப் பொறுப்பு அவ்வளவும் பார்வதிகிட்ட. வளர்த்ததெல்லாம் அவ... அனுபவிக்கிறதெல்லாம் நான்.

அவருக்கு எதிர்பாராமல் நாகலட்சுமியின் நினைவும், தொடர்ந்து மாது, மோகினியின் நினைவும் வந்தது. 'அப்புறம் ஏதும் தகவல் இல்லே. மாது எப்படியிருக்கிறானோ இப்ப?' என்று கவலையேற்பட்டது.

''நமஸ்காரம் தாத்தா!''

அவர் நிதானமாக நிமிர்ந்து பிரசாத்தைப் பார்த்துப் புன்னகைத்து உற்சாகமாக, ''நமஸ்காரம்! வா, வா உட்காரு!'' என்று எதித்தாற்போல் இருந்த நாற்காலியைக் காண்பித்தார்.

பிரசாத்தை அவர் வாஞ்சையுடன் பார்த்தார். அவரைப் போலவே நல்ல வாட்டசாட்டமான உருவம். 'எனக்கில்லாத படிச்ச களை இவன் முகத்திலே இருக்கு!' என்று மெல்லிய பெருமை மலர்ந்தது. படிச்சவன், நல்லா சம்பாதிக்கிறவன் - ஆனாலும் டாம்பீகமோ, கர்வமோ கிடையாது. ஃபீஜி கூலிக்கார வம்சத்தில் பிறந்து வளர்ந்தவனுக்கு இந்தக் குணங்கள் வராது என்று அவர் தமக்குள் சொல்லிக்கொண்டார். நேத்து முளைச்சு நிமிசமா சம்பாரிச்சு மாளிகை எழுப்பிக்கிட்ட வடக்கத்தி வியாபாரக் கும்பல்லேதான் இந்த குணங்கள் இருக்கும். அது நம்ம பிள்ளைகளுக்கு ஒட்டிடக்கூடாது. வந்தா ஃபீஜிக்காரனுக்கு நியாயமான கோபம் வரும். ஒவ்வொரு தனிப்பட்ட இந்தியனும் இதை உணர்ந்து நடந்துகிட்டாத்தான்...

''என்ன தாத்தா, பெரிய யோசனையிலே இருக்கீங்க?''

அவர் சடாரென்று சுயநினைவுக்கு வந்தார்.

''ஆ... ஏதோ குருட்டு யோசனை. குருடா இருக்கறதனாலே கண்ட நேரத்திலேயும் திசை தெரியாம ஓடும்...''

பிரசாத் சிரித்தான்.

''அதுக்கெல்லாம் உள்ளுக்குள்ளே ஏதோ கவலை உங்களை அரிக்குதுன்னு அர்த்தம்.''

"நா கவலைப்பட்டு என்ன ஆகப்போகுது!" என்றார் அவர் ஏக்கத்துடன். "யமன் வாசல்லே காத்துக்கிட்டிருக்கான்."

"நா பார்க்கல்லே அவனை."

நாயக்கர் தீவரமாகப் பேரனைப் பார்த்தார்.

"யாரும் பார்க்காத சமயத்திலே அவன் உள்ளே நுழைஞ்சு அழைச்சிட்டுப் போயிட்டான்னா நல்லது. அந்த நாகலட்சுமி மாதிரி மாசக்கணக்கா படுக்கக்கூடாது. சாவை நினைச்சு பயப்படவும் கூடாது."

"யாரு, மாதுவுடைய அம்மாவா?"

"ஆமாம். சாகவே இஷ்டமில்லாம செத்துப்போனா!"

"மாதுவுக்கும் உடம்பு சரியில்லேன்னு கேள்விப்பட்டேன்."

"ஆமாம்... எத்தனை அநியாயம்!" என்றார் நாயக்கர் ஆதங்கத்துடன்.

"ரொம்ப ஆரோக்கியமானவன் லுக்கீமியாவாம்... அவனுக்கு அந்த வியாதி வந்தது ஆச்சரியம்."

"யாருக்கு வேணா அது வரலாம் தாத்தா. காரணம் சொல்ல முடியாது. இதுதான் புத்துநோயிலே இருக்கிற சோகம்!"

"பிழைப்பானா பிரசாத்?" என்றார் நாயக்கர் ஆர்வத்துடன்.

பிரசாத் யோசனையுடன் தன் நகக்கணுக்களைப் பார்த்தான்.

"அவனுடைய நிலைமை எப்படிப்பட்டதுன்னு தெரியாம நான் எப்படிச் சொல்ல முடியும் தாத்தா" என்றான் மெல்லிய குரலில். "சில கேஸ்களை குணப்படுத்த முடியாது. நோய் கடுமையா ஆகாத நிலையிலே குணப்படுத்தலாம். மாதுவுக்கு இது வந்தது துரதிர்ஷ்டம்தான்!"

பிராசத்தின் குரலில் சுரத்தில்லாமல் இருப்பதை நாயக்கர் விசனத்துடன் கவனித்தார். சற்றுநேர மௌனத்திற்குப் பிறகு

நாயக்கர் பிரசாத்தின் அருகில் குனிந்து ஒரு தீவிரத்துடன் சொன்னார்.

"அவனுக்கு இந்த வியாதி வந்ததே ஒரு விசித்திரக் கதை. நீ டாக்டராச்சே... மனோதத்துவ ரீதியிலே சொல்லேன் பார்ப்போம்!"

பிரசாத் வினோதமாக அவரைப் பார்த்துப் புன்னகைத்தான்.

"நா அறுவை சிகிச்சை செய்யறவன் தாத்தா, மனோதத்துவ நிபுணன் இல்லே."

"என்னென்னவோ மனோதத்துவ புஸ்தகமெல்லாம் படிப்பியே நீ!"

"அது சும்மா ஒரு ஆர்வத்துக்கு..."

"எப்படியோ, நா சொல்ற விஷயத்தைக் கேட்டு உனக்கு என்ன தோணுது பார்ப்பமே!"

"என்ன விஷயம் சொல்லுங்க?"

எப்படிச் சொல்வது என்கிற தடுமாற்றத்துடன் நாயக்கர் சற்று யோசித்துவிட்டுச் சொன்னார்.

"நாகலட்சுமியை நா புரிஞ்சுகிட்ட மாதிரி நீங்கள்ளாம் புரிஞ்சுக்கிட முடியாது. அவளுக்கு ரொம்பப் பேராசை! பிள்ளைங்களையெல்லாம் இறுக்கி முடிஞ்சு வெச்சுக்கணும்னு பார்த்தா. மாதுவைத் தவிர மத்ததெல்லாம் மூச்சுமுட்டி விலகிப் போச்சு. மாது அம்மாகோண்டுவா இருந்ததும், மோகினி மகா பயந்தாங்கொள்ளிப் பெண்ணா இருந்ததும் அவளுக்கு சௌகரியம். திருப்தியா ஆதிக்கம் பண்ண முடிஞ்சது..."

பிரசாத் சிரித்தான்.

"நீங்களே மனோதத்துவ ஆராய்ச்சி எக்கச்சக்கமாப் பண்ணியிருக்கீங்க!"

"எனக்குப் புரிஞ்சது இவ்வளவுதான்" என்றார் நாயக்கர் தீவிரம் மாறாமல். "நாகலட்சுமி இறந்தபிறகு நடந்ததெல்லாம் கேட்டுத்தான் குழப்பமா இருக்கு."

பிரசாத் கேள்விக்குறியுடன் அவரைப் பார்த்தான். அவர் தொடர்ந்தார்:

"செத்துப்போன நாளிலேர்ந்து நாகலட்சுமி மோகினியுடைய கனவிலே வராளாம். 'எனக்கு மாது வேணும். அவனைக் கூட்டிண்டு போயிடப் போறேன்' என்கிறாளாம். அந்தப் பெண் அதுக்காகப் பயந்த பயத்தை நீ பார்த்திருக்கணும்! செத்துப்போனப்புறமும் ஒருத்தி மருமகளை இப்படி வதைப்பாளா?"

பிரசாத் வாய்விட்டுச் சிரித்தான்.

"அவங்க ஆவி வந்து பயமுறுத்துதுன்னு நினைச்சீங்களா?"

"எனக்கு அதிலெல்லாம் நம்பிக்கையில்லே!" என்றார் நாயக்கர் குழப்பத்துடன். "ஆனா அந்தப் பெண் பயந்த மாதிரியே மாதுவுக்கு உடம்புக்கு வத்திருக்கே! அதுக்கென்ன சொல்றே?"

"அதுக்கும் இதுக்கும் சம்பந்தமில்லே. அவனுக்கு எதேச்சையா வந்திருக்கும். மனுஷன்னா உடம்புக்கு வராதா என்ன... அதுக்குக் காலவரையறை போட நம்மாலே முடியுமா..."

நாயக்கர் யோசனையுடன் அவனைப் பார்த்தார்.

"அந்தக் கனாக்களுக்கு என்ன அர்த்தம்தாம் பின்னே?"

"அதெல்லாம் மோகினியுடைய பிரமையினாலே" என்றான் பிரசாத் புன்னகையுடன். "நம்ம உள்மனத்துக்குள்ளே சில எண்ணங்கள் பதிஞ்சிருக்கும். அதுதான் இப்படிக் கனாவா வரும். மனோதத்துவம் என் பாடமில்லே தாத்தா. ஆனா, நிச்சயம் இந்தக் கனாக்களுக்கு காரணம் நாகலட்சுமி அம்மாவுடைய ஆவி காரணமில்லேன்னு சொல்லுவேன்..."

நாயக்கரின் முகத்தில் இன்னும் குழப்பம் விடவில்லை.

“அப்ப, அதெல்லாம் மோகினியுடைய கற்பனைன்னு சொல்றியா?”

“கற்பனையில்லே, கனவு வந்தது நிஜமாத்தான் இருக்கும். ஆனா, கனாவுக்குக் காரணம் அவளுடைய சொந்த எண்ணங்கள்.”

“புருஷனோடு மாமியார் தன்னை வாழவிடமாட்டாள் என்கிற உள் பயம் காரணமா இருக்குமோ?”

“இருக்கலாம்” என்றான் பிரசாத். எங்கேயோ பார்த்துக்கொண்டு அவர் பக்கம் திரும்பாமலே மெள்ளக் கேட்டான்:

“மாதுகிட்ட மோகினிக்குப் பிரியம் உண்டா?”

“ஐய்யோ... உசிரு! என்ன அப்படிக் கேட்டுட்டே?”

“அது ரொம்ப ஆச்சரியம் இல்லே?” என்றான் மிக மெல்லத் தனக்குள் பேசிக்கொள்பவன் போல்.

“எது ஆச்சரியம்?”

பிரசாத் அவரை யோசனையுடன் பார்த்தான்.

“தன்னை மனுஷியாகவே நடத்தாத புருஷன்கிட்ட உசிரை வைக்கிறது.”

நாயக்கர் அவனை விறைப்புடன் பார்த்தார். “எனக்கொண்ணும் அது ஆச்சரியம் இல்லே. நம்ம இந்தியப் பெண்கள்ளாம் அப்படித்தான்.”

“எனக்கு ஆச்சரியமாயிருக்கு! எனக்கு மாதுவைத் தெரியும். அவனுடைய அம்மாக்கோண்டுத்தனமே அவனுக்கொரு வியாதின்னா நீங்க புரிஞ்சுக்குவீங்களா? அதனாலே மோகினி நிறைய அவமானங்களை வாயை மூடிக்கிட்டு தாங்கியிருக்கணும். உணர்ச்சியையெல்லாம்

அடக்கிக்கிட்டே வந்தோம்னா அதெல்லாம் எங்கேயாவது போய்ச் சேரணுமில்லே..."

"எனக்குப் புரியல்லே உன் பேச்சு..." என்றார் நாயக்கர்.

"நா நினைக்கிறது சரியான்னு எனக்கும் தெரியாது. ஆனா, எனக்கு இப்படித்தான் நினைக்கத் தோணுது."

"என்ன?"

"அவளுடைய உள் மனத்துக்குள்ளே மாது மேல வெறுப்பேற்பட்டுப் போயிருக்கணும்."

"சரியான அரைவேக்காடுதான் நீ!" என்று நாயக்கர் சிரித்தார். "மோகினிக்கு மாதுமேல இருக்கிற மோகமும் பிரியமும், உனக்கும் எனக்கும் நம்ம மனைவிக்கிட்ட இருக்காது."

பிரசாத் கையை விரித்துச் சிரித்தான். "என் அபிப்பிராயத்தைக் கேட்டீங்க, நான் சொன்னேன்..." என்றான். மனசிலே ரொம்ப ஆழமா ஏற்பட்டுப்போன அடி பல தினுசா வெளிப்படலாம் தாத்தா. சித்தப் பிரமை ஏற்படலாம், திருட்டுப் புத்தி வரலாம்; சொப்பனமா வரலாம்... "கனவெல்லாம் ஒரு மர்ம பாஷையிலே போர்த்தின மாதிரி வரும். ஏன்னா, நம்ம எண்ணங்கள் உண்மையிலே குரூரமானது. அப்படியே வெளிப்பட்டா நமக்கே தாங்காது. அதனாலே அதுவே வேற அர்த்தம் வரமாதிரி போர்வைப் போர்த்திக்கும்."

இடையில் அவன் நிறுத்திக் கூச்சத்துடன் சிரித்தான்.

"நா மனோதத்துவ நிபுணன் இல்லே. ஏதோ ஒண்ணு ரெண்டு புத்தகம் படிச்சதிலே இப்படியிருக்கலாமோன்னு நினைக்கிறேன். மோகினியைக் கனாவிலே வந்து பயமுறுத்தறது அவ மாமியார் இல்லே. மாது மேல அவளுக்கிருக்கிற அடிமனத்து வெறுப்பு. மாதுவை அப்புறப்படுத்த நினைக்கிற வெறுப்பு."

"நீ புத்திசாலின்னு நா நினைச்சதும் தப்பு. உன்னை விளக்கம் கேட்டதும் தப்பு!" என்றார் நாயக்கர் அலுப்புடன்.

"தமிழ்லே, 'ஏட்டுச் சுரக்காய்'ம்பாங்க. படிச்ச எழுத்து மட்டும்தான் உனக்குத் தெரியும். கண்களாலே பார்க்கறதும், நம்ம கவனத்துக்குப் படறதும் எல்லாமே பொய்யிங்கறே?"

'நீங்கள் என்ன வேண்டுமானாலும் நினைத்துக் கொள்ளுங்கள்...' என்கிற புன்னகையுடன் பிரசாத் உட்கார்ந்திருந்தான்.

"அடேய், உனக்கு மோகினியைத் தெரியும். எத்தனை தங்கமான பொண்ணு. மாதுவுக்கு வயிற்று வலின்னதுமே என்னமாத் துடிச்சுப் போயிட்டா! என் தோள்லே சாய்ஞ்சு அவ அழுத அழுகை எனக்கில்லே தெரியும். அவளுக்கு அப்படிப்பட்ட எண்ணம் இருக்கும்னு சொல்றியே!"

"மன்னிச்சுக்குங்க தாத்தா!" என்றான் பிரசாத் ஆயாசத்துடன். "என்னுடைய அனுமானம் அது. அந்த எண்ணத்துக்கு அவ பொறுப்பில்லே, அவ பட்ட கஷ்டம்தான் காரணம்."

✵ ✵ ✵

அத்தியாயம் 31

நாயக்கர் யோசனையுடன், அந்த பிரம்மாண்ட தோட்டத்தையும், புல்வெளியையும், தூரத்தில் குதூகலத்துடன் ஓடிக்கொண்டிருந்த கிரனையும் பார்த்தார்.

"நாகலட்சுமி வந்து பயமுறுத்துகிற மாதிரி ஏன் கனா வரணும்?"

"மாமியார் மேல பழியைப்போடறது வெளி மனசுக்குச் சமாதானம்..."

நாயக்கர் சற்றுநேரம் கண்ணை மூடிய சிந்தனையில் இருந்தார். பிறகு பலமாகத் தலையை அசைத்தார்.

"நா ஒத்துக்கமாட்டேன் உன் விளக்கத்தை" என்றார். "கனவெல்லாம் அவளுக்கு மாமியார்கிட்டே இருக்கிற பயத்தினாலேன்னு நானும் நினைச்சேன். ஆனா மாதுவுக்கு சொல்லி வெச்சமாதிரி உடம்பு மோசமானதும், அந்த கனவுக்கும், இதுக்கும் சம்பந்தம் இருக்கணும்னு ஏதோ தோண ஆரம்பிச்சது."

நாயக்கர் எழுந்தார்.

"இதுக்கெல்லாம் விளக்கம் தேடாம இருக்கிறதுதான் நல்லது. நா ஒரு வேலையத்தவன்."

பிரசாத் புன்னகையுடன் எழுந்து அவருக்கு உதவும் நோக்கில் தோளைப் பற்றினான்.

"நானே போய்க்குவேன். நா என்ன கிழவன்னு நினைக்கிறியா? இன்னும் பார்வை நல்லா இருக்கு. மூளை உன்னைவிடத் தெளிவா இருக்கு! ஹூம்... உன் மனசு அடியாம். எனக்குப் படாத அடியா? எனக்கு வரதுதானே கனா? பார்வதியைக் கனாவிலே - அதுதான் உங்க பாட்டியைக் காணமாட்டமான்னு எத்தனை நாள் தவிச்சிருப்பேன்! ஒரு நா வந்ததில்லே. கனாவே வரதில்லே."

இவருடைய புலம்பலுக்கெல்லாம் பதில் சொல்ல வேண்டியதில்லை என்று நினைத்தவன் போல பிரசாத் புன்னகை மாறாமல் நடந்தான்.

முகப்பறையில் ராமசாமியும், மீனாட்சியும் ஏதோ தீவிரமான சம்பாஷணையில் ஈடுபட்டிருந்தார்கள். நாயக்கருக்குத் தீடீரென்று ஆயாசமாக இருந்தது.

"நா என் ரூமுக்குப் போறேன்" என்றார்.

மோஸஸ் எங்கிருந்தோ விரைந்து வந்தான். அறைக்கு அழைத்துச் சென்றான். அறை வாசல்வரை கூடவே வந்த பிரசாத், "ஸாரி தாத்தா, உங்களை சங்கடப்படுத்திட்டேன்" என்றான்.

"ஆ... அதெல்லாம் ஒண்ணுமில்லே. நா உன் பேச்சை நம்பினாத்தானே?" என்று நாயக்கர் புன்னகைத்துப் படுக்கையில் படுத்துக் கண்ணை மூடிக்கொண்டார்.

'நல்ல விதண்டாவாதப்பிள்ளை' என்று தனக்குள் அலுத்துக்கொண்டார். 'என்ன படிப்புப் படிக்கிறார்கள். மூளையைக் குழப்பற படிப்பு! உருப்படியா ஏதாவது வைத்தியம் பார்க்கிறானா' என்று அவருக்குக் கவலையேற்பட்டது.

இந்தப் பாதையின் ஆரம்பம் எங்கேயோ கடல் கடந்து – காலாபானியைக்[4] கடந்த தேசத்தில்... 'தேசம்' என்கிற சொல்லே

4 காலாபானி – கடல் (கரிய நீர்), வடக்கே சமுத்திரத்தைக் குறிப்பிடும் கொச்சைச் சொல்.

ஒரு மந்திரச் சொல்லாக இருக்கிறது. சொந்த மண்ணிலே நிக்கற தெம்பிலே பதினாறு வயசுக்குள்ளே வேலுச்சாமிக்கு உடம்பிலேயும் மனசிலேயும் நல்ல திண்ணக்கம்தான். ஹூம்... கையைப் பிடிச்ச பெட்டைப் பிள்ளைக்கு அதைவிட அதிகமாகத் திண்ணக்கம். சண்பகம் மட்டும் இணக்கமா இருந்திருந்தா, 'காலாபானி'யைக் கடந்து அச்சுத்தாப்[5] போயிருக்க வேண்டியதில்லே - பிறந்த மண்ணுக்கான தாகத்தோட...!

மழை கொட்டோ கொட்டுனு கொட்டுது. இருந்தாலும் கூலிக்காரங்க வரிசையா வேலை செய்யறதை நிறுத்தல்லே. அன்றைய கணக்குப்படி வெட்ட வேண்டியதை வெட்டி முடிக்கணும். இல்லேன்னா அன்னிக் கூலியிலே வெட்டு விழும். சர்தார் கண்குத்திப் பாம்பா ஒரு கையிலே சாட்டையும், ஒரு கையிலே குடையுமா நிக்கறான். பாவி - இந்தியன் - பரங்கிக்காரனுக்குக் கூழைக் கும்பிடு போட்டு சொந்தபந்துவைக் காட்டிக்கொடுக்கற துரோகி...

'சர்தார், என்னாலே வேலை செய்ய முடியாது இந்த மழையிலே!'

'அடேய் வேலுச்சாமி! இத்தனைத் திமிரா உனக்கு வாங்கிக்க வாங்கிக்க!'

சுளீர் சுளீர் என்ற விளாசலுக்கு நெஞ்சு மட்டும் விறைத்து நிற்கிறது.

'பிச்சைக்காரப் பயலுக்குத் திமிர் வேறயா?'

'பிச்சைக்காரன்னா சொன்னே! ஒரு நாளைக்கு எப்படி நிற்கப்போறேன் பாரு!'

வேலுச்சாமி மட்டும் நிற்கவில்லை. மண்வெட்டக் குனிந்திருந்த எல்லா முதுகுமே ஏறக்குறைய நிமிர்ந்து நின்றுவிட்டன. நிமிர்ந்து உயர உயர...

5 அச்சுத் – தீண்டப்படாதவன்.

தணியாத தாகம் அது. எங்களை எந்தச் சக்தியும் தடுக்க முடியாது என்கிற திண்ணக்கம் தர்ற வேட்கை அது - பட்டேல் முகத்தைத் தொங்க போட்டுக்கிட்டு வர்றான்.

எத்தனை நாளைக்குக் கண்ணை மூடிக்கிட்டு இருக்கப் போறேங்கறான். ஃபீஜியன் விழிச்சுக்கிட்டான். பொறாமைக் கண்ணோடு பார்க்கறான். நம்மை நம்பமாட்டான். நம்மை நாட்டை விட்டே தொறத்தப்போறான்.

பட்டேல் ஒரு மடையன். சட்டம்தான் தெரியுமே தவிர, மனுஷ சுபாவத்தைப் புரிஞ்சுக்கத் தெரியாது. ஃபீஜியன் நல்லவன். பட்டேல் அவனுடைய சினேகிதத்தைப் பயன்படுத்திக்க நமக்குத் தெரியணும். கைகோத்து நடக்கப் பழகணும். இல்லை, பட்டேல் இதெல்லாம் வெறும் கனா இல்லை. சுவரை நடுவிலே எழுப்பாம இருந்தா நடக்கக் கூடியதுதான். கனா எனக்கு வராது. தைரியமில்லாத பெண்களுக்குத்தான் கனா வரும். மனசுக்குள்ளே பூட்டிவெக்கிற நினைப்பெல்லாம்தான் கனாவா உருவெடுக்குமாம். பிரசாத் சொல்றான். நா உண்மையிலே வெள்ளைச்சாமி. எதையும் மனசுக்குள்ளே வெச்சுப் புழுங்கினதில்லே. மோகினியோட கஷ்டமெல்லாம் அவ பெண்ணாய்ப் பிறந்ததாலே. என்னென்னமோ சொல்றான் பிரசாத் மடையன். அந்தப் பெண் மகா சாதுப் பெண். மாதுவும் ஒரு மடையன். அவனுக்கு வியாதியாம். இருக்கும். அவன்மேல இவ பிரியம் வெச்சது தப்பு. அவளும் முட்டாள்தான்... கடவுளே... வெறும் மடத்தனம்தான் மனுஷனுடைய மனக்கஷ்டங்களுக்குக் காரணம்னு இந்த முட்டாள்களுக்கு ஏன் தெரியமாட்டேங்குது. மனசுங்கறது எத்தனை பெரிய விஷயம். அதுக்குள்ளேதான்யா இருக்கு உன்னுடைய நரகமும், சொர்க்கமும். அதை நாசமாக்கிக்கிட்டா மனுஷப் பிறவியே விரயம்... பட்டேல் மாதிரி முகத்தைத் தொங்கப்போட மாட்டேன். எனக்கு நம்பிக்கை இருக்கு.

ஆனா ரொம்ப தூரம் நடந்தாச்சு. இனிமே தெம்பில்லே. எல்லாரும் நல்லாயிருக்கும்போதே நான் கண்ணை மூடிடணும்.

நாயக்கரின் அறைவாசலில் ராமசாமி தயக்கத்துடன் நின்றார்.

"அப்பா இதை எப்படித் தாங்குவாங்கன்னு யோசனையாயிருக்கு" என்றார் அருகில் இருந்த பிரசாத்திடம்.

"சொல்லாம இருக்க முடியாது. தாங்கிக்குவாங்க ஹி ஹாஸ் என் அமேஸிங் ஸென்ஸ் ஆஃப் பாலன்ஸ்" என்றான் பிரசாத் - மெல்லிய குரலில்.

ராமசாமி தயக்கத்துடனேயே கட்டிலருகில் சென்றார். நாயக்கரின் கண்கள் மூடியிருந்தன.

"ஓ. தூங்கறாங்க, முழிச்சிக்கட்டும். அப்புறம் சொல்லிக்கிடலாம்" என்றார்.

பிரசாத் யோசனையுடன் தாத்தாவின் முகத்தைப் பார்த்தான். கட்டிலுக்குக் கீழே லேசாகச் சரிந்திருந்த இடக்கையைத் தூக்கி, சரியாக வைத்துச் சற்று நிதானித்தான்.

"அப்பா, கொஞ்சம் இருங்க" என்றான் வெளியேற முனைந்த ராமசாமியிடம்.

நாயக்கரின் நாடியைப் பிடித்த அடுத்த வினாடி, "தாத்தா இறந்துட்டாங்க!" என்றான் மெல்ல.

***

"பூலா!"

நான் நிமிர்ந்து பார்த்தேன். இங்கிலியும் அவளது சினேகிதி மேரியும் நான் அமர்ந்திருந்த ஜன்னலைத் தாண்டிச் சென்று கொண்டிருந்தார்கள். என்னைப் பார்த்துக் கையசைத்துப் பளிச்சென்று புன்னகைத்தார்கள்.

நான் புன்னகைத்து, "பூலா!" என்றேன்.

"இங்கிலி!"

இங்கிலி நின்று மென்மையாகச் சிரித்து, "யெஸ் மேடம்" என்றாள்.

வயிறு லேசாக வெளியில் தெரிவதைக் கவனித்தேன். நான்கு மாதம் இருக்கலாம்.

"இலியா எப்படி இருக்கிறான்?"

"ஃபைன்!" என்று அவள் வெட்கத்துடன் சிரித்தாள். "ஆனால் படா ஸாப் செத்துப்போன துக்கம் இன்னும் ஆறல்லே! சொந்த தாத்தா இறந்த மாதிரி அவரை நினைச்சு நினைச்சு இவர் கண்ணீர் விடறதைப் பார்க்கணும்..."

"அவர்கூட நெருங்கிப் பழகினவங்க எல்லாருக்கும் அப்படித்தான் இருக்கும் இங்கிலி!"

ஓட்டல் மானேஜர் வருவதைக் கண்டு அவர்கள் நகர்ந்தார்கள். நான் மீண்டும் டைப்பிங்கில் கவனம் செலுத்த முயன்றேன். முடியவில்லை. திரும்பத் திரும்ப நாயக்கர் தாத்தாவின் முகம் நேர் எதிரே நின்றது. 'நீ ஒரு பயந்தாங்கொள்ளிப் பொண்ணு' என்று பரிகசிப்பதுபோல் இருந்தது.

'காரணமில்லாம பயந்தேனா?' என்று நான் அதைத் திருப்பிக் கேட்டேன். 'இப்ப மாது என்னை விட்டுப் போனதுக்கு என்ன அர்த்தம் சொல்லுங்க?'

என் மைத்துனருடன் நாண்டி வந்து சேர்ந்ததும், நாயக்கர் தாத்தா இறந்துவிட்டார் என்கிற செய்தி எனக்குப் பெரிய அதிர்ச்சியை ஏற்படுத்திற்று. மாது இறந்ததும் வராத கண்ணீர் ஆச்சரியமாக இப்பொழுது வந்தது. என்னிடம் அனுதாபமாக இருந்த ஒரே ஜீவன் அவர் என்கிற சுயபச்சாதாபம் என்னை ஆட்கொண்டது.

இது என்ன அதிர்ஷ்டம் எனக்கு! என் மனசிலிருக்கும் ஆதங்கத்தையெல்லாம் அவரிடம் கொட்ட வேண்டும் என்கிற தாபத்துடன் வந்தேன். அவருடைய சமாதான - இதமான

வார்த்தைகளைக் கேட்க வேண்டும் என்கிற ஏக்கத்துடன் இருந்தேன். அதற்குக்கூட எனக்கு அதிர்ஷ்டமில்லை.

இதுவும் என் மாமியாரின் வேலையாக இருக்க வேண்டும். என்னிடம் யாருமே அனுதாபம் காட்டக்கூடாது என்கிற அவரது ஆங்காரம்தான் காரணமாக இருக்க வேண்டும்.

இந்த அதிர்ச்சியுடன் நான் காலியாக இருந்த என் பிரும்மாண்ட வீட்டிற்குள் நுழைந்ததும், பிரமை பிடித்ததுபோல் ஆயிற்று எனக்கு.

"நீ தனியா இருக்கிறதை நா பார்க்கணும்...!"

'பாருங்கோ, நன்னா பாருங்கோ! திருப்திதானே உங்களுக்கு?'

நான் நடுக்கூடத்து சோபாவில் அமர்ந்து என்னைக் கட்டுப்படுத்திக்கொள்ள இயலாமல் குலுங்கிக் குலுங்கி அழுதேன்.

கிருஷ்ணன் என் தோளைத் தட்டி சமாதானப்படுத்தினார். நான் சற்று அடங்கியதும் யோசனையுடன் கேட்டார்:

"உன்னாலே இங்கே தனியா இருக்க முடியுமா மோகினி? இந்தியாவுக்குப் போயிடுறியா!"

"நிச்சயமா மாட்டேன்!" என்றேன் படபடப்புடன். "எனக்கு அங்கே மூச்சு முட்டிடும்!"

"உன் பிறந்த வீட்டிலே இருக்க இஷ்டமில்லேன்னா நீ தனியா இருக்கலாம். சொந்த ஜனங்க பக்கத்திலே இருக்காங்கற சமாதானம் இருக்கும்..."

"இல்லே அண்ணா... எனக்கு அங்கே எந்த சமாதானமும் இருக்காது. அந்தச் சூழல் ரொம்ப வித்தியாசமானது. எனக்கும் தொடர்புவிட்டுப் போனதாலே அங்கே எனக்கு இருப்புக்கொள்ளாது!"

"உன் இஷ்டம்."

''அது மாதுவுடைய இஷ்டமும் கூட!'' என்றேன் நான் தடுமாற்றத்துடன். ''அவர் ஏன் அப்படிச் சொன்னார்னு எனக்குத் தெரியாது. ஆனா, தனக்கு ஏதாவது ஆச்சுன்னா, நா ஃபீஜிக்குத் திரும்பிடணும்னு சொன்னார்.''

கிருஷ்ணனின் சிரிப்பில் அனுதாபம் இழையோடிற்று.

''மாது செத்துப்போயிட்டான் மோகினி... செத்துப் போனவனுடைய ஆசைப்படி நீ வாழ்க்கையை அமைச்சுக்க வேண்டிய அவசியமில்லே.''

''நா அவரை நேசிக்கிறேன் அண்ணா!'' என்றேன் அதிர்ச்சியுடன், ''யூ நோ ஐ லவ் ஹிம்!''

''ஐ நோ!'' என்றார் அவர் சமாதானமாக என் முதுகைத் தட்டி.

''உனக்கு இன்னும் சின்னவயசு மோகினி... பணமிருக்கு, அழகும் ஆரோக்கியமும் இருக்கு. தனியா இருக்கணும்ங்கற கட்டாயத்தை நீயா ஏற்படுத்திக்க வேண்டிய அவசியமில்லே. திருப்பிக் கல்யாணம் செய்துக்கலாம். ஸாரி, இத்தனை சீக்கிரம் இந்த விஷயத்தைப் பத்திப் பேசக் கூடாதுதான்... ஆனா நா இன்னும் ஒரு வாரத்திலே கிளம்பிடுவேன். அப்புறம் எப்பப் பார்ப்பமோ...''

''என்னாலே அதைப்பத்தி யோசிக்கவே முடியாது அண்ணா... மாதுவுடைய நினைப்பிலேயே என்னாலே வாழமுடியும்...''

சற்றுநேரம் அண்ணா பேசவில்லை. பிறகு மெல்லிய குரலில் சொன்னார்.

''அந்த மாதிரி வாழறதுக்கு மனோதிடம் வேணும் மோகினி!''

''எனக்கு இருக்கு அண்ணா!'' என்றேன் நான் தீர்மானமாக.

✲ ✲ ✲

அத்தியாயம் 32

மனோதிடமாக - கல்லுளிமங்கத்தனமா என்று புரியாத ஏதோ ஒன்று எனக்கு ஏற்பட்டுப் போயிருந்ததைப் எல்லாருமே கவனித்ததாக நான் உணர்ந்தேன். சாரி சாரியாக துக்கம் விசாரிக்க வந்தவர்கள் எதிரில் என் கண்ணில் பொட்டு நீர் வரவில்லை. மாதுக்கு உடலில் ஏற்பட்ட திடீர் சீர்குலைவைக் கதைபோல் விவரிக்கையில் தொண்டையைத் துக்கம் அடைக்கவில்லை.

'பரவாயில்லே... மோகினி உடைஞ்சு போயிடல்லே. தைரியமாயிருக்கா!' என்ற பெண்களின் வார்த்தைகளின் பின்னால் இருந்த அர்த்தங்களை என்னால் ஊகிக்க முடிந்தது. ஆனால் எனக்கு அழுகை வரவில்லை - மாதுவின் நினைவு நாள் முழுவதும் வாட்டியும், சுயபச்சாதாபம் ஆட்கொண்டும்... கனவுகள் வருவதும் நின்றுவிட்டன. என் மாமியார் நினைத்தபடி எல்லாம் நடந்துவிட்ட பிறகு கனவுகளுக்கு இனிமேல் என்ன அவசியம்?

ஆனால் ஓர் ஆச்சரியம். என் மாமியாரின் மேல், மாது உயிரோடு இருக்கும்போது பொங்கிப் பொங்கியெழுந்த ஆத்திரமும், கோபமும் இப்பொழுது அடங்கிவிட்டன. என் மனசு ஜடமாகிப் போனாற்போல் இருந்தது. மாதுவின் கணக்கு வழக்குகளையெல்லாம் பார்த்து, ஒரு வீட்டையும் என் பெயரில் வாங்க ஏற்பாடு செய்துவிட்டு கிருஷ்ணன்

கிளம்பும்போது, “என்னைப் பத்திக் கவலைப்படாதிங்கோ...” என்றேன் தைரியமாக.

நான் ஃபீஜிக்கு வந்து சேர்ந்தது தெரிந்ததும், நாயக்கர் தாத்தா அப்பொழுதுதான் இறந்து போயிருந்தாலும், ராமசாமி நாயக்கரும், பிரசாத்தும் என்னைப் பார்க்க வந்தார்கள்.

ராமசாமி தன் வருத்தத்தைக் தெரிவித்துவிட்டு, “தனியா இருக்கமேன்னு கவலைப்படாதே மோகினி...” என்றார்.□“எங்களையெல்லாம் கூடப் பிறந்தவங்களா நினைச்சுக்க... வேலைக்கு சீக்கிரமா சேர்ந்துடு. அப்பத்தான் பழசைக் கொஞ்சம் மறக்க முடியும்” என்றார்.

பிரசாத் அவர் சென்ற பிறகு சற்றுநேரம் இருந்தான். மாதுவுடன் நெருக்கமான பழக்கம் கொண்டவன். ஆஸ்திரேலியாவுக்குப் போவதற்குமுன் அடிக்கடி வீட்டிற்கு வருவான்.

“தாத்தாவைப் பார்க்கணும்ன்னு ரொம்ப ஏக்கமிருந்தது. அதுக்குக்கூட எனக்கு அதிர்ஷ்டமில்லே பார்” என்றேன்.

“அவர் செத்துப்போன சரளத்தை நினைச்சு எனக்கு இன்னும் ஆச்சரியமாயிருக்கு மோகினி...” என்றான் பிரசாத். “அரைமணி நேரத்துக்கு முந்திவரை என்னோடு தோட்டத்திலே உட்கார்ந்து பேசிக்கிட்டிருந்தார். இன்ஃபாக்ட் உன்னைப்பத்தியும், மாதுவைப்பத்தியும்தான் பேசினார்.”

“என்ன பேசினார்?”

“மாதுவுடைய உடம்பு எப்படியிருக்குன்னு கவலைப்பட்டார். உன்னைப்பத்திப் பரிதாபப்பட்டார்.”

“அவர் ஒருத்தருக்குத்தான் என்மேல உண்மையான அனுதாபம் பிரசாத்...”

“ஓ, கமான்...”

"நிஜம்மா! அவர் என்னைப் புரிஞ்சுக்கிட்ட மாதிரி வேற யாரும் புரிஞ்சுக்கலே. மாது மேல இருந்த என்னுடைய பிரியத்தையும், என்னுடைய ஏக்கங்களையும் அவர்தான் தெரிஞ்சுக்கிட்டார்."

"மாது தெரிஞ்சுக்கல்லியா?" - பிரசாத்தின் குரல் மிக மிருதுவாக ஒலித்தது.

திடீரென்று என் மார்பு படபடத்தது. நெற்றி வியர்த்தது.

"ஓ, அவருக்கு வேற ஒரு நிர்ப்பந்தம் இருந்தது. அம்மாவைத் திருப்திப்படுத்த வேண்டிய நிர்ப்பந்தம்... கடைசியிலே அம்மாவைத் திருப்திப்படுத்தவே செத்தும் போனார்!"

"அது அபத்தம் மோகினி..." என்று பிரசாத் சிரித்தான். "எங்கிட்ட சரடுவிடாதே! நான் டாக்டர்..."

"நீ நம்பமாட்டே. ஆனா அதுதான் காரணமா தோன்றுகிறது. இல்லேன்னா, எனக்கு ஏன் இப்படியெல்லாம் நேரணும் பிரசாத்?"

"மாதுவுடைய சாவு எதேச்சையானது. நாகலட்சுமி அம்மா இறந்த கையோட அவன் செத்துப்போனதை நீ முடிச்சுப் போடக்கூடாது."

"முடிச்சுபோடத் தூண்டற மாதிரி எனக்கு அனுபவம் ஏற்பட்டிருக்கு பிரசாத்."

"தெரியும் எனக்கு தாத்தா சொன்னார். மனோ தத்துவ நிபுணர் ஏதாவது விளக்கம் சொல்லலாம், மெடிகல் ஸயன்ஸ்லே இதுக்கெல்லாம் அர்த்தம் கிடையாது. உனக்கு இப்படி நேர்ந்து போனதுக்காக நா வருத்தப்படறேன் மோகினி... உன் வாழ்க்கை முழுசையும் நீ விரயம் பண்ணிக்கக் கூடாது. இப்படிப்பட்ட நினைப்புகள்லே..."

"விரயமாகிப் போயாச்சு பிரசாத். எனக்கு எந்த எதிர்காலமும் புலப்படலே."

“அது முட்டாள்தனமான பேச்சு! மனசை ஏதாவது உபயோகமான விஷயத்திலே திருப்பு. அகில உலகத்தைப்பத்தி நினை. அரசியல்லே சேரு. ஃபார் எக்ஸாம்பில்...”

எனக்குச் சிரிப்பு வந்தது.

“எதுக்கு அரசியல்?”

“ஏன் கூடாது?” என்று அவன் திருப்பிக் கேட்டான். “நீ ஃபீஜி பிரஜைதானே?”

“ஆமாம்.”

“இந்தியாவுக்குத் திரும்பற எண்ணம் உண்டா?”

“இல்லவே இல்லை!”

“அப்ப, நல்லதாப்போச்சு... இத்தனை நாள் மாமியாருக்கும், மாதுவுக்கும் சேவை செஞ்சே... அதைவிட உபயோகமாக நாட்டுக்குச் செய்!”

நான் சிரித்தேன்.

“ஆஸ்திரேலியாவிலே உட்கார்ந்துக்கிட்டுப் பேசறாரு துரை!”

“இல்லே மோகினி! நா ஃபீஜிக்கே திரும்பிடப்போறேன். அதுக்கான ஏற்பாடுகளைப் பண்ணியாச்சு. ஃபீஜியனும் - இந்தியனும் இணையற ஒரு கட்சி ஆரம்பிக்கப்போறேன். இதைப்பத்தி தாத்தாக்கிட்ட சொல்லணும்னு நினைச்சிருந்தேன். அதுக்குள்ளே இறந்துட்டார். சொல்லியிருந்தா ரொம்பச் சந்தோஷப்பட்டிருப்பார்.”

நான் வியப்புடன் பிரசாத்தைப் பார்த்தேன்.

“ஃபீஜியனும், இந்தியனும் கைக்கோத்து நடந்தாதான் மோகினி... இந்தத் தீவுக்கு நல்லது. தனித்தனியா பிரிஞ்சிருந்தோம்னா இரண்டு இனத்துக்கும் நல்லதில்லே. நடுவிலே இப்ப இருக்கிற வேலி, முள் வேலியா இருக்கு. அதை வெறும் மூங்கில் வேலியா மாத்தணும்...”

நாயக்கர் தாத்தாவே பேசுவதுபோல் இருந்தது எனக்கு.

"வேலியே எதுக்கு?" என்றேன் என்னை அறியாமல்.

"வேலி வேணும் - அவங்கவங்க கலாச்சாரத்தைக் காப்பாத்தறதுக்கு. ஆனா சுவராப் போயிடக்கூடாது. இங்கே இருக்கிற இந்தியர்களுக்கெல்லாம் வேறு போக்கிடமில்லே. மோகினி... இந்தியாவுக்கும், எனக்கும் உணர்ச்சிப்பூர்வமான பிணைப்பு இல்லே. என்னுடைய சிந்தனையெல்லாம் மேற்கத்திய சிந்தனை. என்னுடைய இரத்த அணுக்குள்ளே இந்திய அணுக்கள் இருக்குங்கறதைத் தவிர, என்னுள்ளே இந்தியத்தனம் எதுவும் இல்லே. நான் ஃபீஜியன்; முழுக்க இந்தியன் இல்லே!"

"எனக்கு ஆச்சரியமாயிருக்கு. நீ இங்கே அரசியல்வாதியா போகப்போறே என்கிற விஷயம், பல இந்தியர்கள் செய்யற மாதிரி நீ ஆஸ்திரேலியாவிலே தங்கிடப்போறேன்னு நினைச்சேன்."

பிரசாத் மென்மையாகச் சிரித்தபோது எனக்கு மீண்டும் தாத்தாவின் நினைவு வந்தது.

"என் தாத்தாவுடைய இரத்தம் என்னுள்ளே ஓடுது மோகினி..." என்றான் மெல்லிய குரலில். "அவங்க பிணத்தை நீராட்ட என்னையும் கூப்பிட்டாங்க. அந்த விலா எலும்பையும், அரைத்துணியையும் பார்க்கும்போது எனக்கு ஏசு கிறிஸ்து ஞாபகம் வந்தது. I wondered if he too had paid the price for children's children?"

"அவர் ஒரு மகாபுருஷர் பிரசாத்!" என்றேன் நான் நெகிழ்ந்து. "அவங்க எல்லாருடைய உழைப்பும்தான் இன்னிக்கு உன்னையும், ஃபீஜியையும் வளர்த்திருக்கு."

"அந்த மாதிரி நா அவங்களை ஹீரோக்களாக்க மாட்டேன் மோகினி!" என்றான் பிரசாத் தீவிரமாக. "வேற வழியில்லாததாலே அவங்க உழைச்சாங்க It was a migrant ethic. நாடு கடந்து வேறு இடத்திலே வசிக்க நேர்ந்த எந்தக் கூட்டத்துக்கும்

ஏற்படற நிர்ப்பந்த குணம் இது. இங்கே இருக்கிற இந்தியக் கட்சிக்காரங்க, நம்ம ஜனங்க ஏதோ இந்தியத்தனத்தாலேயே உழைச்சு முன்னேறி, நாட்டை முன்னேறச் செய்ததாகப் பேசறது சரியில்லே. சுயமுன்னேற்றம்தான் அப்பக் குறியாயிருந்தது. இதை நாம் மறந்தோம்னா ஃபீஜியன் என்னையும், உன்னையும் வித்தியாசமாத்தான் பார்ப்பான். அந்த எண்ணம் அவனுக்கு வரக் கூடாதுங்கறதுக்காகத்தான் நான் கட்சி ஆரம்பிக்கப்போறேன்.''

''கட்சிப் பிரசாரத்தை இப்பவே ஆரம்பிச்சிட்டே!''

பிரசாத் சிரித்தான்.

''உபயோகமா எதைப் பத்தியாவது உன்னை யோசனை பண்ண வைக்க முடியுமான்னு பார்க்கறேன்! உன்னைப் பார்த்தா எனக்குக் கொஞ்சம் ஆத்திரம் வருது மோகினி! என்னமா ஒரு வாழ்க்கையை விரயம் பண்ணிக்கிட்டேன்னு ஆத்திரம் வருது...''

நான் தலையை கவிழ்த்துக்கொண்டேன்.

''விரயமாப் போனதுக்கு நான் காரணமில்லே பிரசாத்!''

''நீதான் காரணம்!'' என்றான். அவன் நான் எதிர்பாராத கண்டிப்புடன், ''இந்தியாவுக்குப் போனா அங்கு இருக்கிற கட்டுப்பெட்டித்தனத்திலே மூச்சு முட்டிப்போயிடுங்கறே. உனக்குள்ளே கட்டுப்பெட்டித்தனமே இல்லாத மாதிரி... மனசளவிலே நா ஃபீஜியன்னு சொல்லிக்கறே! உன் நிலையிலே ஒரு ஃபீஜி இந்தியப்பெண் இருந்திருந்தா, என்னிக்கோ மாதுவுக்கு டாட்டா சொல்லிட்டு அறுத்துக்கொண்டு போயிருப்பா... இந்தியப் போலித்தனத்தைத் தவிர வேற என்ன காரணம் நீ மாதுவோட தொடர்ந்து இருந்ததுக்கு?''

நான் திடுக்கிட்டு அவனைப் பார்த்தேன்.

''வாட் டு யூ மீன்?'' என்றேன் அதிர்ச்சியுடன். ''நான் மாதுவை நேசித்தேன் பிரசாத்! ஐ ஸ்டில் லவ் ஹிம்!''

அவன் என்னை ஓர் அனுதாபப் பார்வை பார்த்தான்.

''அந்த நேசத்துக்கு என்ன காரணம் மோகினி?'' என்றான் மிக மெல்ல.

''வாட் டிட் ஹி டூ டு யூ?''

சுரீரென்று என்னுள் கோபம் ஜனிக்கையில், அவன் எழுந்து என் தோளில் கையை வைத்து மிருதுவாகச் சொன்னான்:

''ஸாரி, உன் பர்சனல் விஷயங்களைப் பத்திப் பேச எனக்கு உரிமையில்லை. உன்னுடைய உணர்வுகளையெல்லாம் நீயேதான் அலசித் தெளிவு பெறணும்.''

அவன் வெளியேறும் போது நான் கோபத்துடனேயே வாசலுக்கு நடந்தேன்.

அவன் காரில் ஏறுமுன் என்னைத் திரும்பிப் பார்த்துப் புன்னகைத்தான்.

''ஆனா, அப்படி அலசறதுக்கு ரொம்பத் தைரியம் வேணும்... என் கூலிக்கார முன்னோர்களுக்குக் கட்டாயத்தினாலே அப்படிப்பட்ட தைரியம் வந்தது. அதனாலேயே ஜாதிமத வித்தியாசங்களைத் துறக்க முடிஞ்சது. நூறு வருஷங்களுக்கு முன்னாலே ஒரு இந்தியக் கூட்டத்துக்கு அப்படிப்பட்ட மனப்பக்குவம் வரணும்னா, அது எவ்வளவு பெரிய விஷயம்! நீயும் அப்படிப்பட்ட ஒரு கட்டாயத்திலே இப்ப இருக்கே... வெளியுலகத்துக்கு வா! உன்னைச் சுத்திப் பாரு!''

நான் பதில் சொல்லத் தெரியாமல் நின்றேன். அவன் ஸீட்டில் அமர்ந்து சிரித்தபடியே சொன்னான்!

''ஐ ஸ்டில் ஃபீல் யூ ஷூட் ஜாயின் பாலிடிக்ஸ்!''

''நோ, தாங்க்யூ!'' என்றேன் நான் விறைப்புடன்.

அதற்குப் பிறகு நான் அவனைப் பார்க்கவில்லை. அவன் ஆரம்பித்திருக்கும் புதிய கட்சியைப் பற்றி அமர்க்களமாகப் பேப்பரில் வந்திருக்கிறது. அவன் இடையில் இரண்டு மூன்று

முறை டெலிபோன் செய்தான். வழக்கம்போல் ஜோக்கடித்தான். மாதுவைப் பற்றிப் பேசவே இல்லை.

தினமும் வேலையிலிருந்து திரும்பி வீட்டிற்குச் சென்றதும், என்னை ஆட்கொள்ளும் தனிமையில் அவனுடைய வார்த்தைகள் மீண்டும் மீண்டும் ஞாபகத்துக்கு வருகின்றன.

"இந்தியப் போலித்தனத்தைத் தவிர வேற என்ன காரணம் நீ மாதுவோட தொடர்ந்து இருந்ததுக்கு?"

'இந்தக் கேள்வி இரக்கமில்லாதது. மாதுவின்மேல் எனக்கிருக்கும் பிரியத்தில் போலித்தனம் இல்லை' என்று நான் திரும்பத் திரும்பச் சொல்லிக்கொள்கிறேன். இந்தப் பிரியம்தான் எனக்குப் பொறுமையைத் தந்தது. நல்லது செய்தால் நல்லது நடக்கும் என்கிற எதிர்பார்ப்பில்... பொறுத்தால் பூமி ஆள்வேன் என்கிற நினைப்பில்... இவையெல்லாமே அர்த்தமில்லாமல் போய்விட்டது இப்போது. இது ஏன் என்கிற கேள்விக்குத்தான் பதில் சொல்ல யாருமில்லே. 'எல்லாம் விதிம்மா' என்கிறார் புன்னூஸ். "ஆனானப்பட்ட சீதாபிராட்டிகூட!"

"பூலா!"

நான் சட்டென்று நிமிர்ந்து பார்த்தேன், இலியா நின்றிருந்தான்.

"பூலா! எப்படியிருக்கே" என்றேன் நான் மகிழ்ச்சியுடன். "இங்கிலியைக் கூட்டிக்கொண்டு போக வந்தியா?"

"ஆமாம்!" என்று கூச்சத்துடன் அவன் சிரித்தான். "புயல் வரலாம்னு ரேடியோவில் சொன்னார்கள்."

"இரண்டு நாள் கழிச்சில்லே வரும்னு சொன்னார்கள்?" என்றேன் நான் வியப்புடன்.

"அப்படி நிச்சயமா எப்படி இருக்க முடியும் மேடம்? திடீர்னு வீச ஆரம்பிச்சு - அதிலே..."

"இங்கிலி மாட்டிக்கொண்டால்!" என்று நான் முடித்துச் சிரித்தேன்.

அடிவயிற்றில் காரணம் புரியாத தாபம் எழுந்தது. வேலை நேரம் முடிந்துவிட்டதால் அவரவர்கள் கிளம்பிக் கொண்டிருந்தார்கள். தொலைவில் இங்கிலியின் உருவம் தெரிந்ததும், இலியாவின் முகம் விசையைத் தட்டினாற்போல் பிரகாசமடைந்ததை நான் கவனித்தேன். இங்கிலியின் முகம் பிரதிபலித்த பிரகாசத்தில் பெருமிதமும் தெரிவதாகத் தோன்றிற்று.

“ஏன் வந்தே?” என்று அவள் பொய்ச் சிணுங்கலாகச் சொல்வதை கவனிக்காதவள் போல் நான் கிளம்ப ஆயத்தமானேன்.

“நான் உங்களை இறக்கிவிடறேன், இலியா!” என்றேன்.

“வினாக்கா!” என்றான் அவன் பணிவாக.

காரில் செல்லும்போது நான் விளையாட்டாக, “இலியாவுக்கு உன் மேல ரொம்பப் பிரியம் இங்கிலி!” என்றேன்.

“அதுதான் இவனுடைய ஒரே குவாலிஃபிகேஷன்!” என்று இங்கிலி சிரித்தாள்.

“அது போதாதா?” என்றான் இலியா.

“அது ஒண்ணுதான் வேணும் எனக்கு!”

அவனை அணைத்துக்கொண்டு இங்கிலி இருப்பது கண்ணாடியில் தெரிந்தது. அடிவயிற்றிலிருந்து தாபம் நெஞ்சை அடைத்தது.

“படா ஸாப்னாலேதான் எங்கள் கல்யாணம் நடந்தது மேடம்” என்றான் இலியா. “உண்மையிலேயே அவருக்கு நா ரொம்ப கடமைப்பட்டிருக்கேன். அவராலே என் எண்ணங்களே மாறிப்போச்சு. இந்தியர்களைப்பத்திப் பொதுவா எங்க ஜனங்களுக்கு இருக்கிற பயங்கள் எனக்கும் இருந்தது. ‘ஃபீஜித் தீவு சின்ன இந்தியாவா மாறி வருது. இந்தியர்களே அதை ஆள ஆரம்பித்துவிடுவாங்க. நம்மை

ஆதிக்கம் பண்ணுவாங்கங்'கற பயத்தை எங்க கிராமத்திலே கண்டிருக்கேன். ஒருத்தருக்கொருத்தர் விரோதியில்லே; அப்படி இருந்தா இரண்டு பேருக்குமே நஷ்டம் என்கிறதை அவராலேதான் புரிஞ்சுக்கிட்டேன். மோஸஸ் தீவிரவாதி, அவன்கூட இப்ப மாறிட்டான்..."

அவர்களை இறக்கிவிட்டுக் கிளம்பியதும், ஒருவரையொருவர் இடையை அணைத்தபடி செல்வது தெரிந்தது.

மனத்தில் பொங்கிய தாபத்தையும், அர்த்தமில்லாமல் கண்ணில் தளும்பிய சுயபச்சாதாப நீரையும் மீறி எத்தனைப் பெரிய மனிதக் கொந்தளிப்புகளுக்கு நடுவில் இருப்பதே தெரியாமல் இருந்து வந்திருக்கிறேன் என்று என்னுள் அவமானம் ஏற்பட்டது.

வீட்டிற்குச் சென்று காப்பியைக் கலந்து குடிக்கும்போது, காப்பிக்குள் இங்கிலியும் - இலியாவும் இடை அணைத்து நின்றார்கள்.

நான் காப்பி 'மக்'கை ஏந்தியபடி வெளிவராந்தாவுக்குச் சென்றேன்.

'அது போதாதா?'

'அது ஒண்ணுதான் வேணும் எனக்கு!'

எதனால் என் கண்களில் நீர் வழிகிறது என்று எனக்குப் புரியவில்லை. இங்கிலி இலியாவை நையாண்டி செய்தாள். பரிகசித்தாள். அவனை அணைத்துக்கொண்டாள். அவனது கையைத் தன் வயிற்றில் படரவிட்டாள். எனக்கு மீண்டும் கண்ணீர் பெருகிற்று.

திடீரென்று பேய்க்காற்று அடித்தது. இரண்டுநாள் கழித்து வரப்போகும் புயலுக்கான முன்னறிவிப்பு! நான் நகராமல் ஜடத்தைப்போல் உட்கார்ந்திருந்தேன். எங்கோ ஜன்னல்கள் அடித்துக்கொண்டன. கண்ணாடி உடைகிற சத்தம் கேட்டது.

நான் ஆயாசத்துடன் எழுந்து உள்ளே சென்றேன். கண்ணாடிப் பூச்சாடி கீழே விழுந்து உடைந்திருந்தது. மாது வென்னிஸ்ஸிலிருந்து கொண்டு வந்திருந்தது. எங்கு திரும்பினாலும் மாது... வீடியோ கேஸட் ஷெல்ஃபில் புத்தக அலமாரியில் - மூலை முடுக்கில்... கிட்ட நெருங்காதே! கிட்ட நெருங்காதே! இந்த வீட்டிலே இருக்கணும்னா வாயை மூடிண்டுதான் இருக்கணும். தெரிஞ்சுதா?

'What did he do to you?'

கேள்வி புயலாய்த் திரும்பத் திரும்பச் சீறிற்று. நாடி நரம்பெல்லாம் சிலிர்த்து எழுந்தன. புடைத்து எழுந்தன. நான் கைவிரல்களை ஆங்காரத்துடன் சொடுக்கினேன். பலம்கொண்ட மட்டும் கத்தினேன்:

"நான் உங்களை வெறுக்கிறேன்! மாது. ஐ ஹேட் யூ! ஐ ஹேட் யூ!" சோர்ந்து கட்டிலில் முகத்தைக் கவிழ்த்துக் குலுங்கிக் குலுங்கி அழுதேன்.

டெலிபோன் ஒலித்தது. நான் எடுக்கவில்லை. விடாமல் பிடிவாதத்துடன் ஒலித்தது. அலுப்புடன் எடுத்தபோது மறுமுனையில் ராமு அண்ணாவின் பரிதவிக்கும் குரல் கேட்டது.

"மோகினி நீ தனியா இருக்கிறதைப்பத்தி அப்பா கவலைப்படறார்..."

"ஐ ஆம் ஃபைன்! என்னைப்பத்திக் கவலைப்பட வேண்டாம்னு சொல்லு!" என்றேன் எரிச்சலுடன்.

"நீ தனியா இருக்க வேண்டிய அவசியம் என்ன மோகினி? இங்க வந்துடேன்."

"ராமு ப்ளீஸ், என்னைத் தொந்தரவு செய்யாதே. இனிமே நான் நானா என் வாழ்க்கையை வாழப்போறேன்... இன்னமும் இன்னொருத்தர் என் வாழ்க்கையில் நுழைய நான் அனுமதிக்க மாட்டேன்!"

அவன் மேற்கொண்டு ஏதோ சொல்ல முனைந்தான். லைன் அறுந்துபோயிற்று.

எனக்கு இந்தியாவுக்கு திரும்பத் தெம்பில்லை என்று அவனுக்குப் புரியாது. ஜாதியைக் 'காலாபானி'யில் தொலைத்த கூலிக்காரி நான் இப்பொழுது.

பேய்க்காற்றின் சத்தத்துக்கிடையில் நான் - பிரசாத்தின் டெலிபோன் எண்ணைச் சுழற்ற ஆரம்பித்தேன்.

முற்றும்

www.ingramcontent.com/pod-product-compliance
Lightning Source LLC
LaVergne TN
LVHW060334051026
849517LV00004B/1313
* 9 7 8 9 3 9 5 2 7 7 7 9 2 *